വിനു ഏബ്രഹാമിന്റെ
രാഷ്ട്രീയ കഥകൾ

Vinu Abrahaminte Rashtreeyakathakal
Stories

Vinu Abraham

Chintha Publishers
Thiruvananthapuram

First Edition
March 2021

Published
Chintha Publishers
Thiruvananthapuram

Typesetting
DBH Overbridge, TVPM

Cover Design
Vinod Mangoes

Illustration
Ratheesh Vincent

ISBN : 978-93-90301-45-4

CO - 2993 / 5429

Email: chinthapublishers@gmail.com
Website: www.chinthapublishers.com

Distribution
DESHABHIMANI BOOKHOUSE
H O Thiruvananthapuram 695035

Branch
Head Office Kunnukuzhi • Statue Thiruvananthapuram •
KSRTC Bus Station Thiruvananthapuram
KSRTC Bus Station Alappuzha • KSRTC Bus Station Ernakulam •
Machingal Lane Thrissur • IG Road Kozhikode •
Mavoor Road Kozhikode • NGO Union Building Kannur •
Central Bus Terminal Complex Thavakkara Kannur

വിനു ഏബ്രഹാമിന്റെ രാഷ്ട്രീയ കഥകൾ

വിനു ഏബ്രഹാം

ചിന്ത പബ്ലിഷേഴ്സ്
തിരുവനന്തപുരം-695 035

വിനു ഏബ്രഹാം

പത്തനംതിട്ട ജില്ലയിലെ നെടുങ്ങാടപ്പള്ളി സ്വദേശി. രണ്ടു പതിറ്റാണ്ടുകൾ *ദ വീക്ക്* വാരികയുടെ കേരള ലേഖകനായി പ്രവർത്തിച്ചു. കഥാകൃത്ത്, നോവലിസ്റ്റ്, തിരക്കഥാകൃത്ത് എന്നീ നിലകളിൽ പ്രവർത്തിക്കുന്നു. കഥാസമാഹാര ങ്ങളും നോവലുകളും ലേഖനസമാഹാരങ്ങളും ഉൾപ്പെടെ 23 പുസ്തകങ്ങൾ പ്രസിദ്ധീകരിച്ചിട്ടുണ്ട്. *നഷ്ടനായിക* എന്ന നോവലിനെ ആധാരമാക്കിയാണ് കമൽ ഏറെ വിഖ്യാതമായ *സെല്ലുലോയ്ഡ്* സിനിമ സംവിധാനം ചെയ്തത്. *നഷ്ടനായിക* ഇംഗ്ലീഷിലേക്ക് വിവർത്തനം ചെയ്യപ്പെട്ടിട്ടുണ്ട്. കഥയ്ക്ക് കെ എ കൊടുങ്ങല്ലൂർ പുര സ്കാരം, പ്രേംജി പുരസ്കാരം, എസ് ബി ടി കഥാപുര സ്കാരം എന്നിവ നേടിയിട്ടുണ്ട്. *പറുദീസ* എന്ന സിനിമയ്ക്ക് മെക്സിക്കോ അന്താരാഷ്ട്ര ചലച്ചിത്രമേളയിൽ മികച്ച തിര ക്കഥയ്ക്കുള്ള പുരസ്കാരവും *ആൻ എൻകൗണ്ടർ വിത്ത് എ ലൈഫ് ലിവിങ്* എന്ന ഡോക്യു-ഫിക്ഷൻ സിനിമയുടെ നിർമ്മാതാവെന്ന നിലയിൽ ദേശീയ ചലച്ചിത്ര പുരസ്കാ രവും നേടി. കേരള സാഹിത്യ അക്കാദമി ജനറൽ കൗൺസിൽ അംഗം, കേരള സർവ്വകലാശാല ജേർണ ലിസം ബോർഡ് ഓഫ് സ്റ്റഡീസ് അംഗം, സംസ്ഥാന ടെലി വിഷൻ പുരസ്കാര സമിതിയംഗം എന്നീ നിലകളിൽ പ്രവർത്തിച്ചിട്ടുണ്ട്. ഭാര്യ: സുജ, മക്കൾ: ഭുവൻ, റെയ്ൻ.

വിലാസം : കെ ആർ ഡബ്ലിയു എ 178 ഡി
കാവല്ലൂർ ലെയ്ൻ
വട്ടിയൂർക്കാവ് പി ഒ
തിരുവനന്തപുരം-13

ഫോൺ : 8547468107

ഉള്ളടക്കം

ഒരുപക്ഷേ, എല്ലായിടങ്ങളും രണഭൂമികളായിരിക്കാം.
എല്ലാ മൈതാനങ്ങളും പോർക്കളങ്ങളായിരിക്കാം.
ചിലത് നമ്മൾ ഓർമ്മിക്കുന്നവ.
പിന്നെ മറ്റുള്ളവ നമ്മൾ മറന്നുപോയവ...

-വിസ്ലോവ സിംബോർസ്ക

പ്രസാധകക്കുറിപ്പ്

തികഞ്ഞ രാഷ്ട്രീയ ബോധം വിനു ഏബ്രഹാമിന്റെ കഥകളുടെ അടിയൊഴുക്കാണ്. നേർത്ത നർമ്മത്തിൽ ചാലിച്ച ആഖ്യാനവും. രാഷ്ട്രീയം കടന്നാൽ കഥയ്ക്ക് അയിത്തം കല്പിക്കുന്ന 'മുഖ്യധാര'യാണ് ഇന്ന് എഴുത്തുകാരനെ നിർണ്ണയിക്കുന്നത്. അതിനെതിരെ എഴുത്തുകൊണ്ടു പടവെട്ടി മുന്നേറിയ വിനു ഏബ്രഹാമിന്റെ രാഷ്ട്രീയം മുഖ്യ പ്രമേയമായിവരുന്ന കഥകളുടെ സമാഹാരമാണിത്. വിനു ഏബ്രഹാമിന്റെ *നഷ്ടനായിക* എന്ന നോവൽ മലയാള ചലച്ചിത്രത്തിന്റെ പൈതൃകം തേടുകകൂടിയായിരുന്നു. മലയാള സിനിമ തളിരിട്ടത് അധഃസ്ഥിതരായ മനുഷ്യരുടെ വിയർപ്പിലും ചോരയിലും നിന്നാണെന്നു വെട്ടിത്തുറന്നു പറഞ്ഞതിന് ഈ കഥാകാരൻ വേട്ടയാടപ്പെട്ടു. എഴുത്തിന്റെ സാമൂഹ്യ പ്രതിബദ്ധതയെക്കുറിച്ച് തികഞ്ഞ ബോദ്ധ്യമുള്ള വിനുവിന്റെ രചനകൾ കാല്പനിക ഉല്പന്നങ്ങളല്ല. രാഷ്ട്രീയം കേവലമായ ഒന്നല്ല. കഥകളിലെ രാഷ്ട്രീയം ദൈവമാണ്. ജീവിതത്തിനു പുറത്തല്ല ജീവിതത്തിലാണ് രാഷ്ട്രീയം നിലനില്ക്കുന്നത് എന്ന സത്യത്തിന് അടിവരയിടുന്ന ഈ കഥകൾ മലയാള കഥാരംഗത്തെ ശക്തമായ ഒരു ഇടപെടലാണ്.

ചിന്ത പബ്ലിഷേഴ്സ്

സമർപ്പണം

ചൊടിയും ചുണയുമുള്ള രാഷ്ട്രീയ കഥകൾകൊണ്ട് എന്നെ വശീകരിച്ച യു പി ജയരാജിന്റെയും എം സുകുമാരന്റെയും ഓർമ്മകൾക്കു മുന്നിൽ...

ആമുഖം

എല്ലാ കഥകളും രാഷ്ട്രീയവും ഉൾക്കൊള്ളുന്നുണ്ട് എന്ന ബോദ്ധ്യമാണ് എനിക്കുള്ളത്. അതായത്, തികച്ചും വൈകാരികവും വൈയക്തികവുമായ അവസ്ഥകളെ ആഖ്യാനപ്പെടുത്തുന്ന കഥകളിൽപ്പോലും വളരെ സൂക്ഷ്മമായ മാത്രകളിൽ ആ കഥകളുടെ ജീവിത പരിസരങ്ങളുടെയും ആഖ്യാനകാലത്തിന്റെയും രാഷ്ട്രീയ പരിതോവസ്ഥകൾ അലയടിക്കുന്നുണ്ടാകണം. എന്നാൽ, അത്തരം കഥകളിൽ ഒരുപക്ഷേ, ഒരു പരിസരസൃഷ്ടി എന്ന നിലയിൽ മാത്രം അടങ്ങിയിരിക്കുന്ന രാഷ്ട്രീയത്തെ, ആ കഥകളിലെ മുഖ്യ പ്രമേയമായ വൈകാരികാവസ്ഥകളെ അവഗണിച്ച് കൂടുതലായി തിരയുക എന്ന പ്രവണത അത്ര നന്നല്ല എന്നുമാണെന്റെ അഭിപ്രായം. എന്ന് തന്നെയല്ല, എല്ലാ കഥകളെയും അവ രാഷ്ട്രീയം പ്രതിപാദിക്കുന്നെങ്കിൽ മാത്രം മികച്ചത്, അല്ലെങ്കിൽ രണ്ടാം കിടയോ, തരം താണതോ എന്ന മട്ടിൽ ഉള്ള ഇന്നത്തെ മലയാള സാഹിത്യ ഭാവുകത്വത്തോടും എനിക്ക് തീരെ യോജിപ്പില്ല. സാമൂഹ്യ, രാഷ്ട്രീയ കഥകൾക്കൊപ്പം തന്നെ ജീവിതത്തിന്റെ വൈകാരിക ആഴങ്ങളും പ്രപഞ്ചാവസ്ഥയുടെ നിതാന്തമായ സമസ്യകളും പ്രശ്നവല്ക്കരിക്കുന്ന കഥകളും ഉദാത്തം തന്നെയാണ്. അത്തരം കഥകളും ധാരാളമായി എഴുതപ്പെടണം.

ഒരെഴുത്തുകാരൻ എന്ന നിലയിൽ, ഈ രണ്ടു ധാരകളിലും പെടുന്ന കഥകൾ എഴുതുന്നയാളാണ് ഞാൻ. രണ്ട് ധാരകളിലേയും നിരവധി തീവ്ര പ്രചോദനങ്ങൾ എന്റെയുള്ളിൽ കഥകളായി പിറവികൊള്ളുന്നു. ഇപ്പോൾ എന്റെ എഴുത്തുജീവിതം 22 വർഷങ്ങൾ പിന്നിടുമ്പോൾ, ഇക്കാലമത്രയും എഴുതിയ കഥകളിൽനിന്ന് അവയിൽനിന്ന് മുഖ്യമായി രാഷ്ട്രീയം മാത്രം ആഖ്യാനപ്പെടുത്തുന്ന ഒരുപിടി കഥകൾ ഇവിടെ

ഒരു പ്രത്യേക പുസ്തകമായി ഇറങ്ങുകയാണ്.

മലയാളത്തിൽ, ശക്തമായ രാഷ്ട്രീയ കഥകളുടെ ഒരു വലിയ പാരമ്പര്യം നമുക്കുണ്ട്. ബഷീർ, പൊൻകുന്നം വർക്കി, കേശവദേവ്, തകഴി, റ്റി കെ സി, വടുതല തുടങ്ങിയ നവോത്ഥാന, പുരോഗമന പ്രസ്ഥാന ഭാവുകത്വത്തെ ഉദ്ഘോഷിച്ച എഴുത്തുകാർ മുതൽ ഒ വി വിജയൻ, കാക്കനാടൻ തുടങ്ങിയ ആധുനികതാ ഭാവുകത്വത്തിന്റെ അപ്പോസ്തലന്മാരിലൂടെ തുടർന്ന് എം സുകുമാരൻ, യു പി ജയരാജ്, പട്ടത്തുവിള കരുണാകരൻ, പി കെ നാണു തുടങ്ങിയ തീവ്ര ഇടതു പക്ഷ ഭാവുകത്വം പേറിയ എഴുത്തുകാരിലൂടെ തിടം വച്ച്, ഇന്നോളമുള്ള ആധുനികാന്തരകാലത്തിന്റെ വിവിധ ഘട്ടങ്ങളിലെ വ്യത്യസ്തരായ നിരവധി എഴുത്തുകാരിലൂടെ ഏറെ ആഴവും പരപ്പും നേടിയ ഒരു പാരമ്പര്യം, ഒരു വായനക്കാരൻ എന്ന നിലയിലും എഴുത്തുകാരൻ എന്ന നിലയിലും മലയാളത്തിലെ രാഷ്ട്രീയ കഥകളുടെ ഈ പാരമ്പര്യത്തെ വളരെ ആസ്വദിക്കുകയും അവയിൽനിന്നൊക്കെ സർഗ്ഗപരമായ പ്രചോദനം ഏറ്റുവാങ്ങുകയും ചെയ്യുന്നൊരാളാണ് ഞാൻ. തൊണ്ണൂറുകളുടെ ഒടുക്കം മലയാള കഥയിലേക്ക് കടന്നുവന്ന ഒരു തലമുറയിൽ പെടുന്നയാളുമാണ് ഞാൻ. അതാകട്ടെ, സാമൂഹ്യ, രാഷ്ട്രീയ പരിതോവസ്ഥകളിൽ ദൂരവ്യാപകമായ പരിവർത്തനങ്ങൾ നടക്കുന്ന ഒരു കാലഘട്ടവുമായിരുന്നു. ആഗോളതലത്തിൽ കമ്യൂണിസ്റ്റ് ഭരണകൂടങ്ങൾ ഉൾപ്പെടുന്ന രാഷ്ട്രീയ ബ്രഹദാഖ്യായികളുടെ തകർച്ച, അതിനെത്തുടർന്ന് അതിശക്തമാകുന്ന ആഗോള കോർപ്പറേറ്റ് മുതലാളിത്തത്തിന്റെ വ്യാപനം, നമ്മുടെ രാജ്യത്തും സംഭവിക്കുന്ന ഇതിന്റെയൊക്കെ പ്രതിഫലനങ്ങളും പ്രത്യാഘാതങ്ങളും, മുൻപെങ്ങും ഇല്ലാത്തവിധം മാരകവിഷവും ശക്തിയുമാർജ്ജിക്കുന്ന മത, വർഗ്ഗീയ, ജാതീയാധിഷ്ഠിതമായ രാഷ്ട്രീയ പ്രസ്ഥാനങ്ങൾ, പ്രത്യേകിച്ച് ഹൈന്ദവ സംഘപരിവാരവും മറുഭാഗത്ത് ഇസ്ലാമിക തീവ്രവാദപ്രസ്ഥാനങ്ങളും, (ഇവ ഹൈന്ദവമോ, ഇസ്ലാമികമോ അല്ല എന്നത് മറ്റൊരു വസ്തുത), സർവ്വവ്യാപിയായ പാരിസ്ഥിതികത്തകർച്ചകൾ, ഇടതുപക്ഷ പ്രസ്ഥാനങ്ങളുടെ സ്വയം വഞ്ചിക്കലുകൾ 24x7 എന്ന കണക്കിൽ പരിപൂർണ്ണമായി മാധ്യമവൽകൃതമാകുന്ന സാമൂഹ്യ, വൈയക്തിക ജീവിതങ്ങൾ, സൈബർ യുഗത്തിന്റെ പിറവി, അതോടെ സംജാതമായ ആശയ, വാർത്താവിനിമയത്തിന്റെ അഭൂതപൂർവ്വമായ വ്യാപനം എന്നിങ്ങനെ നീളുന്ന പരിവർത്തനങ്ങളുടെ ഒരു കാലഘട്ടം. കഥയിലേക്കും നോവലിലേക്കും പുതിയതായി കടന്നുവന്ന ഞങ്ങളുടെ തലമുറയ്ക്ക് സ്ഫോടനാത്മക മാറ്റങ്ങളുടെ അലയൊലികൾ എഴുത്തിൽ കടന്നുവരിക എന്നത് എത്രയും സ്വാഭാവികമായിരുന്നു. അങ്ങനെ, എഴുപതുകളുടെ തീവ്ര ഇടതുപക്ഷ ആഭിമുഖ്യമുള്ള രചനകൾക്ക് ശേഷം ഏതാണ്ട് കെട്ടടങ്ങിയ മലയാള സാഹിത്യത്തിലെ സാമൂഹിക, രാഷ്ട്രീയ കഥകൾ വീണ്ടും ജ്വലിച്ചു തുടങ്ങി. ഒരുപക്ഷേ, ദീർഘകാലത്തെ മൗനത്തിന് ശേഷം സാഹിത്യത്തിലേക്ക് മടങ്ങിവന്ന എൻ എസ് മാധവന്റെ

"ഹിഗ്വിറ്റ" എന്ന ഈ ഗണത്തിൽ പെടുന്ന മാസ്റ്റർ പീസ് കഥ ഞങ്ങളെ വല്ലാതെ പ്രചോദിപ്പിച്ചിട്ടുണ്ടാകണം.

എന്നാൽ മുൻകാലങ്ങളിൽ സാമാന്യേന സംഭവിച്ചിട്ടുള്ളതുപോലെ ഏതെങ്കിലും ഒരു പ്രത്യേക രാഷ്ട്രീയ, സാഹിത്യ ഭാവുകത്വം ഞങ്ങളുടെ തലമുറയിലെ എഴുത്തുകാരെ ഇത്തരം രചനകളുടെ വഴിയിൽ വഴികാട്ടിയായോ, നായകത്വം വഹിക്കാനോ ഇല്ലായിരുന്നു. സുഭാഷ് ചന്ദ്രൻ, ഇ സന്തോഷ് കുമാർ, സന്തോഷ് ഏച്ചിക്കാനം, കെ ആർ മീര, ബി മുരളി, ഉണ്ണി ആർ, കെ രേഖ, സിത്താര എസ്, ജി ആർ ഇന്ദുഗോപൻ, കെ എ സെബാസ്റ്റ്യൻ, കെ വി അനൂപ്, സി അനൂപ് തുടങ്ങിയുള്ള എഴുത്തുകാർ ഓരോരുത്തരും മേൽ ചൊന്നതരം സാമൂഹ്യ രാഷ്ട്രീയ പ്രമേയങ്ങളെ തന്റേതായ വീക്ഷണകോണുകളിലൂടെയും ആവിഷ്കാരരീതികളിലൂടെയും കഥകളിൽ ആഖ്യാനപ്പെടുത്തി. ഇവയിലെ വ്യതിരിക്തതകളും സമാനതകളും ഒക്കെ എന്തെന്നുള്ളത് സഹൃദയരും നിരൂപകരും സാഹിത്യചരിത്രകാരന്മാരും കണ്ടെത്തട്ടെ.

എന്തായാലും ഞാൻ നേരിട്ട് അനുഭവിച്ചതും കണ്ടും കേട്ടും അറിഞ്ഞതുമായ പലതും എന്നെക്കൊണ്ട് ഒരുപിടി രാഷ്ട്രീയ കഥകൾ എഴുതിച്ചു. ഒരു എഴുത്തുകാരൻ എന്ന നിലയിൽ ആഖ്യാനരൂപങ്ങളിൽ വൈവിദ്ധ്യം ഇഷ്ടപ്പെടുന്ന ഞാൻ എഴുതിയ ഈ കഥകളും പലതരം ആവിഷ്കാര സമ്പ്രദായങ്ങളെ ചേർത്ത് പിടിച്ചിരിക്കുന്നു. എന്ന് പറഞ്ഞാൽ, ഓരോ പ്രമേയത്തിന് അനുസൃതമായി സ്വാഭാവികമായി മനസ്സിൽ രൂപംകൊണ്ട എഴുത്തു രീതികൾ. ഇനി ഈ കഥകൾ വായിച്ചിട്ട് അനുവാചകരാണ് ബാക്കി പറയേണ്ടത്.

എന്നാൽ, ഒരു കാര്യം കൂടി. ഈ സമാഹാരത്തിലെ കുറെ കഥകളിൽ അനുഭവമാകുന്ന ഇടതുപക്ഷവിമർശനത്തെക്കുറിച്ചാണത്. ലോകത്തിൽ ഇന്നോളമുണ്ടായിട്ടുള്ള രാഷ്ട്രീയ പ്രത്യയശാസ്ത്രങ്ങൾക്കിടയിൽ, മാനവ സമുദായത്തിന് സാമൂഹ്യ രാഷ്ട്രീയ നീതി ലഭ്യമാക്കാൻ ഇടതുരാഷ്ട്രീയ വീക്ഷണത്തോളം മറ്റൊന്നുമില്ല എന്ന ഉത്തമ ബോദ്ധ്യത്തിനാലും അതിനാൽ ഈ രാഷ്ട്രീയധാര തകരാൻ പാടില്ല എന്ന വിശ്വാസത്തിനാലും അത്രത്തോളം അതിനെ സ്നേഹിക്കുന്നതിനാലുമാണ് എന്റെ കഥകളിൽ ഇടതുപക്ഷ രാഷ്ട്രീയത്തിന്റെ പ്രശ്നവല്ക്കരണം ഇത്രത്തോളമുള്ളത്. ഇടതുപക്ഷം എന്ന് പറയുമ്പോൾ, അതു വളരെ വിശാലമായ ഒരു പരിപ്രേഷ്യമാണത്. മാനിഫെസ്റ്റോകൾ അവസാനവാക്കല്ലാത്ത, എല്ലാവിധ സമഗ്രാധിപത്യഭരണകൂടങ്ങളെയും നിരാകരിക്കുന്ന, ഇന്നോളമുണ്ടായിട്ടുള്ള എല്ലാ കമ്യൂണിസ്റ്റ് ഭരണകൂടങ്ങളും, സോവിയറ്റ്, ചൈനീസ്, ക്യൂബൻ, ഉത്തര കൊറിയൻ ഉൾപ്പെടെ തന്നെ, യഥാർത്ഥ ഇടത് മാനവികതാ രാഷ്ട്രീയത്തിൽ നിന്ന് ബഹുകാതങ്ങൾ അകലെയായിരുന്നുവെന്ന് ബോദ്ധ്യമുള്ള ജനാധിപത്യ, മതേതരത്വ, പാരിസ്ഥിതിക, ലിംഗ, ജാതി, സ്വത്വ നീതികൾക്കായി നിലകൊള്ളുന്ന വിശാല ഇടതുപക്ഷ രാഷ്ട്രീയം. മറ്റൊരു തലത്തിൽ, മതാതീതമായ ആത്മീയ

മാനങ്ങൾ കൂടി ഉൾക്കൊള്ളുന്ന, സമഷ്ടിക്കൊപ്പം വ്യക്തിസത്തയെക്കൂടി പരിഗണിക്കുന്ന, നിരന്തരം പരിവർത്തനോന്മുഖമായ ഇടതുപക്ഷ രാഷ്ട്രീയം.

ഇങ്ങനെയുള്ള ഒരു ഇടതുപക്ഷരാഷ്ട്രീയം എത്രയും ശക്തി പ്രാപിക്കേണ്ടതുണ്ട് എന്ന് തന്നെ ഞാൻ കരുതുന്നു. ലോകമെമ്പാടും, പ്രത്യേകിച്ചും നമ്മുടെ രാജ്യത്തും ഫാഷിസ്റ്റ് മത, വർഗ്ഗീയ പ്രസ്ഥാനങ്ങളും ഭരണകൂടങ്ങളും മുൻകാലങ്ങൾ വച്ച് നോക്കുമ്പോൾ അചിന്തനീയമാം വിധം വളർന്ന് കഴിഞ്ഞ, അവയൊക്കെ നമ്മുടെ ജീവിതങ്ങളെ സർവ്വവിധത്തിലും തകർത്ത് മൃതപ്രായമാക്കിക്കൊണ്ടിരിക്കുന്ന ഈ കരാളകാലത്ത് ഇടത് രാഷ്ട്രീയത്തെ നമ്മൾ നെഞ്ചോട് ചേർത്ത് പിടിക്കേണ്ടതുണ്ട്. അക്കാര്യത്തിൽ ഒരലംഭാവവും ക്ഷന്തവ്യമല്ല. ചുരുക്കത്തിൽ അത്രമേൽ സ്നേഹിച്ചിടുകയാൽ ഈ വിമർശനം.

ഇതൊക്കെ ഈ രാഷ്ട്രീയകഥകളെ കെട്ടിപ്പൊക്കിയിരിക്കുന്ന ആരൂഢം. അതേസമയം, രാഷ്ട്രീയകഥകൾ മുദ്രാവാക്യ, പ്രചാരണ ലഘുലേഖ പ്രായമാകാൻ പാടില്ല എന്ന എന്റെ വിശ്വാസത്തിനനുസരിച്ച്, സഹൃദയർ ഈ കഥകളെ അവയുടെ കലാലാവണ്യത്തിന്റെ ഏറ്റക്കുറച്ചിലുകളെ അനുഭവിച്ചുതന്നെ ആസ്വദിക്കണം എന്നാണ് എന്റെ അഭ്യർത്ഥന. നല്ല രാഷ്ട്രീയം ഉൾക്കൊള്ളുക മാത്രമല്ല, നല്ല രാഷ്ട്രീയകഥകൾ മികച്ച കഥകളാകുകയും വേണം.

ഈ സമാഹാരം പ്രസിദ്ധീകരിക്കാൻ മുന്നോട്ടുവന്ന ചിന്ത പബ്ലിഷേഴ്സിന് പ്രത്യേക നന്ദി. ഒപ്പം എന്റെ അക്ഷരങ്ങളെ സ്നേഹിക്കുന്ന പ്രിയപ്പെട്ട വായനക്കാർക്കും.

വിനു ഏബ്രാഹം

ചെഗുവേരയുടെ ആരാധകൻ

അസോസിയേറ്റ് എഡിറ്റർ അപ്പൻമേനോന്റെ ഫോൺ സംഭാഷണം നീളുന്തോറും ജാബിർ ഹുസൈന്റെ അസ്വസ്ഥത വർദ്ധിച്ചു. ജാബിർ തയ്യാറാക്കിയ അന്വേഷണാത്മക ഫീച്ചർ പരമ്പരയുടെ കമ്പ്യൂട്ടർ പ്രിന്റൗട്ട് കൈയിലെടുത്ത്, ചെറിയ കണ്ണടച്ചില്ലുകൾക്കിടയിലൂടെ ഉറ്റുനോക്കി എന്തോ പറയാൻ തുടങ്ങിയതുമാണ് ആരുടെയോ വിളി മേനോന്റെ മൊബൈലിൽ വന്നത്.

നിമിഷങ്ങൾ കഴിയുന്തോറും ജാബിറിന് തന്റെ ആകാംക്ഷ കയറു പൊട്ടിക്കുന്നതായി അനുഭവപ്പെട്ടു. *കൈരളി കീർത്തി* പത്രത്തിൽ താനെഴുതുന്ന ആദ്യത്തെ ഫീച്ചർ പരമ്പരയാണ്. അതാകട്ടെ, തന്റെ താല്പര്യമേഖലയായ നക്സൽ പ്രസ്ഥാനത്തെക്കുറിച്ചുമാണ്. ഒരു മാസത്തിലധികം യാത്രകളും അന്വേഷണങ്ങളും നടത്തി തയ്യാറാക്കിയ പരമ്പരയാണ്. ഇത് മേനോൻ സാറിന് ഇഷ്ടപ്പെടുമോ ഇല്ലയോ എന്നതിനെ ആശ്രയിച്ചായിരിക്കും *കൈരളി കീർത്തി*യിൽ തന്റെ ഭാവി.

ഒന്നരവർഷത്തെ പരിശീലന കാലയളവ് ഒരു വർഷമായി ചുരുക്കി, പിന്നെ ആറുമാസത്തെ പ്രൊബേഷൻ കാലയളവുകൂടി കഴിച്ച് ജോലിയിൽ സ്ഥിരപ്പെടുത്താൻ മേനോൻസാർ കനിഞ്ഞാൽ സാധിക്കുമെന്ന് കേട്ടിരിക്കുന്നു. അതിന്റെയൊക്കെ സാദ്ധ്യതയുടെ ആദ്യപടിയാണ് തന്റെ ഈ പരമ്പരയുടെ വിജയം.

തന്നെപ്പോലെ കടുത്ത ഇടതുപക്ഷ വീക്ഷണമുള്ള ഒരു പത്രപ്രവർത്തകന് രാഷ്ട്രീയമായി കാര്യമായ ഒത്തുതീർപ്പുകളൊന്നും നടത്താതെ, ഒപ്പം സാമാന്യം ഭേദപ്പെട്ട ശമ്പളവും ലഭിക്കുന്ന പത്രം നാട്ടിൽ *കൈരളി കീർത്തി*യല്ലാതെ മറ്റൊന്നുണ്ടെന്ന് തോന്നുന്നില്ല. എം എയും പത്രപ്രവർത്തന ഡിപ്ലോമയും കഴിഞ്ഞ് മൂന്നുവർഷം കോഴിക്കോട്ടും തൃശൂരും ഉള്ള ചില സമാന്തര പ്രസിദ്ധീകരണങ്ങളിൽ മനസ്സിനിണങ്ങിയ,

രാഷ്ട്രീയ ലേഖനങ്ങളും അന്വേഷണാത്മക ഫീച്ചറുകളും എഴുതാൻ സാധിച്ചിട്ടുണ്ടെന്നത് നേരുതന്നെ. എന്നാൽ ശമ്പളവും പ്രതിഫലവുമൊക്കെ തീരെ കമ്മി. അടുത്ത ചങ്ങാതിമാർക്കൊപ്പം പൊട്ടിപ്പൊളിഞ്ഞ ലോഡ്ജ് മുറികളിൽ താമസിച്ചും പരിമിത ഭക്ഷണവുമൊക്കെയായി എത്രയോ നാളുകൾ. അതൊക്കെ സഹിക്കാവുന്നതുതന്നെ.

എന്നാൽ, ചിന്തയെയും ഭാവനയെയും തീ പിടിപ്പിക്കുന്ന മികച്ച ഇംഗ്ലീഷ് പുസ്തകങ്ങൾ ഡി സി ബുക്സിലൊക്കെ ചെന്ന് ആർത്തിയോടെ മണത്തും മറിച്ചും നോക്കിയിട്ട്, അവയുടെ തീവില കാരണം തിരികെ അലമാരകളിൽ വെക്കേണ്ടിവരുമ്പോഴുള്ള വേദനയുടെ വേളകളിലാണ്, സാമ്പത്തിക പരാധീനത കൂർത്ത മുള്ളുകളോടെ താനറിയുന്നത്. ഒരിക്കലും പ്രിയപ്പെട്ട ആ പുസ്തകങ്ങൾ സ്വന്തമാക്കാനാവില്ല എന്ന വ്യഥയോടെ, കൈയിൽ ആവശ്യത്തിന് പണം ഉണ്ടായിരുന്നെങ്കിൽ എന്ന് ആഗ്രഹിച്ച അവസരങ്ങൾ.

പത്രപ്രവർത്തന പഠനക്കളരിയിൽ ഒപ്പം പഠിച്ചിരുന്ന പലരും ബഹുലക്ഷം കോപ്പികളും നല്ല ശമ്പളവുമുള്ള പത്ര സ്ഥാപനങ്ങളിൽ കയറിപ്പറ്റി തന്നെയും അവിടങ്ങളിലേക്ക് ക്ഷണിച്ചിട്ടുള്ളതാണ്. പക്ഷേ, ഇപ്പോൾ അത്തരം സ്ഥാപനങ്ങളിൽ പത്രപ്രവർത്തനമെന്നത് വെറുമൊരു വിടുപണി മാത്രമാണ് എന്ന തിരിച്ചറിവ് ഉള്ളതിനാൽ സ്നേഹപൂർവ്വം ആ വിളികളെ തള്ളിക്കളഞ്ഞിട്ടുണ്ട്.

എന്നാൽ, *കൈരളി കീർത്തി*യിൽനിന്ന് ക്ഷണം വന്നപ്പോൾ രണ്ടാമതൊന്ന് ആലോചിക്കേണ്ടതില്ലായിരുന്നു. എന്നും ഇടതുപക്ഷ പാരമ്പര്യമുണ്ടായിരുന്നതും എന്നാൽ നല്ല ശമ്പളം തരാൻ കഴിവുള്ളതുമായ പത്രമാണത്. അഭിമുഖവേളയിൽ മേനോൻസാർ, താൻ സമാന്തര പ്രസിദ്ധീകരണങ്ങളിൽ എഴുതിയിരുന്ന ഇടതുപക്ഷ സംബന്ധിയായ ലേഖനങ്ങൾ താല്പര്യപൂർവ്വം വായിച്ചിരുന്നു എന്നു പറഞ്ഞതോടെ തനിക്കൊരു പത്രമുണ്ടെങ്കിൽ അത് *കൈരളി കീർത്തി* തന്നെയായിരിക്കുമെന്ന് മനസ്സിലുറപ്പിച്ചതാണ്. എന്തായാലും ഇത്രത്തോളം ആ ഉറപ്പിനെ ഭാഗ്യം തുണച്ചിട്ടുണ്ട്.

ഓ, മേനോൻസാറിന്റെ ഫോൺവിളി അവസാനിച്ചിരിക്കുന്നു. ജാബിറിന്റെ ശരീരം ആകാംക്ഷയിൽ ഒന്ന് വലിഞ്ഞുമുറുകി. എന്നാൽ തൊട്ടടുത്ത നിമിഷംതന്നെ മേനോന്റെ മൊബൈലിൽ പതഞ്ഞൊഴുകുന്ന കാട്ടാറിന്റെ ആരവം വീണ്ടും ഉയർന്നു. മൊബൈലിലെ പ്രദർശനപാളിയിൽ ഒന്ന് നോക്കിയിട്ട് അദ്ദേഹം അത് ചെവിയോട് ചേർത്തു. സംഭാഷണത്തിന്റെ സ്വരത്തിൽനിന്നും മേനോന്റെ മുഖഭാവങ്ങളിൽനിന്നും തീർച്ചയായും ഇതും നീണ്ടുപോകാവുന്ന ഒരു വിളിയാണെന്ന് ജാബിർ ഊഹിച്ചു. അതിനർത്ഥം ഞാനിനിയും ആകാംക്ഷയുടെ നൂല്പാലത്തിൽത്തന്നെ കുറച്ചുസമയം കൂടി കഴിയുക എന്നുതന്നെ.

ജാബിർ, മേനോന്റെ മുഖത്തുനിന്ന് മിഴികൾ മാറ്റി വേറെന്തിലെങ്കിലും ശ്രദ്ധിക്കാൻ ശ്രമിച്ചു. അപ്പോൾത്തന്നെ, മേനോന്റെ ക്യാബിനിലെ

ചെഗുവേര സാന്നിദ്ധ്യത്തിൽ അവന്റെ കണ്ണുകളും മനസ്സും ഒരിക്കൽക്കൂടി ഉടക്കി. മൂന്നു മാസങ്ങൾക്കുമുമ്പ് ഇവിടെ പണികിട്ടി ആദ്യമായി ഈ മുറിയിൽ പ്രവേശിച്ചതേ, ജാബിറിനെ വല്ലാതെ ആകർഷിച്ചതാണ് ഈ ചെഗുവേര സാന്നിദ്ധ്യം. പിന്നീട് ഇവിടെ വന്നിട്ടുള്ളപ്പോഴെല്ലാം ചെയുടേതായി പുതിയതായി എന്തെങ്കിലും ഓരോ തവണയും കണ്ടിരുന്നു.

മേനോന്റെ മേശപ്പുറത്തുതന്നെ ചെഗുവേരയുടെ രണ്ട് ചിത്രങ്ങൾ ഫ്രെയിം ചെയ്തു വച്ചിരിക്കുന്നു. ഒന്നിൽ ഒരു വീടിന്റെ ബാല്ക്കണിയിൽ നീണ്ട് നിവർന്ന് കിടക്കുന്ന ചെ, മറ്റേതിൽ ലാ പോഡെറോസ എന്ന ബൈക്കിന്റെ മുകളിൽ അലസശയനം നടത്തുന്ന ചെ.

ഭിത്തിയിലൊരു പോസ്റ്റർ ഉൾപ്പെടെ മൂന്ന് ചിത്രങ്ങൾ. ഒന്നിൽ ആമസോൺ നദിയിലൂടെ നീങ്ങുന്ന മാമ്പോ റ്റാംഗോ എന്ന ചങ്ങാടത്തിൽ തുഴയുമായി നില്ക്കുന്ന ചെ, മറ്റൊന്നിൽ ബൈക്കിനുമേൽ കിടക്കുന്നതിന്റെ കുറെക്കൂടി വലിയ ദൃശ്യം. ഇനിയൊന്നിൽ ബിയർ മഗ്ഗ് പോലെയൊരു കോപ്പ ചുണ്ടുകളോട് ചേർത്ത് എന്തോ കുടിക്കുന്ന ചെ.

കൂടാതെ മേശമേൽ ചെഗുവേര എഴുതിയതും ചെഗുവേരയെക്കുറിച്ച് മറ്റുള്ളവർ എഴുതിയതുമായ പുസ്തകങ്ങൾ. ഇപ്രാവശ്യം പുതിയതായി കാണുന്നത് *ബാക് ഓൺ ദ റോഡ്* എന്ന ചെഗുവേരയുടെ ലാറ്റിനമേരിക്കൻ യാത്രകളുടെ ഓർമ്മക്കുറിപ്പുകളുടെ, കൈയിലെടുത്ത് ഉമ്മ വെക്കാൻ തോന്നുംവിധം കമനീയമായ കട്ടി പുറംചട്ടയുള്ള പതിപ്പാണ്.

ആദ്യതവണ ഈ മുറിയിലെ ചെഗുവേര സ്പർശങ്ങൾ കണ്ടപ്പോൾത്തന്നെ, ജാബിറിന് അപ്പൻമേനോന്റെ രൂപഭാവങ്ങളും കേട്ടറിഞ്ഞ ജീവചരിത്രവും അദ്ദേഹം ഒരു ചെഗുവേര ആരാധകൻ കൂടിയായിരിക്കുമെന്നതിനോട് വളരെ ചേർന്നുപോകുമെന്ന് തോന്നി. ഡൽഹി ജെ എൻ യുവിലെ ഉന്നതപഠനം, വിദേശത്ത് പ്രത്യേകിച്ച് പാരീസിൽ ഏറെ വർഷങ്ങൾ നയിച്ച പത്രപ്രവർത്തന ജീവിതം, വീണ്ടും ഡൽഹിയിൽ വന്നിട്ടുള്ള പത്രപ്രവർത്തനം, നന്നേ വെളുത്തുതുടുത്ത മുഖത്ത് കുരുമുളകുപൊടിയും ഉപ്പുപൊടിയും ചേർന്നതെന്ന് ഇംഗ്ലീഷിൽ പറയുംവിധമുള്ള നിറത്തിലുള്ള ബുൾഗാനിൻ, പ്രായം അമ്പതിനു മേലെങ്കിലും അസാധാരണ തിളക്കമുള്ള കണ്ണുകൾ, ജീൻസ് കാലുറകളും കൂൾ എന്നു പറയാവുന്നതരം അനൗപചാരിക മേല്ക്കുപ്പായങ്ങളും എല്ലാം ചേർന്ന് സാധാരണ ഈ പ്രായത്തിൽ നാട്ടിൽ കാണാവുന്ന പത്രാധിപന്മാരിൽനിന്ന് മേനോനെ വളരെ വ്യത്യസ്തനാക്കുന്നു. ഇങ്ങനെയൊരാൾക്ക് ചെഗുവേരയോട് പ്രിയം തോന്നിയില്ലെങ്കിലേ അതിൽ അത്ഭുതപ്പെടാനുള്ളൂ എന്ന് തെല്ല് തമാശയോടെ ജാബിർ ചിന്തിച്ചു.

എന്തായാലും ചെഗുവേരയെ എത്രയോ കാലമായി മനസ്സിൽവച്ച് ഓമനിക്കുന്ന തനിക്ക് ഇങ്ങനെ ഒരു പത്രാധിപരെത്തന്നെ ലഭിച്ചു എന്നുള്ളത് ഭാഗ്യംതന്നെ, അരീക്കോട് എസ് ഒ എച്ച് എസ് സ്കൂളിൽ എട്ടാംതരത്തിൽ പഠിക്കുമ്പോഴാണ് താൻ ആദ്യമായി ചെഗുവേരയെ കണ്ടെ

ത്തുന്നത്.

കണക്കിന് ട്യൂഷൻ പഠിപ്പിച്ചുതന്നിരുന്ന രവിമാഷിന്റെ വീട്ടിൽവച്ചാണ് അത് സംഭവിക്കുന്നത്. ട്യൂഷനെടുക്കുന്ന മുറിയിൽ, ചുവന്ന നക്ഷത്രം പതിപ്പിച്ച തൊപ്പി ധരിച്ച, അസാധാരണ ഗാംഭീര്യമുള്ള മുഖം നിറഞ്ഞ വലിയ പോസ്റ്റർ ഭിത്തിയിൽ പതിപ്പിച്ചിരിക്കുന്നത് കണ്ട്, അത് ആരെന്ന് തിരക്കിയപ്പോഴാണ് രവിമാഷ് ചെഗുവേരയെക്കുറിച്ച് പറഞ്ഞുതന്നത്. ഇപ്പോഴും രവിമാഷ് പറഞ്ഞ ഒരു വാചകം ഓർമ്മയിലുണ്ട്. "കുട്ടീ, എന്നും ഈ ലോകത്തിന്റെ ചെറുപ്പവും നന്മയും അനീതിക്കെതിരെ പൊരുതാനുള്ള വീര്യവുമാണ് ചെഗുവേര എന്ന മനുഷ്യൻ."

അന്ന് മനസ്സിൽ പതിഞ്ഞ ചെഗുവേര എന്ന താടിക്കാരന്റെ തിളക്കം പിന്നീട് അയാളെക്കുറിച്ചുള്ള പുസ്തകങ്ങൾ വായിച്ചും അയാൾ എഴുതിയ പുസ്തകങ്ങൾ വായിച്ചും എത്രയോ മടങ്ങായി കൂടിവന്നതേയുള്ളൂ. കോളേജിൽ, തന്നെ ചെഗുവേര ജാബിർ എന്ന് ചങ്ങാതിമാർ വിളിക്കുന്നിടത്തോളം എത്തിയ ആരാധന...

ഒരിക്കൽക്കൂടി ഫോൺ സംഭാഷണം അവസാനിച്ചതും, മേനോൻ മൊബൈൽ മേശപ്പുറത്ത് വച്ചശേഷം ഒന്നു നിശ്ചേഷ്ടനായി ഇരുന്നു. ശേഷം, മേശപ്പുറത്തിരുന്ന ജാബിറിന്റെ പരമ്പര കൈയിലെടുത്ത് ഒന്നു മറിച്ചുനോക്കി. ഒപ്പം പെൻസ്റ്റാന്റിൽ വച്ചിരുന്ന അറ്റം നന്നായി ചെത്തിക്കൂർപ്പിച്ച ഒരു പെൻസിൽ കൈയിലെടുത്ത് ചില ഭാഗങ്ങളിൽ ഒന്ന് ചെറുതായി അടയാളപ്പെടുത്തി.

ഏതാനും നിമിഷങ്ങൾ ഇങ്ങനെ കടന്നുപോകവെ, ജാബിറിന്റെ ഹൃദയത്തിൽ വീണ്ടുമൊരു വലിച്ചിലുണ്ടായി.

അപ്പോൾ മേനോൻ അവന്റെ നേരേ നോക്കി ചെറുചിരിയോടെ പറഞ്ഞു:

"വായിച്ചെടോ, നന്നായി വന്നിട്ടുണ്ട്. നമ്മളന്ന് ഡിസ്കസ് ചെയ്ത പോയിന്റ്സെല്ലാം കൃത്യമായി താനതിൽ കൊണ്ടുവന്നിട്ടുണ്ട്. തന്റെയാ നറേഷൻ പാറ്റേൺ, അതായത് മൂവ്മെന്റിനെ വളരെ നിശ്ശബ്ദമായി സപ്പോർട്ട് ചെയ്തിരുന്ന, മൂവ്മെന്റിന് ആരും അറിയാതെ സേവനങ്ങൾ ചെയ്തിരുന്ന ചെറിയ ആൾക്കാരിലൂടെ ബഡാ പാർട്ടികളെയും വലിയ സംഭവങ്ങളെയും പുന:പരിശോധിക്കുന്ന ആ രീതി എനിക്കിഷ്ടപ്പെട്ടു. ഗുഡ്, ഗുഡ്."

മേനോൻ തുടർന്നും എന്തൊക്കെയോ ചിലത് പറയുകയും അവനോട് ചോദിക്കുകയും ചെയ്തെങ്കിലും അതൊന്നും അവന്റെ പ്രജ്ഞയെ സംബന്ധിച്ചിടത്തോളം പ്രസക്തമല്ലായിരുന്നു. "നന്നായി വന്നിട്ടുണ്ട്," എന്ന മേനോന്റെ വാക്കുകൾ മാത്രം അവൻ തുടരെ കേട്ടുകൊണ്ടിരുന്നു. മേനോൻ സാർ പ്രസാദിച്ചിരിക്കുന്നു.

ഇതേപോലെ രണ്ടുമൂന്ന് ഇടിവെട്ട് സാധനങ്ങൾകൂടി കൊടുത്താൽ, *കൈരളി കീർത്തി*യിൽ താനുറച്ചതുതന്നെ, തനിക്കിഷ്ടപ്പെട്ട പുസ്തകങ്ങൾ കുറേയെങ്കിലും അധികം താമസിയാതെ ധൈര്യമായി സ്വന്തമാ

ക്കുന്ന ദിവസങ്ങൾ അകലെയല്ല.

അന്ന് സന്ധ്യക്ക്, കടലോരത്തെ പഴയ ഹോട്ടലിന്റെ ബാറിലിരുന്ന് ജാബിർ നഗരത്തിൽ അടുത്തയിടെ എത്തിയ അവന്റെ ഉറ്റചങ്ങാതിയായ സാന്ദീപുമൊത്ത് ആ സന്തോഷം ആഘോഷിക്കുകതന്നെ ചെയ്തു. ഒരു ഒ സി ആർ കടല പുഴുങ്ങിയതും അരിഞ്ഞിട്ട സവോളയും അകമ്പടിയായി കഴിച്ചു തുടങ്ങവെ സാന്ദീപ് പറഞ്ഞു: "അപ്പോൾ എത്രയും വേഗം വിപ്ലവം വരികയും നിനക്ക് മനസ്സ് നിറയെ നല്ല പുസ്തകങ്ങൾ വാങ്ങിക്കാനുള്ള സ്ഥിതി ഉണ്ടാവുകയും ചെയ്യട്ടെ എന്നാശംസിക്കുന്നു."

തമാശമട്ടിലാണ് അവനത് പറഞ്ഞതെങ്കിലും ജാബിറിനെപ്പോലെ തന്നെ സാന്ദീപും ആദർശത്തിന്റെ കാര്യത്തിൽ കാര്യമായ ഒരു ഒത്തുതീർപ്പിനും വഴങ്ങാത്ത പ്രകൃതമാണ്. അതുകൊണ്ടുതന്നെ ശ്രമിച്ചാൽ, നല്ല സാമ്പത്തികസ്ഥിതിയുള്ള സ്ഥാപനങ്ങളിൽ ജോലി കിട്ടുമെങ്കിലും അതിന് തയ്യാറാകാതെ പരിസ്ഥിതി പ്രസ്ഥാനവുമായി ബന്ധപ്പെട്ടിട്ടുള്ള ഒരു ഡി ടി പി സെന്ററിൽ പണിയെടുത്ത് അവൻ ജീവിതം അരിഷ്ടിച്ച് മുന്നോട്ടുനീക്കുകയാണ്.

പുൽത്തകിടിയിൽ, കടൽക്കാറ്റിന്റെ നനവും ലഹരിയുടെ ചൂടും ഒരേ സമയം ശരീരത്തിലോളങ്ങൾ പടർത്തവെ, ജാബിർ അപ്പൻമേനോന്റെ കെട്ടും മട്ടും അയാളുടെ ചെഗുവേര പ്രേമവും എല്ലാം സാന്ദീപിനോട് വർണ്ണിച്ചു. സാന്ദീപ് മേശമേൽ ഇടിച്ചുകൊണ്ട് പറഞ്ഞു; "ചെഗുവേരയെ ആരാധിക്കുന്ന എഡിറ്റർ! ടാ, അവൻ താനെടാ എഡിറ്റർ. ചീയേഴ്സ് ടു അപ്പൻ."

രണ്ടാഴ്ച കഴിഞ്ഞ്, പരമ്പര പത്രത്തിൽ പ്രസിദ്ധീകരിച്ചുതുടങ്ങിയപ്പോൾ ജാബിറിന് സത്യത്തിൽ അന്ന് മേനോൻ അഭിനന്ദനങ്ങൾ പറഞ്ഞപ്പോഴുണ്ടായ സന്തോഷത്തിന്റെ പാതിപോലും തോന്നിയതില്ല. എങ്കിലും ഒരു കാര്യം അവനെ പുളകംകൊള്ളിച്ചു.

*കൈരളി കീർത്തി*യുടെ എഡിറ്റോറിയൽ താളിൽത്തന്നെയുള്ള പരമ്പരയുടെ തുടക്കം ഒരു സിനിമാ തിരക്കഥയുടെ രൂപത്തിലായിരുന്നു അവൻ എഴുതിയിരുന്നത്. പരമ്പരയുടെ ഏഴ് ഭാഗങ്ങളും ഇങ്ങനെ രണ്ടോ മൂന്നോ സീനുകൾ നീളുന്ന തിരക്കഥയുടെ രൂപത്തിലായിരുന്നു തുടങ്ങിയത്.

എത്രയോവട്ടം ഷാജി കൈലാസ്-മോഹൻലാൽ സിനിമകളിലൊക്കെ ഹൈന്ദവ ഫാസിസത്തെയും പിന്തിരിപ്പൻ പ്രത്യയശാസ്ത്രങ്ങളെയും കൊന്നു കൊലവിളിച്ചുള്ള ചലച്ചിത്ര നിരൂപണങ്ങൾ താനെഴുതിയിട്ടുണ്ട്. എന്നാൽ അപ്പോഴൊക്കെയും മനസ്സിന്റെ ഏതോ ഒരു കോണിൽ, മോഹൻലാൽ നായകനാകുന്ന ഒരു സിനിമയ്ക്ക് എന്നെങ്കിലും തിരക്കഥ എഴുതാൻ കഴിഞ്ഞിരുന്നെങ്കിൽ എന്നൊരു മോഹം ചെറുതായി ഒന്ന് തിരിനീട്ടിയിട്ടുണ്ട്. ഇല്ലെന്ന് തന്നോടുതന്നെ നിഷേധിച്ചിട്ട് ഒരു കാര്യവുമില്ല. *കൈരളി കീർത്തി*യുടെ ബഹുലക്ഷം പതിപ്പുകളിൽ സീൻ ഒന്ന്, രണ്ട്, മൂന്ന് എന്ന് തന്റെ പേരിന് ചുവടെ കിടക്കുന്നത്

ആ തിരക്കഥാ കൃത്യത്തിലേക്കുള്ള ആദ്യപടികളായി തോന്നുന്നില്ലേ.

എന്നാൽ തിരക്കഥാകൃത്തെന്ന നിലയിൽ പരമ്പരയുടെ സന്തോഷം തന്റെ ഏതെങ്കിലും ചങ്ങാതിമാരുമായി പങ്കുവയ്ക്കുന്നതിൽ ജാബിറിന് തെല്ല് ജാള്യതയും തോന്നി.

പിന്നീടുള്ള മാസങ്ങളിൽ, അപ്പൻമേനോൻതന്നെ മുൻകൈ എടുത്ത് ഇടതുപക്ഷ പ്രശ്നങ്ങൾ കൈകാര്യം ചെയ്യുന്ന ചില പരമ്പരകൾ അവനെക്കൊണ്ട് എഴുതിപ്പിച്ചു. പല മുതിർന്ന റിപ്പോർട്ടർമാരെയും മറികടന്ന് ജാബിറിന് ഈ അവസരങ്ങൾ ലഭിക്കുന്നതിൽ *കൈരളി കീർത്തി*യിൽ പല അസൂയാലുക്കളുമുണ്ടായിരുന്നെങ്കിലും അപ്പൻമേനോന്റെ ശക്തമായ പിന്തുണ ഉണ്ടായിരുന്നതിനാൽ അവന് ഒന്നും പ്രശ്നമായില്ല.

എങ്കിലും ഒരിക്കൽമാത്രം അപ്പൻമേനോൻ അവനെ വിമർശിച്ചു. അത് അവനെഴുതിയ മൂന്നാമത്തെ പരമ്പര പ്രസിദ്ധീകരണത്തിന് മുമ്പായി വായിച്ചശേഷമായിരുന്നു. ചെറുചിരിയോടെ മേനോൻ പറഞ്ഞു: "ജാബിർ, തനിക്ക് തിരക്കഥ ഒരു വീക്ക്നെസാണല്ലേ, ഒരു കാര്യം ചെയ്യുക, മേലിൽ തന്റെ റിപ്പോർട്ടുകളിൽ ഈ സീൻ ഒന്ന്, രണ്ട്, മൂന്ന് പരിപാടി വേണ്ട. റിപ്പോർട്ട് തിരക്കഥയാക്കേണ്ട ആവശ്യമില്ല."

ഇതു കേട്ടതും ജാബിറിന് അപ്പിയിൽ ചവിട്ടിയാലെന്നതുപോലെ ഒരു ചളിപ്പുണ്ടായി. മേനോനാകട്ടെ, അത് ശ്രദ്ധിക്കാതെ പരമ്പരകൾ സംബന്ധിച്ച മറ്റുചില കാര്യങ്ങൾ അവനോട് സംസാരിച്ചുകൊണ്ടിരുന്നു. ജാബിർ, മേനോന്റെ ചോദ്യങ്ങൾക്ക് മറുപടി നല്കിക്കൊണ്ടിരുന്നുവെങ്കിലും ആ ചളിപ്പ് അവനെ വല്ലാതെ അസ്വസ്ഥനാക്കി. അതിവേഗം അവന്റെ മനസ്സ് തനിക്ക് ഇപ്പോൾ സംഭവിച്ച ക്ഷതത്തിൽനിന്നും കരകയറാനുള്ള മാർഗ്ഗമാലോചിച്ചുകൊണ്ടിരുന്നു. അങ്ങനെയാണ് ആ നേരം, ജാബിർ മുമ്പൊരിക്കലും മേനോന്റെ മുന്നിൽ പ്രദർശിപ്പിച്ചിട്ടില്ലാത്ത ഒരു മനോധൈര്യത്തിലെത്തിച്ചേർന്നത്. കുറേക്കാലമായി ചോദിക്കണമെന്ന് ആഗ്രഹിച്ചിരുന്ന ആ കാര്യം ഇപ്പോഴെത്തിച്ചേർന്ന മനോധൈര്യത്തിന്റെ പിൻബലത്തോടെ ജാബിറിന്റെ ചുണ്ടുകളിൽനിന്ന് പുറപ്പെട്ടു.

"സാറിന് ചെഗുവേരെനെ വല്യ ഇഷ്ടാ, അല്ലേ!"

മേനോൻ അത്ഭുതത്തോടെ അവനെ ഒന്നു നോക്കി. ഒപ്പം മുറിയിൽ വച്ചിരിക്കുന്ന ചെഗുവേരയുടെ ചിത്രങ്ങൾക്കുമേലും പുസ്തകങ്ങൾക്കുമേലും ജാബിറിന്റെ കണ്ണുകൾ സഞ്ചരിക്കുന്നത് പുഞ്ചിരിയോടെ നോക്കി.

"യാ, അല്പമെങ്കിലും അഡ്വഞ്ചറസും റൊമാന്റിക്കുമായ ആർക്കെങ്കിലും ചെഗുവേരയെ ഇഷ്ടപ്പെടാതിരിക്കാനാകുമോ? ഈ പ്രായത്തിലും എനിക്ക് ചെഗുവേരയോട് ആരാധന നിലനില്ക്കുന്നെങ്കിൽ, ഐ ആം സ്റ്റിൽ യങ്... അല്ലേടോ!"

"അതേ സാർ" ജാബിറും ചിരിച്ചുകൊണ്ട് പറഞ്ഞു. അപ്പോൾ മേനോന് ഒരു ഫോൺവിളി വരികയും, അയാൾ ശരി, സംഭാഷണം തീർന്നിരിക്കുന്നു എന്ന മട്ടിൽ തലയാട്ടുകയും ചെയ്തപ്പോൾ, ജാബിർ മൗനമായി അനുവാദം ചോദിച്ച് മേനോന്റെ കാബിന് പുറത്തേക്ക് നട

ന്നു. തിരക്കഥയുടെ പേരിൽ തനിക്ക് മേനോനിൽ നിന്നുണ്ടായ ചളിപ്പ് ഇപ്പോൾ പൂർണ്ണമായി മാറിയിരിക്കുന്നുവെന്നും 'ചെ' യിലൂടെ തനിക്കും മേനോനും തമ്മിൽ കുറേക്കൂടെ ഊഷ്മളമായ ഒരു ബന്ധം ഉണ്ടായിരിക്കുന്നു എന്നും ഉള്ള സന്തോഷത്തോടെ അവൻ വാർത്താബ്യൂറോവിലേക്ക് നടന്നു.

ഏതാനും ആഴ്ചകൾക്കുശേഷം മേനോൻ ശരിക്കും തന്നിൽ പ്രസാദിച്ചിരിക്കുന്നു എന്ന് ജാബിർ അറിഞ്ഞു. അത് *കൈരളി കീർത്തി*യിലെ അവന്റെ പരിശീലനക്കാലം ഒന്നര വർഷത്തിൽനിന്ന് ഒരു വർഷമായി വെട്ടിക്കുറച്ച് പ്രൊബേഷനിൽ ചേരാനുള്ള അറിയിപ്പ് കൈയിൽ കിട്ടിയപ്പോഴായിരുന്നു.

ഈ ആഹ്ലാദം ഒന്നാഘോഷിക്കാനായി ജാബിർ കണ്ടെത്തിയ വഴി, ഒരു വനയാത്രയായിരുന്നു. സാന്ദീപും, നിരന്തരമായി വനയാത്രകൾ ചെയ്ത് കേരളത്തിലെ മിക്ക കാടുകളും മനക്കകണ്ണിൽത്തന്നെ കാണാനാവുന്ന അജീഷ് എന്ന ഫോട്ടോഗ്രാഫർ സുഹൃത്തും ചേർന്നുള്ള ഒരാഴ്ച നീണ്ടുനില്ക്കുന്ന വനയാത്ര.

ആഹ്ലാദകരമായി മുന്നേറിയ കാട്ടുസഞ്ചാരത്തിന്റെ അഞ്ചാം നാളിൽ, ഒരു ചോലയുടെ സമീപത്തെത്തിയ സംഘം പെട്ടെന്നാണത് കേട്ടത്, ഒരു ഞരക്കം. ഒരു മനുഷ്യന്റെ ഞരക്കം അടുത്തെവിടെയോ നിന്ന് ഉയരുന്നു. മൂവരും നടത്തം നിർത്തി, കാതോർത്തു. ഒരു നിമിഷം കൂടി കഴിഞ്ഞപ്പോൾ അല്പം കൂടി ദീനമായി ആ സ്വരം ഉയർന്നു. അവർ പരസ്പരം നോക്കി. പിന്നെ ശബ്ദം ഉയരുന്ന സ്ഥലത്തേക്ക് വേഗം നടന്നു.

മുറ്റിവളർന്നു നിന്നിരുന്ന പുൽപ്പോതകൾക്കപ്പുറത്ത് ആഴത്തിലുള്ള ഒരു കുഴിയിൽ അവർ അത് കണ്ടെത്തി, കുഴിയുടെ അടിത്തട്ടിൽ ഒരു മനുഷ്യൻ. ഇരിപ്പിലും കിടപ്പിലുമല്ലാത്ത അവസ്ഥയിൽ. കാട്ടുചെടികളും പുൽപ്പോതകളും ചേർന്നുള്ള കുഴിയിലെ ഇരുട്ടിൽ, അയാളുടെ മുഖം വ്യക്തമായി കാണാനാവില്ലായിരുന്നു.

രണ്ടാൾക്കുമാത്രം കഷ്ടിച്ച് ഒരേ സമയം ഇറങ്ങാവുന്ന ആ കുഴിയിൽ ഇറങ്ങിച്ചെന്ന് വീണു കിടക്കുന്നയാളെ രക്ഷപ്പെടുത്തുക എന്നത് ഏതാണ്ട് അസാദ്ധ്യം തന്നെയെന്ന് ജാബിറിനും സാന്ദീപിനും അജീഷിനും ഉറപ്പായി. മറ്റൊരു വഴിയെന്തെന്ന് അവർ ആലോചിച്ചു.

കുറേനേരത്തെ പരിശ്രമത്തിനുശേഷം, മൂവരും ചേർന്ന് കാട്ടുവള്ളികൾകൊണ്ട് കൂട്ടിക്കെട്ടി ഉണ്ടാക്കിയ ഒരു കയർ താഴേക്കെറിഞ്ഞ്, അയാളെ കുഴിയിൽനിന്ന് മുകളിലേക്ക് വലിച്ചുയർത്തി. മുഖത്തും ദേഹത്തവിടവിടെയൊക്കെയും മുറിവുകളും മണ്ണും പുല്ലുമെല്ലാം പറ്റിപ്പിടിച്ചിരിക്കുന്ന ആ രൂപം മുകളിലെത്തിയതും സാന്ദീപ് ഞെട്ടലോടെ ഉച്ചത്തിൽ പറഞ്ഞു. "അയ്യോ, സുനിൽദാസ്.."

അത് സാന്ദീപിന് നല്ല പരിചയമുള്ള സുനിൽദാസ് എന്ന നക്സൽ പ്രവർത്തകനായ ചെറുപ്പക്കാരനായിരുന്നു.

കുറച്ചു വെള്ളം കുടിച്ച്, സഞ്ചാരികളുടെ പക്കലുണ്ടായിരുന്ന

ഏതാനും ബിസ്കറ്റുകളും പഴങ്ങളും ഒക്കെ കഴിച്ച്, അല്പനേരത്തെ വിശ്രമം കഴിഞ്ഞപ്പോൾ സുനിൽദാസിന്റെ പരിക്ഷീണിത ഒട്ടൊക്കെ മാറുകയും സംസാരിക്കാവുന്ന ഒരു നിലയിലെത്തുകയും ചെയ്തു. ആദ്യം കുറച്ചൊക്കെ പരുങ്ങിയെങ്കിലും ജാബിറും അജീഷും തീർത്തും വിശ്വസ്തരാണെന്ന് ഉറപ്പുകിട്ടിയതോടെ സുനിൽ ദാസ് താൻ ഈ കാട്ടുകുഴിയിൽ അകപ്പെടാനുണ്ടായ സാഹചര്യത്തെക്കുറിച്ച് മനസ്സുതുറന്നു.

സുനിൽദാസ് ഉൾപ്പെടുന്ന 'വിമോചനം' എന്ന നക്സൽ സംഘടനയുടെ ഒരു ക്യാമ്പ് ഒരാദിവാസിക്കുടിയുടെ സമീപത്തുള്ള കാട്ടിൽ നടന്നുകൊണ്ടിരിക്കുകയാണ്. സംഘടനയുടെ ഒരത്യാവശ്യ ദൗത്യവുമായി നഗരത്തിൽ പോയി മടങ്ങി വരും വഴി ഈ ചോലയ്ക്കടുത്ത് ഒരു കാട്ടുപന്നിയുടെ ആക്രമണമുണ്ടായി. പ്രാണരക്ഷാർത്ഥമുള്ള ഓട്ടത്തിൽ, കുഴിയിൽ വീണുപോയതാണ്. വീഴ്ചയിൽ കാലു നന്നായി ഉളുക്കിയതിനാൽ ഒരു വിധത്തിലും സ്വയം മുകളിലേക്ക് പിടിച്ചുകയറാനാവാതെ ഏതാണ്ട് ഒരു ദിവസത്തോളം കുഴിയിൽത്തന്നെ കിടന്നു.

തന്റെ ജീവൻ രക്ഷിച്ച മൂന്നുപേരോടും എത്ര നന്ദി പറഞ്ഞിട്ടും അയാൾക്ക് മതിയാവുമായിരുന്നില്ല. അവശതയിലും സുനിൽദാസിന്റെ കണ്ണുകൾ അവരോടുള്ള കൃതജ്ഞതയാൽ തിളങ്ങി.

ആ നിമിഷം, ജാബിറിന്റെ കണ്ണുകളും ഒന്ന് തിളങ്ങി, താനെത്രയോ നാളായി കൊതിക്കുന്ന ഒരു എക്സ്ക്ലൂസീവ്, 'വിമോചനം' സംഘടനയുടെ നേതാവ് മുസാഫിറുമായുള്ള അഭിമുഖവും ഫീച്ചറും ഇതാ കൈയെത്തും ദൂരത്ത് എത്തിയിരിക്കുന്നു. പ്രവർത്തനം തുടങ്ങി ഏതാനും വർഷങ്ങൾക്കുള്ളിൽത്തന്നെ, 'വിമോചനം' നാളിതുവരെയുള്ള പല നക്സൽ പ്രസ്ഥാനങ്ങളിൽനിന്നും വിഭിന്നമായി ഒരു തരത്തിലും, മുതലാളിത്ത ഉന്മൂലന വിപ്ലവം എന്ന ലക്ഷ്യത്തിൽനിന്ന് വ്യതിചലിക്കാത്ത ഒരു പ്രസ്ഥാനമാണെന്ന് പേരെടുത്ത് കഴിഞ്ഞിട്ടുണ്ട്. ഇതിനോടകം തന്നെ വ്യക്തി വധം പോലെയുള്ള പരിപാടികൾ ഒഴിവാക്കി തികച്ചും ലക്ഷ്യവേധിയായ ഒളിഞ്ഞും തെളിഞ്ഞുമുള്ള കുറേ പ്രവർത്തനങ്ങൾ 'വിമോചന'ത്തെ വേറിട്ടു ചിന്തിക്കുന്ന പലരേയും ആകർഷിച്ചിട്ടുണ്ട്.

വിമോചനത്തിന്റെ നേതാവായ മുസാഫിർ എന്ന ചെറുപ്പക്കാരന്റെ അഭിമുഖമോ ഛായാചിത്രമോ ഇന്നേവരെ ആർക്കും കിട്ടിയിട്ടില്ല. ഇന്നേവരെ പൊതുവേദികളിലൊന്നും മുസാഫിർ പ്രത്യക്ഷപ്പെട്ടിട്ടുമില്ല. അതുകൊണ്ടുതന്നെ മാധ്യമലോകത്ത്, മുസാഫിറിനെ ചൂഴ്ന്ന് പല അഭ്യൂഹകഥകളും നിലനില്ക്കുന്നുമുണ്ട്.

സമാന്തരപ്രസിദ്ധീകരണങ്ങളിൽ പ്രവർത്തിച്ചിരുന്ന കാലത്തുതന്നെ ജാബിർ മുസാഫിറുമായി ഒരഭിമുഖസംഭാഷണം നടത്തണമെന്ന് ഏറെ ആഗ്രഹിച്ച് അതിനായി പല ശ്രമങ്ങളും നടത്തിയിരുന്നു. എന്നാൽ ആ ശ്രമങ്ങളെല്ലാം വിഫലമായിരുന്നു. തനിക്ക് മാത്രമായി ഇപ്പോൾ പൊതുപ്രതിച്ഛായയുടെ ആവശ്യമില്ലെന്നും സംഘടനയുടെ ശാന്തമായ എന്നാൽ ശക്തമായ വളർച്ചയും വിപ്ലവത്തിനായുള്ള അതിന്റെ പ്രവർത്തനങ്ങളും

മാത്രമാണ് ലക്ഷ്യം വെക്കുന്നതെന്നും മുസാഫിർ അറിയിക്കുന്നതായി ജാബിർ സമീപിച്ചിരുന്ന ദൂതന്മാർ അവനോട് പറഞ്ഞിരുന്നു

എന്നാൽ ഇപ്പോൾ തന്നോട് ഏറെ കടപ്പാടുള്ള സുനിൽദാസ് എന്ന മനുഷ്യന് മുസാഫിറിലേക്ക് തന്നെ നയിക്കാനാകും. സുനിൽദാസിലൂടെ മുസാഫിർ എന്ന നക്സൽ നേതാവിനെ വലയം ചെയ്തിരിക്കുന്ന മഞ്ഞുമറ ഭേദിക്കപ്പെടാൻ പോകുന്നു.

ചോലയിലെ തണുത്ത വെള്ളംകൊണ്ട് മുറിവുകൾ കഴുകി, ശരീരവും മുഖവും വൃത്തിയാക്കി ചോലയുടെ തിട്ടിലേക്ക് കയറിയ സുനിൽദാസിനെ ഉറ്റുനോക്കിക്കൊണ്ട് ജാബിർ പുഞ്ചിരിച്ചു.

പിറ്റേന്ന്, വിമോചനത്തിന്റെ ക്യാമ്പിൽനിന്ന് മുസാഫിറുമായുള്ള അഭിമുഖവും ഫീച്ചറിനുള്ള വിഭവങ്ങളുമായി സുഹൃത്തുക്കൾക്കൊപ്പം വനയാത്രയുടെ ശേഷിക്കുന്ന നടത്തത്തിനായി ഇറങ്ങുമ്പോഴും ജാബിറിന് അത്ഭുതം വിട്ടുമാറിയിരുന്നില്ല. ഒരിക്കലും കിട്ടില്ലെന്ന് വിചാരിച്ചിരുന്ന ആ എക്സ്ക്ലൂസീവ് എത്രവേഗമാണ് തന്റെ മുന്നിലേക്ക് താനെ വന്നു വീണത്.

മലമുഴക്കിവേഴാമ്പലുകളെയും മലയണ്ണാന്മാരെയും കണ്ടും കേട്ടും കാടകങ്ങളുടെ നിഗൂഢസൗന്ദര്യം നുകർന്ന് നടക്കുമ്പോഴും, ജാബിർ ആദ്യം സുനിൽദാസ് വിസമ്മതം പറഞ്ഞതും, പിന്നെ 'വിമോചന'ത്തിന്റെ ക്യാമ്പിലേക്ക് തങ്ങളെ നയിച്ചതും, അവിടെ മുസാഫിറിൽനിന്നും തുടക്കത്തിൽ കടുത്ത എതിർപ്പുകൾ നേരിട്ടതും പിന്നെ താനുമായുള്ള അപരിചിതത്വത്തിന്റെ മഞ്ഞുമറകൾ ഉരുക്കി അയാളെ വിശദമായ അഭിമുഖത്തിനായി കിട്ടിയതിന്റെയുമൊക്കെ മാധുര്യം മനസ്സിൽ നുണഞ്ഞുകൊണ്ടിരുന്നു. എന്നാൽ, മുസാഫിർ ഒരു ഛായാചിത്രം എടുക്കാൻ ഒട്ടും സമ്മതിച്ചില്ലെന്നത് വലിയൊരു സങ്കടമായി അജീഷ് കൊണ്ടുനടക്കുന്നുണ്ടായിരുന്നു. കാടിനെ അഗാധമായി സ്നേഹിക്കുന്ന ഛായാഗ്രാഹകൻ കാടിന്റെ അനുമതിയില്ലാതെ കാടിന്റെ ചിത്രങ്ങൾ എടുക്കില്ല എന്നതുപോലെതന്നെ, വിപ്ലവത്തെയും ഇടതുപക്ഷമൂല്യങ്ങളെയും സ്നേഹിക്കുന്ന ഒരാൾ അതുമായി ബന്ധപ്പെട്ട ചിത്രങ്ങൾ എടുക്കുന്ന വേളകളിലും ആ വിവേകം കാണിക്കേണ്ടതുണ്ടെന്ന് പറഞ്ഞ് സാന്ദീപ് അജീഷിനെ സമാശ്വസിപ്പിച്ചു.

വനയാത്ര കഴിഞ്ഞ് നഗരത്തിലെത്തി ജാബിർ സമയം ഒട്ടും കളയാതെ മുസാഫിറുമായുള്ള അഭിമുഖവും 'വിമോചന'ത്തെക്കുറിച്ച് മൂന്നു ഭാഗങ്ങൾ നീളുന്ന ഒരു ലേഖനവും തയ്യാറാക്കി. എഴുതുമ്പോഴത്രയും, മുസാഫിറിന്റെ കണ്ണുകളിൽ ജാബിർ ശ്രദ്ധിച്ച ചെഗുവേര കണ്ണുകളുടെ തീക്ഷ്ണത അവന്റെ അക്ഷരങ്ങളെ തീജ്ജ്വാലയുടെ തിളക്കമണിയിച്ചു. കോംഗോവിലെയും ബൊളീവിയയിലെയും വനാന്തരങ്ങളിൽ ഗറില്ലായുദ്ധവുമായി നീങ്ങുന്ന ചെഗുവേരയുടെ സമരതീക്ഷ്ണതയും പിന്നെ അരീക്കോട്ടെ ചക്കരപ്പാറകളും കുറ്റിക്കാടുകളും നിറഞ്ഞ കുന്നിൻ ചരിവിലൂടെ ചങ്ങാതിമാർക്കൊപ്പം ചെയെ ധ്യാനിച്ച് നടന്ന സായാഹ്നങ്ങളുടെ

വിപ്ലവപ്രതീക്ഷകളും മുസാഫിറിനെക്കുറിച്ചെഴുതുമ്പോൾ അവൻ സ്വയം അനുഭവിച്ചു.

അഭിമുഖവും ഫീച്ചറും തയ്യാറാക്കിയശേഷം, മേനോന്റെ സെക്രട്ടറി ഗോപി വഴി അദ്ദേഹം തിരക്കിലല്ല എന്നുറപ്പുവരുത്തിയ ഒരുവേളയിൽ, ജാബിർ, മേനോന്റെ മുറിയിലേക്ക് പ്രവേശിച്ചു. കമ്പ്യൂട്ടർ സ്ക്രീനിൽ മുഖം നട്ടിരുന്ന മേനോൻ അവനെ കണ്ട് മുഖമുയർത്തി. യാത്രയ്ക്ക് ശേഷം ജാബിർ, മേനോനെ ഇതേവരെ കണ്ടിരുന്നില്ല.

“ഹാ, എങ്ങനെയുണ്ടായിരുന്നെടോ വനയാത്ര! നമ്മുടെ പൂർവ്വികർക്കൊക്കെ അവിടെ സുഖം തന്നെയല്ലേ?”

“സർ, പൂർവ്വികർ....” മേനോൻ എന്താണ് ഉദ്ദേശിക്കുന്നതെന്നറിയാതെ ഒരു നിമിഷം അവൻ പകച്ചുനിന്നു. എന്നാൽ, അടുത്ത നിമിഷം മേനോൻ ഉദ്ദേശിച്ചതെന്തെന്ന് മനസ്സിലായി. അവൻ ചിരിച്ചുപോയി. മേനോനും ചിരിയിൽ പങ്കുചേർന്നു.

“ഒരു വനയാത്ര നടത്തണമെന്ന് ഞാനും വല്ലപ്പോഴും വിചാരിക്കാറുണ്ട്. പക്ഷേ, ഈ തിരക്കിനിടയിൽ എവിടെ നടക്കാനാണ്!”

അല്പനേരംകൂടി കാട്ടിലെ വിശേഷങ്ങൾ ജാബിറിൽനിന്ന് ചോദിച്ചറിഞ്ഞ ശേഷം മേനോൻ അവൻ വന്നതിൽ പ്രത്യേകിച്ച് എന്തെങ്കിലും ഉദ്ദേശ്യമുണ്ടോ എന്ന് തിരക്കി. അപ്പോൾ, ജാബിർ തന്റെ കൈയിലുണ്ടായിരുന്ന ഫീച്ചറിന്റെയും അഭിമുഖത്തിന്റെയും പ്രിന്റൗട്ടുകൾ എടുത്ത് മേശപ്പുറത്ത് മേനോന്റെ മുന്നിലേക്ക് നീക്കിവച്ചു.

“സാർ, ഇത് വനയാത്രയ്ക്കിടയിൽ എനിക്കുകിട്ടിയ ഒരു സംഭവമാണ് ശരിക്കും ഒരു എക്സ്ക്ലൂസീവ്, ഇന്നേവരെ ആർക്കും കിട്ടിയിട്ടില്ലാത്തത്. സാറൊന്ന വായിച്ചു നോക്കിയിട്ട് ..” അവൻ പ്രതീക്ഷാപൂർവ്വം മേനോനെ നോക്കി.

“ഓ, കെ ജാബിർ, വായിച്ചിട്ട് തന്നെ ഞാൻ വിളിക്കാം.” മേനോൻ പ്രിന്റൗട്ട് ഒന്ന് നോക്കിയിട്ട് പറഞ്ഞു.

പതിവ് റിപ്പോർട്ടിങ് ജോലികൾക്കിടയിൽ, ജാബിർ തന്റെ സെൽഫോണിലേക്ക് മേനോന്റെ വിളി പ്രതീക്ഷിച്ചെങ്കിലും അന്നത് സംഭവിച്ചില്ല. എന്നാൽ, അടുത്ത ദിവസം തന്നെ, ഒരു പത്രസമ്മേളനത്തിലിരിക്കവെ, തന്നെ വന്നു കാണാനായി മേനോന്റെ സന്ദേശം ജാബിറിന്റെ മൊബൈൽഫോണിലെത്തി.

പത്രസമ്മേളനം കഴിഞ്ഞതും, ഓഫീസിൽ തിരികെയെത്തിയ ജാബിർ മേനോന്റെ കാബിനിലെത്തി. ശാന്തവും ചിരി തൂകുന്നതുമായ മേനോന്റെ മുഖം കണ്ട്, അദ്ദേഹം നല്ല മൂഡിലാണെന്ന സന്തോഷത്തോടെ ജാബിർ കസേരയിലിരുന്നു.

ചിരിവിടാതെതന്നെ മേനോൻ ചോദിച്ചു. “ജാബിർ ഈ ഫീച്ചറും അഭിമുഖവും എന്റെ കൈയിൽ ഏൽപ്പിച്ചത് എന്തിനാണെന്ന് പറയാമോ?” ജാബിർ പകച്ചു. മേനോൻ സാറെന്താണ് ഉദ്ദേശിക്കുന്നത്! പതർച്ചയോടെ അവൻ പറഞ്ഞു:

"സാർ ഇത് ഇന്നേവരെ ഒരു പത്രത്തിലും മാസികയിലും ടി വി ചാനലിലുമൊന്നും വരാത്ത സാധനമാണ്. നമ്മുടെ പത്രത്തിൽ ഇത് വരിക എന്നുപറഞ്ഞാൽ വലിയൊരു സംഭവമാകും."

മേനോൻ ഏതാനും നിമിഷങ്ങൾ ഒന്നും പറയാതെ അവനെ നോക്കിയിരുന്നു. പിന്നെ ചുണ്ടൊന്നു കോട്ടിയ ചിരിയോടെ പറഞ്ഞു. "യേസ്, വലിയ സംഭവംതന്നെയായിരിക്കും. എന്റെയും തന്റെയും ഈ പത്രത്തിലെ പണി ഒരുമിച്ച് തെറിക്കുന്ന സംഭവം!"

എ സിക്ക് എന്തോ തകരാറ് സംഭവിച്ചതിനാൽ, തുറന്നിട്ട ജനാലയിലൂടെ തെല്ലകലെയുള്ള വെടിവഴിപാടമ്പലത്തിലെ വെടിക്കുറ്റികൾ തുടരെ പൊട്ടുന്ന ശബ്ദം മുറിയിൽ പ്രകമ്പനംകൊണ്ടു, തനിക്കൊപ്പം മേനോനും പെട്ടെന്നൊന്ന് ഞെട്ടിയതായി ജാബിർ കണ്ടു.

വെടി വഴിപാടിന്റെ ശബ്ദങ്ങൾ ഒതുങ്ങിയപ്പോൾ ജാബിർ പറഞ്ഞു. "സാർ, എനിക്കൊന്നും മനസ്സിലാകുന്നില്ല."

മേനോൻ മൂക്കിൻ തുമ്പത്ത് ഇറങ്ങി നിന്നിരുന്ന തന്റെ കണ്ണട ചൂണ്ടുവിരൽകൊണ്ട് മുകളിലേക്ക് ഉയർത്തി വച്ചിട്ട്, ആ കണ്ണടകൾക്കിടയിലൂടെ തന്റെ കണ്ണുകളുടെ തീക്ഷ്ണതയത്രയും ജാബിറിന്റെ മുഖത്തേക്ക് പതിപ്പിച്ചു.

"നിങ്ങളെന്താ വിചാരിച്ചത്, *കൈരളി കീർത്തി*ന്ന് പറഞ്ഞാൽ കണ്ട ഊച്ചാളിനക്സലുകളുടെ വിപ്ലവം നടത്തിക്കൊടുക്കാനുള്ള പത്രമെന്നോ! കാര്യം ശരിയാണ്, *കൈരളി കീർത്തി*ക്ക് ഒരിടതുപക്ഷ ചായ്‌വുണ്ട്. പക്ഷേ, ആ ചായ്‌വിനൊരു ആഭിജാത്യമുണ്ട്. അല്ലാതെ നാടു കുട്ടിച്ചോറാക്കാൻ നടക്കുന്ന നക്സലുകളുടെ ഇടതുപക്ഷമല്ലത്."

ജാബിറിന്റെ കൈകൾ അവനിരിക്കുന്ന കസേരയുടെ കൈകളിൽ ആഞ്ഞമർന്നു, അങ്ങനെ അമർത്തി പിടിച്ചിട്ടില്ലെങ്കിൽ താൻ ആ കസേരയിൽനിന്ന് തെറിച്ചുപോകുമെന്ന് അവനു തോന്നി.

തൊണ്ട വരണ്ടുപോയെങ്കിലും അവൻ അല്പം ശബ്ദം ഉയർത്തി ചോദിച്ചു. "അങ്ങനെയെങ്കിൽ സാർ, ഞാൻ മുമ്പ് നക്സൽ പ്രസ്ഥാനത്തെക്കുറിച്ച് പരമ്പരകളും ലേഖനങ്ങളും എഴുതിയപ്പോൾ എല്ലാം ഗംഭീരമായിരുന്നുവെന്ന് സാറ് തന്നെയല്ലേ പറഞ്ഞിട്ടുള്ളത്. അതൊക്കെ നമ്മുടെ പത്രത്തിൽ നന്നായി വരികയും ചെയ്തു. എന്നിട്ടിപ്പോ ഇങ്ങനെ..."

മേനോൻ രണ്ടുമൂന്നുവട്ടം തല ഇരുവശങ്ങളിലേക്കും ആട്ടി. പിന്നെ കാര്യം പറഞ്ഞാൽ മനസ്സിലാക്കാൻ ബുദ്ധിമുട്ടുള്ള ചില കൊച്ചുകുട്ടികളോട് സംസാരിക്കുമ്പോഴുള്ള പ്രത്യേക സഹിഷ്ണുതാഭാവത്തോടെ പറഞ്ഞു. "ജാബിർ അതൊക്കെ പഴയകാല നക്സലുകളുടെ കഥകളല്ലേ, എത്രയോ കാലം മുമ്പത്തെ നക്സലുകളാണവരൊക്കെ, അങ്ങനെയുള്ളവരുടെ ഓർമ്മക്കുറിപ്പുകളും അനുഭവങ്ങളും അവരുടെ വിപ്ലവശ്രമങ്ങളുടെ പരാജയകാരണ വിശകലനങ്ങളും ഒക്കെ വായിക്കാൻ നമ്മുടെ വായനക്കാരന് താല്പര്യമുണ്ട്. ഇതൊക്കെ നല്ല റീഡിങ് മെറ്റീരിയൽസാണ്. പക്ഷേ, പുതിയ വിപ്ലവകാരികളെ പ്രമോട്ട് ചെയ്യുന്ന പണി നമ്മൾ

ഏറ്റെടുക്കേണ്ടതില്ല.

തന്റെയീ മുസാഫിറൊക്കെ കുറെക്കൂടി പ്രായമാകട്ടെ, അപ്പോഴേക്ക് അവരുടെ വിപ്ലവത്തീയൊക്കെ കെട്ടടങ്ങും. അപ്പോൾ പഴയ നക്സലൈറ്റിന്റെ അനുഭവങ്ങളും വിശകലനങ്ങളും ഒക്കെ നമുക്ക് പറ്റുന്ന ചരക്കാവും.

എടോ, വിപ്ലവം എന്നത് എപ്പോഴും നൊസ്റ്റാൾജിയ ആയി വിറ്റഴിക്കേണ്ട സാഹിത്യമാണ്. അല്ലാതെ, അത് വർത്തമാനത്തിലേക്കും ഭാവിയിലേക്കുമുള്ള തീകൊളുത്തലാകരുത്."

മേനോൻ തന്റെ കണ്ണട മുഖത്തുനിന്ന് ഊരി, ഒരു വൃത്തിയുള്ള കൈലേസുകൊണ്ട് അതിന്റെ ചില്ലിലെ അദൃശ്യമായ എന്തോ പൊടി തട്ടിക്കളഞ്ഞു. കണ്ണട വീണ്ടും മുഖത്ത് വയ്ക്കാനാഞ്ഞെങ്കിലും അത് വേണ്ടെന്നുവച്ച് മേശപ്പുറത്തേക്കിട്ട ശേഷം അയാൾ കസേരയിൽ ചാരിക്കിടന്ന് ജാബിറിനെ നോക്കി മന്ദഹസിച്ചു.

നിശ്ചേഷ്ടനായിത്തന്നെ ഇരുന്ന ജാബിറിന്റെ നേരെ മേനോൻ വാക്കുകൾ തൊടുത്തു:

"ജാബിർ, താൻ ആവേശത്തോടെ എഴുതിപ്പിടിപ്പിച്ചിരിക്കുന്ന വിമോചനക്കാരുടെ വിപ്ലവ അജണ്ടയൊക്കെ നമ്മുടെ വായനക്കാർക്ക് അല്പമെങ്കിലും പഥ്യമായിരിക്കുമെന്ന് താൻ ചിന്തിക്കുന്നുണ്ടോ. നാട്ടിലെമ്പാടും ഉയർന്നുവരുന്ന ഹൈടെക് ഐ ടി സിറ്റികളെ പ്രതിരോധിക്കുക, കൃഷിയും പ്രകൃതിയുമെല്ലാം ഇല്ലാതാകുന്ന റിയൽ എസ്റ്റേറ്റ് ഗ്രൂപ്പുകളെ തുരത്തുക, ഇതിനൊക്കെ ആവശ്യമെങ്കിൽ വയലന്റായ അട്ടിമറി പ്രവർത്തനങ്ങൾ തന്നെ നടത്തുക, നഗരങ്ങളെയും വൻകിട കുത്തകകളെയും കേന്ദ്രീകരിച്ചുള്ള വികസനം എന്ന ആശയത്തെതന്നെ ഇല്ലാതാക്കുക.

മൈഡിയർ യങ്മാൻ, നമ്മുടെ വായനക്കാരുടെയും പരസ്യക്കാരുടെയും നമ്മുടെ തന്നെയും അസ്ഥിയെ തൊട്ടുകളിക്കുന്ന പരിപാടികളാ ഇതൊക്കെ. സോ, നമുക്ക് നാട്ടിൽ നടപ്പിലുള്ള മാന്യമായ ഇടതുപക്ഷ ലൈനിൽ തന്നെയങ്ങുപോകാം. ഓ.കെ."

അപ്പോൾ മേനോന്റെ മൊബൈൽഫോണിലേക്ക് ഒരു വിളി വരികയും അയാൾ സംഭാഷണത്തിലേർപ്പെടുകയും ചെയ്തു. നീണ്ടുപോകുന്ന ആ സംഭാഷണം കേട്ടുകൊണ്ട്, ജാബിർ ബഹിരാകാശ ശൂന്യതയിൽപ്പെട്ട ഒരാളെപ്പോലെ ഇരുന്നു. അവന്റെ മനസ്സിൽ ഒരായിരം ചോദ്യങ്ങളും അഭിപ്രായങ്ങളും തിക്കിത്തിരക്കി. എന്നാൽ അവയെല്ലാം അത്രമേൽ കെട്ടിമറിഞ്ഞ് കിടക്കുന്നതിനാൽ എന്താണ് പറയേണ്ടത്, ചോദിക്കേണ്ടത് എന്നവന് നിശ്ചയമില്ലായിരുന്നു.

പക്ഷേ, മേനോന്റെ ഫോൺസന്ദേശം സംഭാഷണം അവസാനിച്ചതും ജാബിറിന്റെ അധരങ്ങളിൽനിന്ന് മേനോന്റെ നേരെ ഒരു ചോദ്യം ചാട്ടുളിപോലെ പാഞ്ഞു:

"സാർ ചെഗുവേരയുടെ കടുത്ത ആരാധകനാണ്. എന്നാൽ, സാർ വിപ്ലവത്തെ പുച്ഛിക്കുകയും ചെയ്യുന്നു. വിപ്ലവത്തെ പുച്ഛിക്കുന്ന ഒരാൾക്ക്

എങ്ങനെയാണ് സാർ ഇത്രയും തീവ്രമായ ഒരു ചെഗുവേര ആരാധന യുണ്ടാകുന്നത്?"

ഒരുവേള മേനോൻ അമ്പരന്നതുപോലെ ഇരുന്നു. തുടർന്ന് ജാബിർ അന്നേവരെ കണ്ടിട്ടില്ലാത്തവിധം അയാൾ പൊട്ടിച്ചിരിച്ചു. അസ്സഹനീ യമാം വിധം നീണ്ടെന്ന് ജാബിറിന് തോന്നിയ ആ പൊട്ടിച്ചിരി അവസാ നിച്ചപ്പോൾ മേനോന്റെ മുഖമാകെ ചുവന്നുതുടുത്തിരുന്നു.

"എന്റെ ചങ്ങാതീ, താങ്കൾ എന്തൊക്കെയോ ധരിച്ചുവശായിരിക്കു ന്നു. എടോ, താൻ ചെയെ ആരാധിക്കുന്നത് അയാളുടെ വിപ്ലവപ്ര വർത്തനം കൊണ്ടല്ല. ഫോർ മി, ചെഗുവേര ഈസ് മൈ മോസ്റ്റ് ബിലവ്ഡ് ട്രാവലോഗ് റൈറ്റർ, സാഹസികവും കാല്പനികവുമായ യാത്രാപദ്ധ തികളുള്ള രസികനായ ഒരു സഞ്ചാരിയാണ് ചെ. ഒപ്പം മനോഹരമായ ആ സഞ്ചാരങ്ങളെക്കുറിച്ചുള്ള എഴുത്തും."

മേനോൻ മേശപ്പുറത്തുവച്ചിരുന്ന *ബാക് ഓൺ ദ റോഡ്, ദ ആഫ്രി ക്കൻ ഡ്രീം* എന്നീ ചെ പുസ്തകങ്ങൾ കൈയിലെടുത്ത് അവന്റെനേരെ വീശിക്കൊണ്ട് തുടർന്നു:

"എന്റെ അഭിപ്രായത്തിൽ മനസ്സിനെ ഇത്രമേൽ ചെറുപ്പമാക്കുന്ന, പുതിയ കാര്യങ്ങൾ സാഹസികമായി ഏറ്റെടുത്ത് നടത്താൻ ഇതേപോലെ ആവേശംതരുന്ന മറ്റൊരു പുസ്തകവും ഇല്ല. സോ ഐ അഡോർ യുവർ ചെ. പിന്നെ അയാളുടെ വിപ്ലവം, സച്ച് റിഡിക്കുലസ് നോൺസെൻസ്."

മേനോന്റെ ക്യാബിനിൽനിന്ന് അല്പസമയത്തിനുള്ളിൽത്തന്നെ പുറത്തേക്ക് നടക്കുമ്പോൾ, ജാബിറിന്റെ കണ്ണുകൾ മേശപ്പുറത്ത് വെച്ചി രിക്കുന്നതും ഭിത്തിക്കുമേൽ തൂക്കിയിട്ടിരിക്കുന്നതുമായ തടിച്ചട്ടങ്ങളിലു റപ്പിച്ച ചെയുടെ ഛായാചിത്രങ്ങളിലേക്ക് അവനറിയാതെതന്നെ സഞ്ച രിച്ചു. അപ്പോഴാണ് ആദ്യമായി അവൻ ഒരു കാര്യം ശ്രദ്ധിച്ചത്.

മേനോന്റെ ക്യാബിനിലുള്ള ചെഗുവേരയുടെ ചിത്രങ്ങളെല്ലാം മേൽമീശയും താടിയുമൊന്നും തീരെയില്ലാത്ത യൗവനാരംഭത്തിലുള്ള ചെയുടേതാണ്. വിപ്ലവത്തിന്റെ വന്യമായ കറുത്തുള്ള താടിയും മുടിയും നിറഞ്ഞ പ്രസിദ്ധമായ ചെഗുവേരയുടെ മുഖങ്ങൾ ആ ഫ്രെയിമുകളി ലൊന്നുമില്ല. ലോകത്തെ മാറ്റിമറിക്കാനുള്ള നിശ്ചയദാർഢ്യം ആവേശി ക്കാത്തതും കൗമാരത്തിന്റെയോ യൗവനാരംഭത്തിന്റെയോ ദുർബ്ബലമായ കാല്പനിക സ്വപ്നങ്ങൾ മാത്രം നിറഞ്ഞുനില്ക്കുന്നതുമായ മുഖങ്ങൾ!

നീണ്ട ഇടനാഴിയിലൂടെ ജാബിർ തന്റെ ഇരിപ്പിടത്തിലേക്ക് നടക്കു മ്പോൾ ഏതാനും നിമിഷങ്ങൾക്കപ്പുറം അപ്പൻമേനോന്റെ കൈയിൽ ഏല്പിച്ച രാജിക്കത്തിനെക്കുറിച്ച് തീരെ ചിന്തിച്ചതേയില്ല, എന്നാൽ, ഇത്ര യുംകാലം താൻ മേനോന്റെ ക്യാബിനിലെ ഈ ചെഗുവേര ചിത്രങ്ങൾ കണ്ടുകൊണ്ടിരുന്നിട്ടും അവയെല്ലാം താടിയും മീശയുമില്ലാത്ത ചെയുടെ മുഖങ്ങളാണെന്ന് എന്തേ ഇതിനുമുമ്പ് ശ്രദ്ധിക്കാഞ്ഞതെന്ന് എത്ര ആലോചിച്ചിട്ടും ജാബിറിന് മനസ്സിലായില്ല.

കബാബിസ്ഥാൻ

മിയാൻ അലി കഠിനമായി ഞെട്ടിവിറച്ചുകൊണ്ട് ഉണർന്നു. ശക്തമായ കിതപ്പിൽ അയാളുടെ മെലിഞ്ഞ ശരീരം കയറുകട്ടിലിൽ നന്നേ ഉലഞ്ഞു. തണുപ്പുകാലത്തിന്റെ തുടക്കമായിട്ടും പിഞ്ഞിത്തുടങ്ങിയ കമ്പിളി വിരിപ്പിനുള്ളിൽ നെഞ്ചും പുറവുമെല്ലാം വിയർത്ത് നനഞ്ഞിരിക്കുന്നതായി അയാളറിഞ്ഞു.

കഠോരമായ ആ ഇരമ്പം കേട്ടാണ്, ഉറക്കം മുറിഞ്ഞത്. ഈയിടെയായി രാത്രികളിൽ പതിവായി അത് കേൾക്കുന്നുണ്ട്. ഉറക്കത്തിന്റെ താഴ്ന്ന സ്ഥായികളിലൊന്നിലെങ്കിലും എത്തിക്കഴിയുമ്പോഴായിരിക്കും അതിനെ പൊട്ടിച്ചെറിഞ്ഞുകൊണ്ട് ഇരമ്പം ഉയരുന്നത്. നിരത്തിന്റെ ഓരത്തിനു മുകളിലൂടെ, മിയാൻ അലിയുടെ കബാബിസ്ഥാൻ എന്ന കടയുടെ മുമ്പിലൂടെ കടന്നുപോകുന്ന കനത്ത വൈദ്യുതിക്കമ്പികളിൽ നിന്ന് ആ ഇരമ്പം ഉയരുന്നതുപോലെയാണ് തോന്നുന്നത്.

ഉറക്കമുണർന്നാലോ, ഒന്നും കേൾക്കാനുമില്ല. പലവട്ടം ഇത്തരം വേളകളിൽ മിയാൻ അലി പുറത്തിറങ്ങി വൈദ്യുതിക്കമ്പികളിലേക്ക് നോക്കിയിട്ടുണ്ട്. അപ്പോൾ അവ വെറുതെ ഇരുളിനെ സ്പർശിച്ചുകൊണ്ടു നില്ക്കുന്നതായി മാത്രമേ കാണാറുള്ളു.

വീണ്ടും ഉറക്കത്തിന്റെ ദുർബ്ബലമായ വലകൾ തന്നെ പൊതിഞ്ഞു തുടങ്ങുമ്പോഴാകും, ആ ഇരമ്പം ചെവിയിലെത്തുന്നത്. ഞെട്ടിയുണരുമ്പോൾ, നിശ്ശബ്ദമായ രാത്രിമാത്രം തനിക്കുചുറ്റും.

ഇങ്ങനെ രണ്ടോ മൂന്നോ മണിക്കൂർ കഴിയുമ്പോൾ രാത്രിയിലെ ഉറക്കം തീർത്തും താറുമാറാകുന്നു. ഉറക്കം ഇല്ലാത്തതിന്റെ ക്ഷീണം മാത്രമാണെങ്കിൽ പ്രശ്നമില്ലായിരുന്നു. പകലത്തെ ഉണർവ്വിന്റെ വേളകളിൽ തന്നെ വേട്ടയാടുന്നതെല്ലാം കൂടുതൽ ക്രൗര്യത്തോടെയും ഭീക

രതയോടെയും ഉറക്കം വിട്ടകലുന്ന ഈ രാത്രികളിൽ കടന്നുവരുന്നു. മറ്റാരും കൂട്ടിനില്ലാത്ത കടമുറിയിലെയും പിന്നിലുള്ള ചെറിയ കൂരയുടെയും ഉള്ളിൽ തന്റെ ഏകാന്തത ആ കടന്നുവരവിനു മുന്നിൽ കൂടുതൽ നിസ്സഹായമാകുന്നു.

അള്ളാ, ഇനി എത്ര കാലംകൂടി ഇങ്ങനെ. വയസ്സ് എഴുപത് കഴിഞ്ഞിരിക്കുന്നു. ഇനിയും ജീവിച്ചിരുന്നിട്ട് തനിക്ക് വേണ്ടിയും മറ്റാർക്കുവേണ്ടിയും ഒന്നും നേടാനില്ല., അല്ലെങ്കിൽ അവരൊക്കെ പറയുന്നത് പോലെ താനിവിടം വിട്ട് പോകണം. ഈ പട്ടണവും സംസ്ഥാനവും ഒക്കെ വിട്ട് സുരക്ഷിതമായ ദൂരെ ഒരിടത്തേക്ക് ... ഇല്ല, ഇല്ല അതിനെപ്പറ്റിയൊന്നും ആലോചിക്കേണ്ട. മിയാൻ അലി കണ്ണുകൾ പൂട്ടിയടച്ച് വീണ്ടും ഉറക്കം കിട്ടാൻ ഒന്ന് തിരിഞ്ഞുകിടന്നു.

പിറ്റേന്ന് വൈകുന്നേരം, പതിവുപോലെ മിയാൻ അലി കബാബുകൾ ഉണ്ടാക്കാനായി കുനുകുനെ അരിഞ്ഞിട്ടിരിക്കുന്ന ആട്ടിറച്ചിയിൽ മസാല പുരട്ടിക്കൊണ്ടിരിക്കെ ഗുലാം മുഷ്താഖ് കടന്നുവന്നു. മിയാൻ അലി കബാബ് ഉണ്ടാക്കുന്നത് തുടക്കംമുതലേ കണ്ടിരിക്കുന്നത് അയാൾക്ക് ഒരു രസമാണ്. മിയാൻ അലിയുടെ കൈവിരലുകൾ കലാചാതുര്യത്തോടെ ആട്ടിറച്ചിക്കും മസാലക്കൂട്ടുകൾക്കും ഇടയിലൂടെ സഞ്ചരിക്കുന്നത് കാണുന്നത് തന്നെ, രുചികരമായ കബാബുകൾ കഴിക്കുന്നതിന്റെ പകുതി അനുഭവമുണ്ടാക്കുമെന്നാണ് ഗുലാം പറയാറുള്ളത്. വാർദ്ധക്യത്താൽ പരിക്ഷീണനെങ്കിലും ആരാധനയുടെ തിളക്കംകൊണ്ട് സജീവമായ ഗുലാമിന്റെ കൺതലോടലേറ്റ് തന്റെ കൈവിരലുകൾക്കും കുറേ ഊർജ്ജം ലഭിക്കുന്നുണ്ടെന്ന് മിയാൻ അലിയും കരുതാറുണ്ട്.

കുറെനേരം അങ്ങനെതന്നെ നോക്കിയിരുന്നശേഷം ഗുലാം ഒന്നു മുരടനക്കി, മിയാൻ അലി കബാബ് ഉരുളകൾ അടുപ്പിനു മുകളിലേക്കു വയ്ക്കാൻ തുടങ്ങവേ, ഗുലാമിനെ നോക്കി; എന്തേ എന്ന ചോദ്യഭാവത്തിൽ. ഗുലാം പറഞ്ഞുതുടങ്ങി. "എടോ, ഇന്ന് മുഖ്യമന്ത്രിയുടെ പ്രസംഗം ടി വിയിലുണ്ടായിരുന്നു.. അയാൾ പറയുകയാണ്...എല്ലാവരും എല്ലാം മറക്കണമെന്ന്. പണ്ടെങ്ങോ ഉണ്ടായ മുറിവുകൾ പിന്നെയും പിന്നെയും തുറന്നുവച്ചുകൊണ്ടിരുന്നാൽ, രാജ്യത്ത് ഒരു പുരോഗതി ഉണ്ടാകില്ല. പിന്നെ ആ പ്രസംഗം കേട്ടുകൊണ്ടിരുന്നപ്പോൾ ഒരു ഘട്ടത്തിൽ എനിക്ക് തോന്നി, അയാൾ നിങ്ങളെ ഉദ്ദേശിച്ചുതന്നെയാണ് വാക്കുകൾ ഉപയോഗിക്കുന്നതെന്ന്. അയാൾ പറഞ്ഞതാണ്, എനിക്കറിയാം വർഷങ്ങളെത്ര കഴിഞ്ഞാലും നമ്മുടെ നാട്ടിലുള്ള ചില മനുഷ്യർക്ക് അവരുടെ മുറിവുകൾ മരുന്നോ മന്ത്രമോ ഉപയോഗിച്ച് സുഖപ്പെടുത്താൻ തുനിയാതെ, ആ മുറിവുകൾ കൂടുതൽ പുണ്ണുകളാക്കി ചുറ്റും നാറ്റം വരുത്താനാണ് താല്പര്യം. പക്ഷേ, ഇത് നമ്മുടെ നാട്ടിലെ ജനങ്ങൾ അധികനാൾ വച്ച് പൊറുപ്പിക്കില്ലെന്ന് അങ്ങനെയുള്ളവർ മനസ്സിലാക്കണം."

മിയാൻ അലി ഒരു നിമിഷം നിശ്ചലമായി നിന്നു. പിന്നെ ഒന്ന് തല കുടഞ്ഞുകൊണ്ട് വീണ്ടും തന്റെ തന്റെ ശ്രദ്ധ കബാബുകളിലേക്ക് തിരിച്ചു

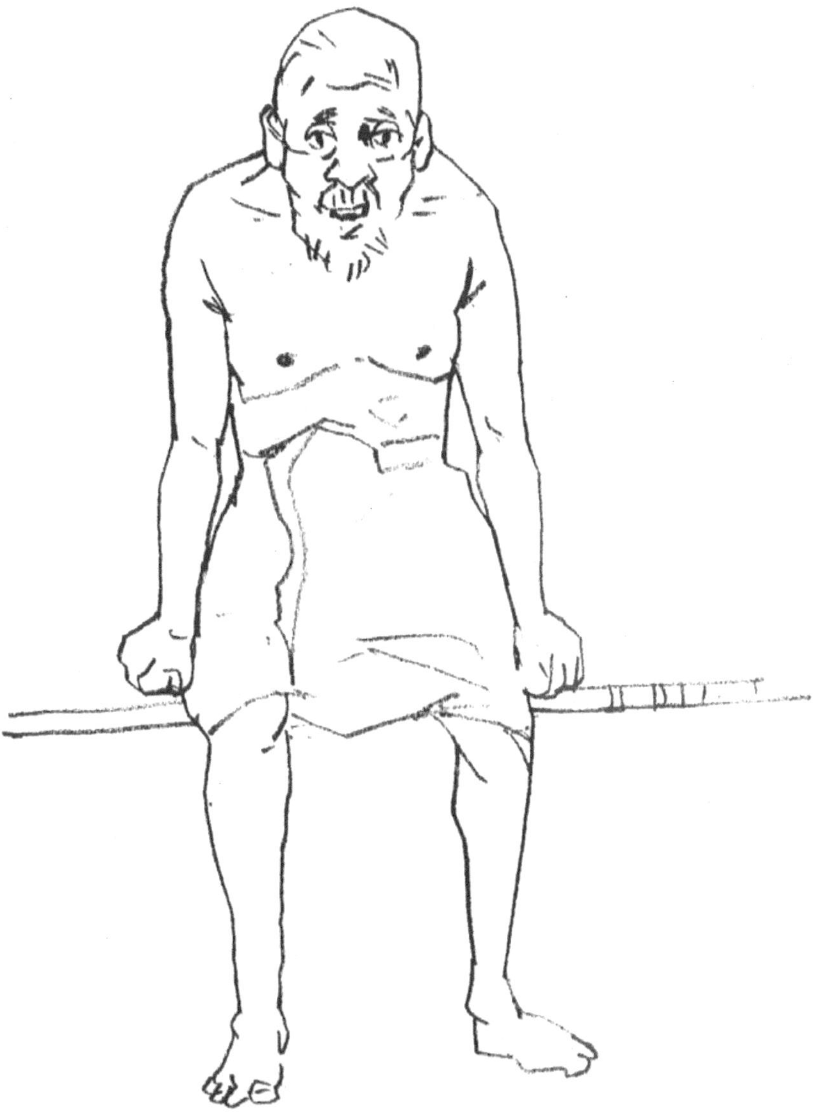

ഒട്ടും പുതിയതല്ല ഈ വാക്കുകൾ. കുറെക്കാലമായി അവർ പൊതുവിലും തന്നോട് നേരിട്ടും പറയുന്നതാണ് ഇതൊക്കെ. എന്നാൽ ഓരോ പ്രാവശ്യവും കേൾക്കുമ്പോൾ, അതിന്റെ മൂർച്ച കൂടിവരുന്നതു പോലെ.

മുനിസിപ്പാലിറ്റി ചെയർമാൻ വീരുഭായി പട്ടേലും സംസ്ഥാനം ഭരിക്കുന്ന പാർട്ടിയുടെ ഇവിടത്തെ നേതാക്കളുമെല്ലാം കുറേക്കാലമായി തന്നോട് പലവട്ടം പറഞ്ഞു കഴിഞ്ഞിരിക്കുന്നു.

"അലീ, തന്റെ ഈ തുക്കടാ കടയും കൂരയും മാത്രമാണ് പട്ടണത്തിന്റെ ഈ ഭാഗത്തെ വികസനത്തെ തടയുന്നത്. ഇവിടെ വിശാലവും മനോഹരവുമായ ഒരു ഷോപ്പിങ്മാൾ വരാൻ എല്ലാം തയ്യാറാണ്. വെറുതെ ശകുനം മൊടക്കിയാകാതെ ഞങ്ങള് വാങ്ങിച്ചുതരുന്ന നല്ല വിലയും കീശയിലിട്ട് രക്ഷപ്പെടാൻ നോക്ക്."

താൻ ഇവിടെനിന്നു മാറില്ലെന്ന വാശിയിൽ ഉറച്ചു നില്ക്കുകയാണെന്നറിഞ്ഞിട്ടാവും ഈയിടെയായി അവർ പറച്ചിൽ നിർത്തിയിരിക്കുന്നു. പക്ഷേ, പട്ടേലും കൂട്ടരുമൊക്കെ പടുകൂറ്റൻ കാറുകളിൽ ഈ വഴി കടന്നുപോകുമ്പോൾ ചില്ലുഗ്ലാസുകൾ താഴ്ത്തി വാൾമുനപോലുള്ള നോട്ടങ്ങൾ തന്റെ കടയ്ക്കുനേരെ പായിക്കാറുള്ളത് കാണാറുണ്ട്.

ഏതാനും ശീഘ് കബാബുകൾ അവിടെത്തന്നെയിരുന്നു കഴിച്ചിട്ട് കുറേയെണ്ണം പൊതിയാക്കി വീട്ടിലേക്ക് കൊണ്ടുപോകാൻ തുടങ്ങവെ, ഗുലാം മിയാൻ അലിയുടെ തോളിൽ തട്ടി: "എടോ, തന്നെ വിഷമിപ്പിക്കാൻ പറഞ്ഞതല്ല. പക്ഷേ, കാര്യങ്ങൾ കൂടുതൽ മോശമായി വരികയാണ്. താൻ കരുതിയിരിക്കണം. അതിനായി പറഞ്ഞതാണ്."

മിയാൻ അലി ഒന്നു ചിരിക്കാൻ ശ്രമിച്ചുകൊണ്ട് തലയാട്ടി.

അന്ന് കബാബ് കഴിക്കാനായി തീരെ ആളുകുറവായിരുന്നു. അല്ലെങ്കിലും നാൾക്കുനാൾ, കബാബിസ്ഥാനിൽ ആൾവരവ് തീരെ മോശമായിക്കൊണ്ടിരിക്കുകയാണ്.

മുമ്പൊക്കെ രാത്രി പത്തുമണിയായാലും കടയിൽ ആളുകൾ ഒഴിയില്ല. പക്ഷേ, ഇപ്പോൾ എട്ടുമണിയാകുമ്പോഴെ, കട പൂട്ടേണ്ട അവസ്ഥയാണ്. മുസ്ലീം കുടുംബങ്ങൾ ഒന്നൊന്നായി നാടുവിട്ടു പൊയ്ക്കൊണ്ടിരിക്കുമ്പോൾ, ഇങ്ങനെ ആയില്ലെങ്കിലേ അതിശയിക്കാനുള്ളൂ.

പോകുന്ന പലരും തന്നോട് പറയാറുണ്ട് മിയാൻ ഭായ്, വരൂ, ഞങ്ങൾക്കൊപ്പം പോരൂ, ഞങ്ങൾ പുതുതായി പോകുന്ന പട്ടണത്തിൽ നിങ്ങൾക്ക് ഒരു കബാബ് കട ഇടാനുള്ള സൗകര്യം ഞങ്ങൾ ഒപ്പിക്കാം.

ഇവിടെ തെരുവിൽ തൊട്ടടുത്ത് പച്ചക്കറിക്കട നടത്തിയിരുന്ന ഷെരീഫിന്റെ വാക്കുകൾ ഇപ്പോഴും ചെവിയിൽ മുഴങ്ങുന്നു. "ഒന്നുമില്ലെങ്കിലും നിങ്ങൾ ഉണ്ടാക്കുന്ന കബാബിന്റെ രുചി നിങ്ങൾ ഞങ്ങൾക്കൊപ്പം ഉണ്ടെങ്കിൽ ഞങ്ങൾക്ക് നഷ്ടപ്പെടില്ലല്ലോ."

അന്ന് താൻ മൗനംപൂണ്ടുനിന്നപ്പോൾ ഷെരീഫ് തിളച്ചുകൊണ്ടു പറഞ്ഞു. "അല്ല ഭായ്, എനിക്കറിയാൻ വയ്യാഞ്ഞിട്ട് ചോദിക്കുവാ, നിങ്ങൾ എന്തിനാണീ നശിച്ച നാട്ടില് ഇങ്ങനെ കടിച്ചുതൂങ്ങി ജീവിക്കുന്നത്.?"

ആ ചോദ്യത്തിനുള്ള ഉത്തരമാണ് ഈ പട്ടണത്തിലെ തന്റെ ജീവിതം. പക്ഷേ, അതു പറയുമ്പോൾ ഷെരീഫിനെന്നല്ല, തന്റെ കൂട്ടുകാർക്ക് പലർക്കും അത് മനസ്സിലാകുന്നില്ല.

ഒരുപക്ഷേ, തനിക്ക് അധികനാളുകൾ കഴിയുന്നതിന് മുമ്പ് കട പൂട്ടേണ്ടിവരും. കബാബ് ഉണ്ടാക്കുവാനുള്ള ഇറച്ചി എത്തിച്ചുതരുന്ന ഇദ്രിസ് കൂടി ഈ പട്ടണം വിട്ട് എന്ന് ദൂരേക്ക് പോകുന്നുവോ, അന്ന് ഇദ്രിസ്കൂടി പോയാൽ, ആടുകളെ കശാപ്പു ചെയ്യാനും ഇറച്ചിതരാനും പിന്നീ പ്രദേശത്താരും ബാക്കിയില്ല.

പക്ഷേ, കബാബ് കട നിർത്തിയാലും താൻ മരിക്കുന്നതുവരെ ഈ കട വെറുതെ തുറന്നുവയ്ക്കും. പാത്രങ്ങൾ കഴുകിക്കൊണ്ടിരിക്കേ, മിയാൻ അലി താൻ വെറുതെ ഈ കടയിലിരിക്കുന്നതോർത്ത് മെല്ലെ ചിരിച്ചു.

ഉറങ്ങാൻ പോകുംമുമ്പേ, കടയുടെ നിരപ്പലകകൾ താഴ്ത്താൻ തുടങ്ങവേയാണ് നിരത്തിൽ മുരൾച്ചയോടെ ഒരു ക്വാളീസ് ജീപ്പ് വന്നുനിന്നത്. മിയാൻ അലി അങ്ങനെതന്നെ നിരപ്പലകകളിന്മേൽ കൈകളമർത്തി നിന്നു. സാവധാനം ജീപ്പിന്റെ വാതിലുകൾ തുറന്ന് രണ്ട് ചെറുപ്പക്കാർ തന്റെ കടയുടെനേരെ വരുന്നത് അയാൾ കണ്ടു. ഡ്രൈവർ ജീപ്പിൽത്തന്നെ ഇരിക്കുന്നതേയുള്ളു.

തന്റെ ഹൃദയം പിടിവിട്ട് തുടിക്കുന്നതായി മിയാൻ അലി അറിഞ്ഞു. താനിതേവരെ കണ്ടുപരിചയം ഇല്ലാത്ത ചെറുപ്പക്കാരാണ്. അപരിചിതമുഖങ്ങളും വാഹനങ്ങളും അസമയങ്ങളിൽ ഇവിടേക്കു കടന്നുവരുമ്പോൾ, കുറേക്കാലമായി, താനെത്ര പ്രതിരോധിച്ച് നിർത്തിയാലും തന്റെ എല്ലുകളിൽ ഭയത്തിന്റെ സൂചി തുളഞ്ഞുകയറാറുണ്ട്.

എന്തായാലും കബാബ് കഴിക്കാൻ വരുന്നവരാണെങ്കിൽ, ഇന്നത്തെ പാചകവും വില്പനയുമെല്ലാം തീർന്നിരിക്കുന്നു. ചെറുപ്പക്കാർ കടയുടെ ഏതാനും വാര അടുത്തെത്തിയതും മിയാൻ അലി ഉറക്കെപ്പറഞ്ഞു. "ചങ്ങാതികളേ, ഇന്നത്തെ കച്ചവടം കഴിഞ്ഞു; ഇനി നാളെ വൈകുന്നേരമേയുള്ളു."

ചെറുപ്പക്കാരിൽ കൂടുതൽ സുമുഖനെന്നു തോന്നിക്കുന്നയാൾ അപ്പോൾ ചിരിയോടെ പറഞ്ഞു. "അയ്യോ ഭായ്, ഞങ്ങൾ കബാബ് കഴിക്കാൻ വന്നതല്ല. പിന്നെ, ഉണ്ടായിരുന്നുവെങ്കിൽ കഴിക്കുകയും ചെയ്യാമായിരുന്നു."

മിയാൻ അലി മനസ്സിലാകായ്മയോടെ അവരെ നോക്കി.

ആദ്യം സംസാരിച്ച ചെറുപ്പക്കാരൻതന്നെ വിശദീകരിച്ചു. "ഞങ്ങൾ മിറർ എന്ന വാർത്താ ടി വി ചാനലിൽനിന്നും വരികയാണ്, അടുത്തയിടെയാണ് ഞങ്ങൾക്ക് താങ്കളെക്കുറിച്ചുള്ള വിവരംകിട്ടിയത്. അതായത്, ഭായ് ആ സംഭവത്തിനു ശേഷം കട അതേപടി, അന്നത്തെ എല്ലാ അടയാളങ്ങളോടും കൂടി, ഇങ്ങനെ സൂക്ഷിച്ചു നിർത്തിയിരിക്കുകയാണെന്ന്, പത്ത് വർഷമായി ആ ഓർമ്മ അതേപടി നിലനിർത്തുകയാണെന്ന്....

നാലുനാൾകൂടി കഴിഞ്ഞാൽ, ആ ദിവസത്തിന്റെ പത്താം വാർഷികം വരികയാണല്ലോ. അപ്പോൾ ഞങ്ങൾക്ക് താങ്കളുടെ കടയെക്കുറിച്ച് ഒരു പ്രത്യേക വാർത്താപരിപാടി ഷൂട്ടുചെയ്ത് അവതരിപ്പിക്കണമെന്നുണ്ട്."

അവർ മിയാൻ അലിയുടെ അനുമതിയോടെ കടയും പരിസരങ്ങളുമെല്ലാം വിശദമായി നോക്കിക്കാണുവാൻ തുടങ്ങി. അതിനിടെ അമ്പത് കിലോമീറ്റർ അകലെയുള്ള തങ്ങളുടെ ചാനൽ കേന്ദ്രത്തിൽനിന്ന് വണ്ടിയിൽ വരവെ, ഇടയ്ക്ക് വണ്ടി കേടായിപ്പോയതിനാലാണ് ഈ അസമയത്ത് വരേണ്ടിവന്നതെന്നും അവർ വളരെ ക്ഷമാപൂർവ്വം അയാളോടു പറഞ്ഞു.

എല്ലാം നോക്കി കണ്ടതിനുശേഷം ഇന്നേക്ക് നാലാംനാൾ വൈകുന്നേരം ഞങ്ങൾ ചിത്രീകരണത്തിനായി വരാമെന്ന് പറഞ്ഞ് അവർ കടയിൽനിന്നും ഇറങ്ങി. ആദ്യം ഒന്ന് മടിച്ചെങ്കിലും മിയാൻ അലി പതിഞ്ഞ ശബ്ദത്തിൽ ചോദിച്ചു.

"ക്ഷമിക്കണം, നിങ്ങളുടെ പേരുകൾ ഇതുവരെ പറഞ്ഞില്ലെന്ന് തോന്നുന്നു."

സുമുഖനായ ചെറുപ്പക്കാരൻ വിശാലമായി ചിരിച്ചുകൊണ്ട് മറുപടി പറഞ്ഞു. "ഓ, ക്ഷമിക്കണം ഭായി. ഞങ്ങൾ ശരിക്കും മറന്നുപോയി. ഞാ, ഞാൻ ദിലീപ് ചിത്രേ, റിപ്പോർട്ടറാണ്. ഇവൻ സന്തോഷ് ദേശായി. ക്യാമറാമാനാണ്."

മിയാൻ അലി അത്ഭുതം നിറഞ്ഞ മുഖവുമായി അവരെ നോക്കിനില്ക്കേ, കൈകൾ വീശി ചെറുപ്പക്കാരൻ അവരുടെ വണ്ടിയിൽ യാത്രയായി.

ദിലീപ് ചിത്രേ, സന്തോഷ് ദേശായി, മിയാൻ അലി--കൊച്ചുകുട്ടികൾ മധുരപലഹാരം വായിലിട്ട് സാവധാനം ഉലുമ്പുന്നതുപോലെ ആ പേരുകൾ മനസ്സിലിട്ട് ഉരുട്ടി. ഇങ്ങനെയൊക്കെയുള്ള പേരുകളുള്ളവർ കബാബിസ്ഥാനിലേക്ക് സന്തോഷപൂർവ്വം കടന്നുവന്നിട്ട് എത്ര കാലമായിരിക്കുന്നു.

രണ്ടോ മൂന്നോ വർഷങ്ങൾക്കപ്പുറംവരെ, പണ്ടേയുള്ള തന്റെ പതിവുകാരായ കുറച്ചു ഹിന്ദുക്കൾ ഇവിടെ വരുമായിരുന്നു. മിയാൻ അലി ഉണ്ടാക്കുന്ന ശീശ്കബാബും രശ്മി കബാബും ആഴ്ചയിലൊരിക്കലെങ്കിലും കഴിച്ചില്ലെങ്കിൽ, ജീവിതത്തിന് അർത്ഥമില്ലാതെയാകും എന്നു പറഞ്ഞിരുന്നവർ. പക്ഷേ, വിലക്കുകളും നിരോധനങ്ങളും അവരുടെ നേതാക്കൾതന്നെ അവരുടെമേൽ ഏർപ്പെടുത്തിയതോടെ അവർക്കാർക്കും കബാബിസ്ഥാനിലേക്ക് വരാൻ കഴിയാതെയായിരിക്കുന്നു.

വീണ്ടും നിരപ്പലകകൾ താഴ്ത്താൻ തുടങ്ങവേ, മിയാൻ അലി പുറത്തേക്കൊന്നു നോക്കി. പട്ടണത്തിന്റെ മറ്റ് ഭാഗങ്ങളെല്ലാം വെളിച്ചത്തിൽ കുളിച്ചുനില്ക്കുമ്പോൾ ഈ ചെറിയ തെരുവുമാത്രം ഇരുളിൽ. തന്റെ കൂട്ടുകാരായ മറ്റു കടക്കാരെയെല്ലാം ഒഴിപ്പിച്ചുകഴിഞ്ഞ ഈ തെരുവിൽ ഇപ്പോൾ ജീവനുള്ളതായി കബാബിസ്ഥാൻ മാത്രം.

ജീവനുണ്ടോ, അതോ മരിച്ചുകഴിഞ്ഞിരിക്കുന്നുവോ!

മിയാൻ അലി അല്പനേരംകൂടി വെറുതെ പുറത്തെ ഇരുളിലേക്ക് മിഴികൾ നട്ട് നിന്നു.

വർഷങ്ങളിലൂടെ ഉണങ്ങി, മങ്ങി എന്നിട്ടും അള്ളിപ്പിടിച്ചുനില്ക്കുന്ന കടൽഭിത്തികളിലെ ചോരച്ചാലുകളുടെ പാടുകളിലൂടെയും പാരകൾകൊണ്ടോ മറ്റോ ക്ഷതമേറ്റ ഭിത്തികളിലെ വിള്ളലുകളിലൂടെയും ടെലിവിഷൻ ക്യാമറയുടെ കണ്ണുകൾ തുറിച്ചുനോട്ടം നടത്തി. ശേഷം, കടയുടെ മൂലയിൽ ഒരു സ്റ്റൂളിന്മേൽ വച്ചിരിക്കുന്ന പല കഷണങ്ങളായ ഒരു ഗ്രാമഫോൺ പ്ലെയറിൽ ക്യാമറയുടെ കണ്ണുകൾ സഞ്ചരിച്ചു. പ്ലെയറിന് മുകളിലായി തുണ്ടുകളായി ചിതറിയ ഏതാനും എൻ പി റെക്കോർഡുകളും ഉണ്ട്. എല്ലാംതന്നെ കിഷോർകുമാറിന്റെ ഗാനങ്ങളുടേതാണ്.

തനിക്ക് ടെലിവിഷനിലൊക്കെ പറയാൻതക്ക വാക്കുകൾ കൈവശമില്ല. ചിത്രേ തന്നെ കാര്യങ്ങളൊക്കെ പറഞ്ഞാൽ മതിയെന്ന് മിയാൻ അലി അപേക്ഷിച്ചെങ്കിലും ചാനലുകാർ അയാൾ നേരിട്ട് സംസാരിക്കണമെന്ന് നിർബ്ബന്ധിച്ചു. അങ്ങനെ, ഒടുവിൽ, ശരിയാകട്ടെ എന്നമട്ടിൽ മിയാൻ അലി ക്യാമറയിലേക്കു നോക്കി സംസാരിക്കാൻ തയ്യാറായി.

കൂടുതലായി ഒരു ബലത്തിനെന്നവണ്ണം അയാൾ കബാബ് കഴിക്കാനായി വന്നിരിക്കുന്ന പതിവുകാരായ ചിലരുടെ മുഖങ്ങളിലേക്ക് നോക്കി. അക്കൂട്ടത്തിലുള്ള ഇസ്കന്ദർ കൈകളുയർത്തി ധൈര്യമായി നിങ്ങൾ പറയൂ എന്ന മട്ടിൽ ആംഗ്യം കാണിച്ചു. ഒന്നുരണ്ട് നിമിഷങ്ങളുടെ നിശ്ശബ്ദതയ്ക്കുശേഷം മിയാൻ അലി സാവധാനം സംസാരിച്ചു തുടങ്ങി:........

"അതെ, കഴിഞ്ഞ പത്തുവർഷങ്ങളായി ഞാനീ കട നടത്തിക്കൊണ്ടുപോകുന്നത് ഒറ്റ കാര്യത്തിനുവേണ്ടി മാത്രമാണ്. ലോകം ഇവിടെ നടന്ന സംഭവങ്ങൾ മറക്കാതിരിക്കാനായിമാത്രം. ഇവിടെ നടന്ന സംഭവങ്ങൾക്കൊന്നും തെളിവുകളില്ല, സാക്ഷികളില്ല എന്നൊക്കെയാണ് സർക്കാരും പൊലീസുമൊക്കെ പറയുന്നത്. പക്ഷേ, ഈ കടയിൽ കാണുന്ന അടയാളങ്ങൾ തെളിവുകളുണ്ടെന്ന് എപ്പോഴും വിളിച്ചുപറയുന്നുണ്ട്. ഞാൻ ജീവിച്ചിരിക്കുന്നിടത്തോളം കാലം ഈ കട ആരും ഒന്നും മറക്കാതിരിക്കാനായി തുറന്നുതന്നെ വയ്ക്കും."

ഇത്രയുമെത്തിയതും മിയാൻ അലിയെ രൂക്ഷമായ ഒരു കിതപ്പ് ആക്രമിച്ചു. അയാൾ ശ്വാസംകിട്ടാൻ വല്ലാതെ വിഷമിച്ചു. ഓൺചെയ്തിരുന്ന ക്യാമറയിൽ അയാളുടെ പാരവശ്യം അല്പനേരംകൂടി പതിഞ്ഞു. അപ്പോൾ ക്യാമറ നിർത്തിക്കോളൂ എന്ന് ചിത്രേ ആംഗ്യം കാട്ടിയതുകണ്ട് ദേശായി അപ്രകാരം പ്രവർത്തിച്ചു.

ഇസ്കന്ദർ എഴുന്നേറ്റുവന്ന് മിയാൻ അലിയെ മെല്ലെ തോളത്തൊന്നു തട്ടി ഒരു ബെഞ്ചിലേക്കു കൊണ്ടിരുത്തി. എന്തെങ്കിലും സഹായം വേണ്ട

തുണ്ടോ എന്ന് ചിത്രേ ചോദിച്ചപ്പോൾ, ഏയ് ഒന്നുമില്ല, അല്പനേരം വെറുതെ ഇരുന്നാൽ കിതപ്പൊന്നു മാറിക്കോളും എന്ന് മിയാൻ അലി പറഞ്ഞു. ഇസ്കന്ദർ എടുത്തുകൊടുത്ത ഒരു ഗ്ലാസ് വെള്ളം അയാൾ സാവധാനം കുടിച്ചു.

അല്പനേരം കഴിഞ്ഞപ്പോൾ മിയാൻ അലിയുടെയും അവിടെയുണ്ടായിരുന്ന മറ്റുള്ളവരുടെയും ചെവികളിലേക്ക് ദിലീപ് ചിത്രേയുടെ സ്ഫുടതയാർന്ന വാക്കുകൾ പതിച്ചുതുടങ്ങി. കബാബിസ്ഥാനെ പശ്ചാത്തലമാക്കി ചിത്രേ സംസാരിക്കുകയാണ്:

“പത്തുവർഷങ്ങൾക്കുമുമ്പ് ഇതേപോലെ ഒരു വൈകുന്നേരം, മുസ്ലിം വിരുദ്ധ മതതീവ്രവാദികളുടെ നേതൃത്വത്തിൽ ഈ സംസ്ഥാനമൊട്ടാകെ നടന്ന നരവേട്ടയിൽ മിയാൻ അലി എന്ന ഈ പാവം കബാബ് കച്ചവടക്കാരന്റെ ജീവിതം തകർന്നുതരിപ്പണമാകുകയായിരുന്നു. മിയാൻ അലിയുടെ അൻപത്തിയഞ്ചു വയസ്സായിരുന്ന ഭാര്യ ജഹനാത്ത്, ഗർഭിണിയായ മകൾ ബിൽക്കിസ്, മരുമകൻ ജാഫർ, അവരുടെ പത്തു വയസ്സായ മകൻ അസീം, എട്ടു വയസ്സുകാരി മകൾ റൈഹാനത്ത്, കടയിലെ സഹായിയായിരുന്ന ഇന്ദ്രിസ് എന്ന പതിനാലുകാരൻ--ഇത്രയും ജീവിതങ്ങൾ പേപിടിച്ചഴിഞ്ഞാടിയ ആ ആൾക്കൂട്ടത്തിനുമുന്നിൽ വാൾവെട്ടുകൾകൊണ്ടും ശൂലമുനകൾകൊണ്ടും പിടഞ്ഞു മരിക്കുകയായിരുന്നു.

കൊല്ലപ്പെടുന്നതിനുമുന്നേ ജഹനാത്ത്, ബിൽക്കിസ്, റൈഹാനത്ത്... മൂന്നുപേരും പൈശാചികമായ രീതിയിൽ കൂട്ടബലാത്സംഗത്തിനിരകളായി. ആക്രമണം തുടങ്ങുമ്പോൾത്തന്നെ പൂർണ്ണമായി ബന്ധിക്കപ്പെട്ടിരുന്ന മിയാൻ അലിയുടെ കൺമുന്നിൽവെച്ചാണ് ഇതത്രയും നടന്നത്. ഒടുവിൽ എല്ലാത്തിനും സാക്ഷിയായിരുന്ന മിയാൻ അലിയെ ആക്രമണകാരികൾ വധിക്കാൻ തുടങ്ങവെ, ഇവിടെ എത്തിച്ചേർന്ന ഒരു സി ആർ പി എഫ് യൂണിറ്റിന്റെ സാന്നിദ്ധ്യം ഒന്നുകൊണ്ടുമാത്രമാണ് മിയാൻ അലിക്ക് തന്റെ ജീവൻ തിരിച്ചുകിട്ടിയത്. ആ ജീവിതം....”

മിയാൻ അലി കണ്ണുകൾ ഇറുക്കിയടച്ചു. സ്വയം അറിയാതെതന്നെ അയാളുടെ കൈകൾ രണ്ടു ചെവികളിലേക്കും ഉയർന്ന് അവയെ അമർത്തിപൊത്തിപ്പിടിച്ചു. താനെപ്പോഴും ഓർത്തുകൊണ്ടിരിക്കുന്നതും ലോകത്തെ ഓർമ്മിപ്പിക്കാൻ എപ്പോഴും ശ്രമിക്കുന്നതുമായ കാര്യങ്ങളാണെങ്കിൽക്കൂടി, അത് മറ്റൊരാൾ ഉച്ചത്തിൽ പറഞ്ഞു കേൾക്കുമ്പോൾ, ആദ്യമായി അന്നത്തെപ്പോലെ അതെല്ലാം കാണേണ്ടിവരുന്ന അവസ്ഥ. ആ ദയനീയ ശബ്ദങ്ങൾ ആദ്യമായി ചെവികളിൽ തുളഞ്ഞുകയറുന്നതുപോലെ.

അടുത്ത നിമിഷം വല്ലാത്തൊരു മുരൾച്ചയോടെ ഏതോ വാഹനം കബാബിസ്ഥാനുമുന്നിൽ ബ്രേക്കിട്ടു നില്ക്കുന്ന ഒച്ചകേട്ട് മിയാൻ അലി കണ്ണുകൾ തുറന്നു. ഒരു തുറന്ന മിനിലോറി കടയുടെ എതിർവശത്ത് നിർത്തിയിട്ടിരിക്കുകയാണ്. അതിൽ നിറയെ ചെറുപ്പക്കാരുടെ ഒരു സംഘം. തലയിൽ കാവി തലേക്കെട്ടുകളും കൈയിലും കഴുത്തിലും

രുദ്രാക്ഷമാലകൾ ധരിച്ചും നെറ്റിയിൽ ഭസ്മക്കുറിയണിഞ്ഞുമുള്ള അവരിൽ പലരെയും പട്ടണത്തിൽ കണ്ടുപരിചയമുണ്ട്.

അവർ വേഗംതന്നെ മിനിലോറിയിൽനിന്നു ചാടി നിരത്തിലിറങ്ങി. പലരുടെയും കൈയിൽ കുറുവടികളും സൈക്കിൾച്ചെയിനുകളും കാണാനുണ്ട്.

മിയാൻ അലിക്കൊപ്പം ചാനൽപ്രവർത്തകരും കബാബ് കഴിക്കാൻ വന്നവരും പതർച്ചയോടെ പുറത്തേക്കുതന്നെ ഉറ്റുനോക്കി.

സാവധാനം മിനിലോറിയുടെ ഡ്രൈവർക്യാബിനിലെ ഇടതുവശത്തെ വാതിൽ തുറക്കപ്പെട്ടു. അതിൽനിന്ന് പുറത്തേക്കു ചാടിയിറങ്ങിയ ആളെക്കണ്ട് മിയാൻ അലിയുടെ ഉള്ളൊന്ന് കാളി.

ഭായിചന്ദ്!

അതെ, അയാൾതന്നെ. വെട്ടിത്തിളങ്ങുന്ന വാൾത്തലപ്പിന്റെ അകമ്പടിയോടെ അന്നുകണ്ട മുഖം, തന്റെ പ്രിയപ്പെട്ടവർ ഓരോരുത്തരായി പിടഞ്ഞുവീണുകൊണ്ടിരുന്നപ്പോൾ അവരുടെ ചോരത്തുള്ളികൾ ഏറ്റവുമധികം ഏറ്റുവാങ്ങി സംഹാരമൂർത്തിയായി അഴിഞ്ഞാടിയവൻ. അന്ന് നന്നേ ചെറുപ്പം തോന്നിച്ചിരുന്ന അയാളിപ്പോൾ കുറെക്കൂടി തടിച്ചിരിക്കുന്നു. അടിമുടി ഒരു നേതാവിന്റെ ഭാവം എഴുന്നുനില്ക്കുന്നുണ്ട്. കുറെ വർഷങ്ങളായി ഇയാളെ ഇവിടെയെങ്ങും കാണാനേ ഇല്ലായിരുന്നു.

മിയാൻ അലിക്ക് തന്റെ ശ്വാസം വീണ്ടും നിലയ്ക്കുന്നതുപോലെ തോന്നി.

"ആരടാ, ഇവിടെ പാകിസ്ഥാനുവേണ്ടി സിനിമ പിടിക്കുന്നത്. ഏത് പന്നീടെ മോനാടാ..." ഭായിചന്ദ് കടയ്ക്കുനേരെ നടന്നുകൊണ്ട് അലറി. തുടർന്ന് അയാൾക്കുചുറ്റുമുള്ള കൂട്ടത്തിൽനിന്ന് പലരും അസഭ്യങ്ങൾ ഓരിയിട്ട് മുമ്പോട്ടുനീങ്ങി. മിയാൻ അലി ഒരു രക്ഷയ്ക്കെന്നോണം തൊട്ടടുത്തിരുന്ന ഇസ്കന്ദറിന്റെ കൈകളിൽ മുറുകെപ്പിടിച്ചു.

ഭായിചന്ദും കൂട്ടാളികളും കടയ്ക്കു തൊട്ടുമുമ്പിലെത്തിയതും അയാളുടെ മൊബൈലിൽ ശംഖുവിളിനാദമുയർന്നു. ആദ്യം അവഗണിച്ചെങ്കിലും ശംഖുനാദം തുടരെ ഉച്ചത്തിലായതോടെ അയാൾ കുർത്തായുടെ കീശയിൽനിന്ന് മൊബൈലെടുത്ത് അതിന്റെ പ്രദർശനപാളിയിലേക്ക് നോക്കി. പെട്ടെന്ന് അയാളുടെ മുഖം വളരെ ആദരപൂർവ്വമാകുന്നതും വലിഞ്ഞുമുറുകുന്നതുമായി തോന്നി.

"ഠീക് ഹേ, ഠീക് ഹേ, മാധവ് ജി" എന്ന് അയാൾ ഫോണിലൂടെ വന്നുകൊണ്ടിരുന്ന ഭാഷണത്തിന് മറുപടി നല്കിക്കൊണ്ടിരുന്നു.

ഏതാനും നിമിഷങ്ങൾ കഴിഞ്ഞ് മൊബൈലിലെ സംഭാഷണം നിലച്ചപ്പോൾ, അയാൾ പതിഞ്ഞ സ്വരത്തിൽ ചുറ്റുമുള്ളവരോട് എന്തോ പറയുന്നുണ്ടായിരുന്നു.

വേഗംതന്നെ മിനിലോറിയിൽ വന്നവരെല്ലാം വണ്ടിയിൽ തിരികെക്കയറി. കബാബിസ്ഥാനിലേക്കു ഭായിചന്ദിന്റെ രൂക്ഷമായ ഒരു നോട്ടത്തിനൊപ്പം മിനിലോറി പാഞ്ഞകന്നു.

മിയാൻ അലിക്കും ചുറ്റുമുള്ളവർക്കും ഒന്നും മനസ്സിലായില്ല. മല പോലെവന്നത് എലിപോലെ പോയിരിക്കുന്നു. ചാനൽ പ്രവർത്തകരും കടയിലുള്ള മറ്റുള്ളവരും ആശ്വാസത്തോടെ എന്തൊക്കെയോ സംസാരിക്കുന്നുണ്ടായിരുന്നു.

അരമണിക്കൂർ കൂടി കഴിഞ്ഞ്, ചിത്രീകരണം പൂർത്തിയാക്കി കബാബിസ്ഥാനിൽനിന്ന് ഇറങ്ങാൻ തുടങ്ങവേ സന്തോഷ് ദേശായി മിയാൻ അലിയോട് പറഞ്ഞു: "നാളെ ഈ പരിപാടി ചാനലിൽ വരുന്നതോടെ, ലോകംമുഴുവൻ താങ്കളെ ശ്രദ്ധിക്കും. അതോടെ പിന്നെയും ഇവിടെവന്ന് അവർക്ക് നിങ്ങളെ ദ്രോഹിക്കാനാവുമെന്നു തോന്നുന്നില്ല. ഇപ്പോൾത്തന്നെ, എന്തോ പന്തികേട് തോന്നിയിട്ടാണ് അവർ ഇവിടെനിന്ന് വേഗം സ്ഥലം കാലിയാക്കിയത്."

മിയാൻ അലി ചിരിച്ചുകൊണ്ട് തലയാട്ടി. കൂടെ, അയാൾ ഒരു പൊതി കബാബുകൾ ദേശായിയുടെ കൈയിൽ വച്ചുകൊടുത്തു. "ഇത് നിങ്ങൾ വീടുകളിൽ കൊണ്ടുപോയി കുടുംബത്തോടൊപ്പം കഴിക്കണം."

ചിത്രേ, മിയാൻ അലിയുടെ കൈയിൽ തൊട്ടുകൊണ്ട് പറഞ്ഞു.

"ഞങ്ങൾക്കും അങ്ങനെ ആഗ്രഹമുണ്ട്. പക്ഷേ, വീടുവരെ ഇത് എത്തുമോ എന്ന കാര്യത്തിൽ സംശയമുണ്ട്." ഒന്ന് നിർത്തിയിട്ട് അയാൾ തുടർന്നു. "വീടുവരെ എത്തിക്കാൻ വേറെ തരേണ്ടിവരും."

അപ്പോൾ അവിടെ ഉയർന്ന പൊട്ടിച്ചിരിയുടെ അലകൾ കബാബിസ്ഥാനെ വീണ്ടും എത്രയോ കൊല്ലങ്ങൾ മുമ്പുണ്ടായിരുന്ന ആഹ്ലാദം നുരയുന്ന സന്ധ്യാകേന്ദ്രമാക്കി എന്നു തോന്നിച്ചു. തന്റെ പ്രിയ പാട്ടുകാരനായ കിഷോർകുമാറിന്റെ പാട്ടുകൾ അകമ്പടിസേവിക്കവേ, ആളുകൾ നേരമ്പോക്കുകൾ കൈമാറി സന്തോഷിച്ചു മദിക്കുന്ന ആ പഴയ കബാബിസ്ഥാൻ!

മിയാൻ അലി ചുണ്ടുകളമർത്തി ചാനൽപ്രവർത്തകരുടെ വണ്ടി അകന്നുപോകുന്നതു നോക്കിനിന്നു.

അന്നു രാത്രി മിയാൻ അലി എത്രയോ കാലത്തിനുശേഷം മധുരം നിറഞ്ഞ ഒരു സ്വപ്നംകണ്ടു കിടക്കുകയായിരുന്നു.

സന്ധ്യാസമയത്ത്, താൻ കബാബിനുള്ള ഉരുളകൾ ശരിയാക്കിക്കൊണ്ടിരിക്കുന്നു. ഒപ്പം റൈഹാനത്തുമുണ്ട്. കുറഞ്ഞ സമയത്തിനുള്ളിൽ ആരാണ് കുടുതൽ കബാബ് ഉരുളകൾ ഉണ്ടാക്കുന്നതെന്ന് താനുമായി അവൾ മത്സരം വച്ചിരിക്കുകയാണ്. മത്സരത്തിൽ അവൾ ജയിച്ചാൽ, അവൾക്കു നാളെ ഭോലാറാമിന്റെ മധുരക്കടയിൽനിന്ന് സന്ദേശും ബർഫിയുമെല്ലാം വാങ്ങിക്കൊടുക്കണം. അവൾ തോറ്റാൽ, തിരിച്ച് അവൾ ഒന്നും തരേണ്ടതുമില്ല. റൈഹാനത്തുതന്നെ ഉണ്ടാക്കിയിരിക്കുന്ന മത്സരവ്യവസ്ഥയാണ്. വളരെ ഗൗരവത്തിൽ കബാബ് ഉരുളകൾ ഉണ്ടാക്കിക്കൊണ്ടിരിക്കുന്ന റൈഹാനത്തിനെ നോക്കിയപ്പോൾ അയാൾക്ക് ചിരിപൊട്ടി.

അപ്പോൾ മിയാൻ അലിയുടെ പ്രജ്ഞയുടെ അകത്തളങ്ങളിലേക്ക് അതിരൂക്ഷമായ ആ ശബ്ദം കടന്നുവന്നു. വൈദ്യുതിക്കമ്പികളിൽനിന്നു

യരുന്ന പ്രകമ്പനം. അനുനിമിഷം ആ ശബ്ദം അങ്ങേയറ്റം അസ്സഹനീയവും പേടിപ്പെടുത്തുന്നതുമായി മാറിക്കൊണ്ടിരിക്കുന്നു. തലച്ചോറിനെയാകെ ആ ശബ്ദം കടപുഴക്കി മറിക്കുന്നതുപോലെ. ഒരു ഭീമൻ കിനാവള്ളിയെന്നോണം ആ ശബ്ദം, തന്നെ അതിന്റെ ഓരോ കൈകളിൽനിന്ന് ചുഴറ്റി മറ്റു കൈകളിലേക്ക് വലിച്ചെറിയുകയാണ്.

മിയാൻ അലി ആ പ്രകമ്പനത്തിലാണ്ടു കിടക്കവേതന്നെ, കബാബിസ്ഥാനും പിന്നിലെ ചെറിയ വീടും ഒരൊറ്റ നിമിഷംകൊണ്ട് ലക്ഷക്കണക്കിന് നുറുങ്ങുകളായി പൊട്ടിച്ചിതറി. താൻ ചിതറി എത്രയോ കഷണങ്ങളാകുന്നത് മിയാൻ അലി അറിഞ്ഞതേയില്ല.

ആ സമയംതന്നെ, അൻപത് കി.മീ. അകലെയുള്ള ചാനൽകേന്ദ്രത്തിന്റെ സ്റ്റുഡിയോവിൽ ദിലീപ് ചിത്രേ തിരക്കിട്ട് പിറ്റേന്നാളത്തേക്കുള്ള പരിപാടി ചിട്ടപ്പെടുത്തിക്കൊണ്ടിരുന്നു.

മോണിറ്ററിൽ മിയാൻ അലിയുടെ മുഖം ക്ലോസപ്പിൽ തെളിഞ്ഞു. മിയാൻ അലിയുടെ ചിലമ്പിയ സ്വരം ശബ്ദരേഖയിൽ ഉയർന്നു. “ഞാൻ ജീവിച്ചിരിക്കുന്നിടത്തോളം കാലം ഈ കട ആരും ഒന്നും മറക്കാതിരിക്കാനായി, ഞാൻ തുറന്നുതന്നെ വയ്ക്കും.”

ഉദ്യാനപാലകൻ

തിമിർത്തുപെയ്ത രാത്രിമഴയോ മഴത്തണുപ്പോ ചിന്നുവിനെ വെളുപ്പാൻകാലത്തെ അവളുടെ ഏറ്റവും പ്രിയപ്പെട്ട മൂടിപ്പുതച്ചുള്ള ഉറക്കത്തിൽനിന്ന് ഉണർത്താതിരുന്നില്ല. എന്നും ഗായത്രിയുടെ ഇടപെടൽ വേണ്ടി വരുന്ന അവളുടെ ഉണർച്ചയ്ക്ക് ഇന്ന് അതിന്റെയൊന്നും ആവശ്യം വന്നതേയില്ല.

ഉണർന്നതും അവൾ തന്റെ അരികിൽ കിടക്കുന്ന അമ്മയെ നോക്കി. അമ്മ നല്ല ഉറക്കംതന്നെയാണ്. അവൾ മേശമേൽ വച്ചിരിക്കുന്ന ഘടികാരത്തിലേക്ക് നോക്കി. സമയം ആറാകുന്നതേയുള്ളു. സാധാരണ അഞ്ചരയ്ക്കേ എഴുന്നേറ്റ് തനിക്ക് സ്കൂളിൽ പോകാനുള്ള ചിട്ടവട്ടങ്ങളെല്ലാം തയ്യാറാക്കുന്ന അമ്മ, ഇന്ന് അവധിദിവസമായതിനാൽ ഉറക്കം ആഘോഷിക്കുകയാണ്. ഒരു തമാശയ്ക്ക്, അമ്മയെ ഞാൻ വിളിച്ചുണർത്തട്ടെ എന്നാലോചിച്ചെങ്കിലും ഓ പോട്ടെ, പാവം അമ്മ നന്നായി ഉറങ്ങട്ടെ എന്ന് തീരുമാനിച്ച് അവൾ കിടക്കയിൽനിന്ന് എഴുന്നേറ്റു.

കുറേനേരംകൂടി ഉറങ്ങിക്കിടന്ന ഗായത്രി, ഉണർന്ന് കഴിഞ്ഞ് കിടക്കയിൽ തനിക്കരികിൽ കിടന്ന ചിന്നുവിനെ കാണാതെ ഒന്നമ്പരന്നു. ഒപ്പം അടുത്ത നിമിഷം ഫ്ളാറ്റിന്റെ ബാൽക്കണിയിൽനിന്ന് അവളുടെ ഉച്ചത്തിലുള്ള പാട്ടുപാടൽ കൂടി കേട്ടതോടെ, ആ അമ്പരപ്പ് ഇരട്ടിയായി.

ഉലഞ്ഞുകിടന്നിരുന്ന നൈറ്റി പിടിച്ച് നേരെയിട്ടുകൊണ്ട് ബാൽക്കണിയിലേക്ക് ചെന്ന ഗായത്രിയുടെ കണ്ണുകളിൽ ചിന്നു ആശ്ചര്യം വായിച്ചെടുത്തു. ചിന്നു ഒരു മൂളിപ്പാട്ട് പാടിക്കൊണ്ട് ബാൽക്കണിയിൽ വച്ചിരിക്കുന്ന ചട്ടികളിൽ വളർത്തുന്ന പൂച്ചെടികൾക്കും വള്ളിച്ചെടികൾക്കും കുളിമുറിയിൽ നിന്നുള്ള ചെറിയ ഹോസ് പൈപ്പിലൂടെ വെള്ളമൊഴിക്കു

കയാണ്. വെള്ളം പകരുന്നതിനൊപ്പം ഇലകളിലും തണ്ടുകളിലും അവളുടെ വിരലുകൾ തഴുകുന്നുമുണ്ട്. അരുമയായ ഒരു പൂച്ചക്കുട്ടിയെയോ പട്ടിക്കുട്ടിയെയോ എന്ന പോലെ ചിന്നു പരിപാലിച്ച് വളർത്തുന്ന ചെടികളാണ്. അവളുടെ അച്ഛനിൽ നിന്നുതന്നെ പകർന്നുകിട്ടിയ കമ്പമാണ്.

ഏതോ ഒരു സിനിമാപ്പാട്ടിന്റെ ഈണം അനുകരിച്ച് ചിന്നു ചോദിച്ചു. "ഈ പെണ്ണിനിതെന്തേ പറ്റി! പെണ്ണിതെന്തേ ഇത്ര നേരത്തെ ഉണർന്നു!"

പിന്നെ, ആ ഈണംവിട്ട് സാധാരണമട്ടിൽ അവൾ പറഞ്ഞു. "ഓ, അമ്മേ ഇന്നത്തെ ദിവസത്തിന്റെ സ്പെഷ്യാലിറ്റി എന്താണ്, ഒന്നോർത്തു നോക്കിക്കേ."

ഒരു നിമിഷം ഗായത്രിക്ക് ഒന്നും മനസ്സിലായില്ലെങ്കിലും പെട്ടെന്നുതന്നെ അവൾ ഓർത്തു. ഇന്നാണ് ജയദീപിനെ സന്ദർശിക്കാനുള്ള ദിവസം. മാസത്തിൽ ഒരിക്കൽ മാത്രം അനുവദിക്കപ്പെട്ടിരുന്ന അവസരം.

ഇതിപ്പോൾ മൂന്നാംതവണയാണ്. നാളെണ്ണി, നാളെണ്ണി ചിന്നുമോൾ ഈ ദിവസത്തിനായി കാത്തിരിക്കുകയാണ്. ചിന്നുമോൾ മാത്രമല്ലല്ലോ, താനും! മോളെപ്പോലെ പുറമേക്ക് അതിന്റെ കമ്പക്കെട്ടുകളൊന്നും കാണിക്കുന്നില്ലെന്നേയുള്ളു. അല്ലെങ്കിലും പതിനൊന്നുവയസ്സുകാരിയുടെ അമ്മയായ പക്വതയുള്ള സ്ത്രീക്ക് എല്ലാം അടക്കിപ്പിടിച്ചല്ലേ പറ്റു. നെടുതായി ഒന്ന് നിശ്വസിച്ചുകൊണ്ട് ഗായത്രി കുളിമുറിയിലേക്ക് കയറവെ, ഭിത്തിമേലുള്ള കണ്ണാടിയിൽ കണ്ട തന്റെ മുഖത്തിന്റെ പ്രതിബിംബത്തിലേക്ക് ഗൗരവത്തോടെ ഒന്നുനോക്കി.

ഗായത്രിയും ചിന്നുവും ഫ്ളാറ്റുപൂട്ടി നിരത്തിലേക്കിറങ്ങിയപ്പോഴേക്ക് ഉച്ചവെയിലിന്റെ കാഠിന്യം ഒന്നാറിയിരുന്നു. ഓട്ടോയിൽ കയറി യാത്ര തുടങ്ങിക്കഴിഞ്ഞാണ് ഗായത്രി അതുകണ്ടത്. ചിന്നുവിന്റെ കൈയിൽ ഒരു തുണിസഞ്ചി. അതിനുള്ളിലെന്തെന്ന് കാണാത്തവിധം അവളത് മാറോട് ചേർത്ത് ഒതുക്കിപ്പിടിച്ചിട്ടുണ്ട്.

"എന്താ മോളെ ബാഗിനുള്ളിൽ?"

ചിന്നു കുട്ടികളുടേതായ നിഗൂഢഭാവത്തിൽ ചിരിച്ചു. "ങും, ഇപ്പോ പറയില്ല. ഇത് അച്ഛനുള്ള ഒരു ഗിഫ്റ്റാണ്. ആ സർപ്രൈസ് ഗിഫ്റ്റ് എന്താണെന്ന് അമ്മ ഒന്ന് ഗസ് ചെയ്ത് നോക്കുന്നോ."

ഗായത്രി കൗതുകത്തോടെ മകളെ നോക്കി. ഇവളെങ്ങനെയാണോ ആവോ സർപ്രൈസ് ഗിഫ്റ്റ് ഒക്കെ സംഘടിപ്പിച്ചിരിക്കുന്നത്. ആവർത്തിച്ച് ചോദിച്ചിട്ടും ചിന്നു അത് എന്തെന്നു പറയാൻ കൂട്ടാക്കിയില്ല. മാത്രമല്ല, അമ്മ സമ്മാനം എന്തെന്ന് കണ്ടുപിടിക്കുമോ എന്നു ഭയന്ന് വളരെ ജാഗ്രതയോടെ സഞ്ചി ഒതുക്കിപ്പിടിക്കുകയും ചെയ്തു.

ഗായത്രിയുടെ കൈയിലും ഒരു സഞ്ചിയുണ്ടായിരുന്നു. അവൾ ഒരിക്കൽക്കൂടി, ജയദീപിന് താൻ എടുത്തുവച്ചിരുന്ന സാധനങ്ങളൊക്കെ ആ സഞ്ചിയിൽ ഉണ്ടെന്ന് ഉറപ്പുവരുത്തി. നെല്ലിക്ക അച്ചാറിന്റെ കുപ്പിക

ണ്ടതും അവൾക്ക് സമാധാനമായി. മറ്റെന്ത് മറന്നാലും നെല്ലിക്ക അച്ചാർ മറക്കുക എന്നത് ജയദീപിന് സഹിക്കാനാവാത്തതാകും. അത്രയ്ക്കാണ് നെല്ലിക്ക അച്ചാറിനോടുള്ള അയാളുടെ പ്രിയം. കഴിഞ്ഞ പ്രാവശ്യം കൊണ്ടുപോയ അച്ചാർ വേഗം തീർന്നുവെന്ന് അറിയിച്ചിരുന്നതിനാൽ ഇപ്രാവശ്യം വലിയൊരു കുപ്പി നിറയെ കരുതിയിട്ടുണ്ട്.

ഓട്ടോ, ഒളിമ്പസ് നോളജ് സിറ്റി എന്ന് ആലേഖനം ചെയ്ത കൂറ്റൻ കമാനമുള്ള വലിയ കവാടത്തിനു മുമ്പിൽനിന്നു. കവാടത്തിൽ തന്നെയുള്ള സുരക്ഷാവിഭാഗം ജീവനക്കാർ ഗായത്രിയുടെ സന്ദർശനോദ്ദേശ്യവും ആരെയാണ് കാണേണ്ടത് എന്നും രേഖപ്പെടുത്തിയിട്ട് ആരോടോ ഫോണിൽ സംസാരിച്ച് അവൾക്കും ചിന്നുവിനും അകത്ത് പോകാനുള്ള അനുമതി നല്കി. കൂടെ, രണ്ടുപേർക്കും കഴുത്തിലണിയാനുള്ള സന്ദർശ ககാർഡും നല്കി. വീണ്ടും ഓട്ടോ അവരെയുംകൊണ്ട് മുമ്പോട്ട് സഞ്ചരിച്ചു.

മൂന്നാംതവണയാണ് രണ്ടുപേരും ഇവിടെ വരുന്നതെങ്കിലും വിടർന്ന മിഴികളോടെ അവർ പുറംകാഴ്ചകളിലേക്ക് നോക്കി. എണ്ണമില്ലാത്തവിധം നീണ്ടു പരന്നുകിടക്കുന്ന പടുകൂറ്റൻ കെട്ടിടങ്ങൾ, ഓരോ കെട്ടിടത്തിന് മുമ്പിലുള്ള പുൽത്തകിടികൾ, പൂന്തോട്ടങ്ങൾ, വിവിധ രീതികളിലുള്ള ജലധാരായന്ത്രങ്ങൾ, അലങ്കാരദീപങ്ങൾ, കാവൽ നില്ക്കുന്ന പാതകൾ, അവയിലൂടെ പായുന്ന ആഡംബര വാഹനങ്ങൾ. വിവിധ കമ്പനികളുടെ യൂണിഫോമുകൾ അണിഞ്ഞ ചെറുപ്പക്കാരായ സ്ത്രീപുരുഷന്മാർ.

ഒടുവിൽ ക്രീം നിറത്തിലുള്ള കോട്ടേജുകൾ നിരന്നിരിക്കുന്ന ഒരിടത്ത് ഓട്ടോ എത്തിനിന്നു. ഓട്ടോയിൽനിന്ന് ഇറങ്ങുമ്പോൾത്തന്നെ, ഗായത്രിയും ചിന്നുവും ജയദീപിനെ കണ്ടു. അയാൾ താൻ താമസിക്കുന്ന കോട്ടേജിന്റെ മുമ്പിൽത്തന്നെ നില്പുണ്ട്. ജയദീപ് ചിരിച്ചുകൊണ്ട് കൈകൾ ഉയർത്തി അവരുടെ നേരെ വീശിയിട്ട് മുമ്പോട്ടു നടന്നുവന്നു.

ചിന്നു ഒറ്റ ഓട്ടത്തിന് ജയദീപിനരികിലെത്തി അയാളെ ചുറ്റിപ്പിടിച്ചു. ഗായത്രി നടന്നെത്തുമ്പോഴേക്ക് ജയദീപ് ചിന്നുവിന്റെ നെറ്റിയിൽ ഒരു പിടി മുത്തങ്ങൾ നല്കിക്കഴിഞ്ഞിരുന്നു. ഗായത്രികൂടി വന്നതോടെ അയാൾ അവരെയും കൂട്ടി കോട്ടേജിലേക്ക് നടന്നു.

ചിന്നുവിന്റെ കൈയിലുള്ള സഞ്ചി ശ്രദ്ധിച്ച ജയദീപ് അവളോട് അതിനുള്ളിലെന്തെന്നു തിരക്കി. ഗായത്രിയാണ് മറുപടി പറഞ്ഞത്. "അത് വല്യ രഹസ്യമാ, അച്ഛനുള്ള സർപ്രൈസ് സമ്മാനമാണ്. എപ്പോഴാണോ അച്ഛന്റെ മോളാ സസ്പെൻസ് ഒന്നു പൊട്ടിക്കുന്നത്."

അതുകേട്ട് ജയദീപ് ചിരിക്കവെ, ചിന്നു പറഞ്ഞു. "വെയ്റ്റ്, വെയ്റ്റ്, താമസിയാതെ ആ രഹസ്യം പുറത്തറിയുന്നതായിരിക്കും."

കോട്ടേജിനുള്ളിൽ കടന്ന് സ്വീകരണമുറിയിലെ ഇരിപ്പിടങ്ങളിൽ ഇരുന്നതും ചിന്നു അവളുടെ സ്കൂളിലേയും ബാൽക്കണിയിലെ വളർത്തു ചെടികളുടെയുമൊക്കെ വിശേഷങ്ങൾ ഒറ്റ ശ്വാസത്തിൽ പറഞ്ഞുതുടങ്ങി. മിക്കവയും മുമ്പേതന്നെ ഫോണിലൂടെ ജയദീപിനോട് പറഞ്ഞിട്ടു

ള്ളതാണ്. എങ്കിലും എല്ലാം ആദ്യമായി പറയുന്ന ആവേശത്തിൽ അവൾ പറഞ്ഞുകൊണ്ടിരുന്നു.

അല്പനേരം കഴിഞ്ഞപ്പോൾ ഗായത്രിയുടെ ക്ഷമ കെട്ടു. "എടീ, ഇതെല്ലാം അച്ഛനോട് നേരത്തേ പറഞ്ഞിട്ടുള്ള കാര്യങ്ങളല്ലേ, പുതിയ കാര്യങ്ങൾ വല്ലതുമുണ്ടെങ്കിൽ പറയ്."

ചിന്നു മുഖം വീർപ്പിച്ചു. "ഓ, അമ്മയ്ക്ക് വർത്തമാനം പറയാൻ ചാൻസ് തരാം."

അപ്പോഴേക്ക് ജയദീപ് നേരത്തെ വിളിച്ച് പറഞ്ഞതനുസരിച്ച് സമീപത്തുള്ള ഭോജനശാലയിൽനിന്ന് കൊടുത്തയച്ച മുസാമ്പി പഴസത്തും കട്‌ലെറ്റുകളും എത്തി. അതോടെ ചിന്നു സംസാരം നിർത്തി അവളുടെ ശ്രദ്ധ ഭക്ഷണത്തിലേക്ക് തിരിച്ചു. ഗായത്രി ഹാവു എന്നൊന്ന് നാടകീയമായി നിശ്വസിച്ചിട്ട് ജയദീപിനെ താൻ കൂടെ കൊണ്ടുവന്ന സഞ്ചി ഏല്പിച്ചു.

ജയദീപ് ആകാംക്ഷനിറഞ്ഞ മുഖത്തോടെ, സഞ്ചിയിൽ പരതി നെല്ലിക്ക അച്ചാറിന്റെ കുപ്പി പുറത്തെടുത്തപ്പോൾ ഗായത്രി ചിരിച്ചു. അപ്പോൾ അയാളും. പക്ഷേ, മുഖം വിടർന്ന് ചിരിക്കുമ്പോഴും ജയദീപിന്റെ മുഖത്ത് ഉറക്കമില്ലായ്മയുടേതെന്ന് തോന്നിക്കുന്ന വാട്ടവും കരുവാളിപ്പും മായാതെ നില്ക്കുന്നത് ഗായത്രി ശ്രദ്ധിച്ചു.

കഴിഞ്ഞതവണ വന്നപ്പോഴും അവളത് ശ്രദ്ധിച്ചിരുന്നു. ഇത്തവണ അത് അയാളുടെ മുഖത്തെ കുറേക്കൂടി ക്ഷീണിതമാക്കി തോന്നിക്കുന്നുണ്ട്.

"എന്താ ജയാ ഇത്. രാവും പകലുമൊന്നും റെസ്റ്റില്ലാതെ പണിയാണോ?" അവളുടെ വാക്കുകളിൽ സങ്കടം കലമ്പി.

"ഏയ് അങ്ങനെയൊന്നുമില്ലെടീ." അയാൾ പ്രസന്നഭാവം പുലർത്താൻ ശ്രമിച്ചുകൊണ്ട് പറഞ്ഞു. "ങാ നീ മൂസാമ്പി കഴിക്ക്. നല്ലയിനമാ."

ഭക്ഷണം കഴിച്ചശേഷം ചിന്നു പൂന്തോട്ടത്തിലും തൊട്ടപ്പുറത്തുള്ള മിനിപാർക്കിലും നടന്നിട്ട് വരാമെന്ന് പറഞ്ഞ് കോട്ടേജിന് പുറത്തേക്ക് നടന്നു. അപ്പോഴും അവൾ തന്റെ സഞ്ചി ഭദ്രമായി ചേർത്തു പിടിച്ചിരിക്കുന്നത് ജയദീപും ഗായത്രിയും കണ്ടു. അവർ പരസ്പരം ചിരിച്ചു.

രണ്ടാളും തനിച്ചായതോടെ ജയദീപ് സോഫയിൽ അവൾക്കരികിലേക്ക് കുറേക്കൂടി നീങ്ങിയിരുന്ന് അവളെ ഉറ്റുനോക്കി. ഗായത്രി മുസാമ്പി സത്ത് പതിയെ വലിച്ചു കുടിക്കുകയായിരുന്നു.

അവളുടെ മനസ്സിൽ ജയദീപിനോട് പറയാൻ ഒരായിരം കാര്യങ്ങൾ ഉണ്ടായിരുന്നെങ്കിലും ഇപ്പോൾ നേരിൽ കാണുമ്പോൾ അവയൊന്നും അയാളോടു പറയാൻ അവൾക്ക് തോന്നിയില്ല. എന്തോ ഒന്ന് തന്റെ ഉള്ളത്തിലുള്ള വാക്കുകൾക്ക് തടയിടുന്നതുപോലെ.

എന്നാൽ വാക്കുകളിലൂടെ പറയാതെതന്നെ ജയദീപിന് എല്ലാം മനസ്സിലാക്കാവുന്നതേ ഉള്ളായിരുന്നു.

പ്രശസ്തമായ ബഹുരാഷ്ട്രകമ്പനിയുമായുള്ള കരാറനുസരിച്ചുള്ള ജോലി. മൂന്നുവർഷത്തേക്കാണ് കരാർ. സാധാരണഗതിയിൽ കമ്പനി കൊടുക്കുന്ന ശമ്പളത്തിന്റെ മൂന്നിരട്ടിയാണ് ഈ കരാർ പ്രകാരമുള്ളത്. കരാർപ്രകാരം, ജീവനക്കാരൻ നോളജ്സിറ്റിയിലെ കോട്ടേജിൽത്തന്നെ താമസിക്കണം. കുടുംബത്തിൽ എന്തെങ്കിലും അത്യന്താപേക്ഷിത കാര്യങ്ങളുണ്ടെങ്കിൽ മാത്രം പുറത്തുപോകാം. മാസത്തിലൊരിക്കൽമാത്രം കുടുംബത്തിന് ജീവനക്കാരനെ മൂന്നുമണിക്കൂറോളം സന്ദർശിക്കാനുള്ള അനുമതി. ആറുമാസം കൂടുമ്പോൾ ജീവനക്കാരന് ഒരാഴ്ച കുടുംബത്തോടൊത്ത് പുറത്തുപോയി താമസിക്കാൻ അനുവാദമുണ്ട്.

പുറംലോകത്തിലേയും കുടുംബജീവിതത്തിലേയും പ്രശ്നങ്ങളൊന്നും അലട്ടാതെ, തികഞ്ഞ ഏകാഗ്രതയോടെ രാപകലുകളുടെ അതിർവരമ്പുകൾ ഭീഷണിപ്പെടുത്താതെ കമ്പനിക്കുവേണ്ടി കഠിനാദ്ധ്വാനം നടത്താൻ കമ്പനിയുടെ മനുഷ്യശേഷി വികസനവിഭാഗം ആവിഷ്കരിച്ച പദ്ധതിയാണിത്. നാട്ടിൽ ജയദീപിന്റെ കുടുംബത്തിനുവന്ന വലിയ ചില കടങ്ങൾ വീട്ടാനും തങ്ങളുടെ സാമ്പത്തിക നില മെച്ചപ്പെടുത്താനുമായി കൈവന്ന ഏറ്റവും നല്ല പോംവഴിയാണിതെന്ന് ജയദീപ് പറഞ്ഞപ്പോൾ, ഗായത്രിക്കും അത് ബോദ്ധ്യമായതാണ്.

പക്ഷേ, ആ ബോദ്ധ്യത്തിനപ്പുറത്ത്...............

രണ്ട് രാത്രികളിൽ ആസ്ത്മയുടെ ശ്വാസംമുട്ടൽ അധികമായ ചിന്നുവിനേയുംകൊണ്ട് മറ്റാരുടേയും സഹായമില്ലാതെ ഇനിയും അപരിചിതമായിരിക്കുന്ന മഹാനഗരത്തിലെ ആശുപത്രിയിലേക്ക് പായേണ്ടി വന്നത്, വേലക്കാരിയും അവധിയിലായിരിക്കേ തനിക്ക് രണ്ടാഴ്ചയോളം പനിപിടിച്ച് കിടപ്പിലായിട്ടും വീട്ടിലെ എല്ലാക്കാര്യങ്ങളും തനിയെ നോക്കിനടത്തേണ്ടി വന്നത്, എന്നും അച്ഛന്റെ ഉറക്കുകഥകൾ കേട്ട് ഉറങ്ങിശീലിച്ച ചിന്നുമോൾ "അച്ഛാ, ആ കഥയുടെ ബാക്കി" എന്നു പറഞ്ഞു ഞെട്ടിയുണരുന്ന ചില രാത്രികൾ. ഉണർന്നു കഴിയുമ്പോൾ അച്ഛൻ അടുത്തില്ലല്ലോ എന്നോർത്ത് സങ്കടപ്പെടുന്ന വേളകൾ, ജയദീപിനോട് ഫോണിൽ സംസാരിക്കുമ്പോൾ പലതും അറിയിക്കേണ്ടെന്ന് തീരുമാനിച്ച് എല്ലാം കടിച്ചുപിടിക്കുന്നത്.....

പിന്നെ.... ആകാശവും ഭൂമിയുമെല്ലാം തണുത്തിരിക്കുമ്പോഴും എവിടെ നിന്നോ അരിച്ചുകയറുന്ന ചൂടിൽ തന്റെ ശരീരവും മനസ്സും വെന്തുമറിയുന്ന രാത്രികൾ.

നോളജ് സിറ്റിയിലെ ജോലിയുടെ വാഗ്ദാനം കിട്ടിക്കഴിഞ്ഞപ്പോൾ ജയദീപ് ഗായത്രിയോട് പറഞ്ഞതുതന്നെ ഇപ്പോഴും ആവർത്തിക്കാനെ അയാൾക്കു കഴിഞ്ഞുള്ളു. "മോളെ, എത്രയോ ഭർത്താക്കന്മാർ ഗൾഫിൽ രണ്ട്, മൂന്ന് വർഷമൊക്കെ കുടുംബത്തെ കാണാതെ ജോലിയായി കഴിയുന്നു. ഇതിപ്പോ അത്രയൊന്നുമില്ലല്ലോ. ചെറിയതോതിൽ ഒരു ഗൾഫാണെന്ന്..." ജയദീപ് അത് മുഴുമിപ്പിച്ചില്ല. ഗായത്രിയുടെ മുഖത്ത് നിഴ

ലിച്ച സങ്കടംകലർന്ന നിന്ദാഭാവത്തിൽ അയാളുടെ കണ്ണുകൾ ഉടക്കിനിന്നു.

അയാൾ കുറേക്കൂടി അവൾക്കരികിലേക്ക് നീങ്ങിയിരുന്ന് അവളെ ചേർത്തുപിടിക്കാൻ ശ്രമിച്ചു. പക്ഷേ, ഗായത്രി ഒരു പ്രതിമകണക്കേ ഇരുന്നതേയുള്ളു.

ഇന്നലെ രാത്രികൂടി തിളച്ചുമറിഞ്ഞ തന്റെ ശരീരം ഇപ്പോഴിതാ ഇങ്ങനെ ഹിമക്കട്ടപോലെ തണുത്തുപോയതെങ്ങനെ എന്നോർത്ത് ഗായത്രി അത്ഭുതപ്പെട്ടു. എന്തോ, ഓരോ തവണ ഇവിടെ വരുമ്പോഴും ഒരു ശ്മശാനത്തിലേക്ക് കടക്കുന്നതുപോലെയാണ് അവൾക്കനുഭവപ്പെടുന്നത്. അതിഭീമാകാരമായ ഒരു ശ്മശാനത്തിലെ ശാന്തതയാണെങ്ങും. ഇവിടെയുള്ള കെട്ടിടങ്ങളെല്ലാം എത്ര മനോഹരങ്ങളാണെങ്കിൽക്കൂടി, മനുഷ്യഹൃദയങ്ങൾക്ക് മനസ്സിലാക്കാനാവാത്ത ഏതോ കഠിനരഹസ്യങ്ങൾ ഉല്പാദിപ്പിക്കുന്ന ഇടങ്ങളാണെന്ന് തോന്നിച്ചു.

എങ്കിലും ജയദീപിനെ സങ്കടപ്പെടുത്തരുതെന്ന് കരുതി അവൾ അയാളുടെ ആലിംഗനത്തിലേക്ക് തന്നെ കൂടുതൽ ഊർജ്ജസ്വലയായി സമർപ്പിക്കാൻ തുനിഞ്ഞു. പക്ഷേ, ചുറ്റും ഉറഞ്ഞുനില്ക്കുന്ന മടുപ്പിന്റെ ചതുപ്പിൽനിന്ന് തന്റെ ശരീരത്തിനും മനസ്സിനും ഉയരാൻ കഴിയുന്നില്ലെന്ന് വേഗം തന്നെ ഗായത്രിക്ക് മനസ്സിലായി.

അവളെ ചുറ്റിപ്പിടിച്ചിരുന്ന ജയദീപിന്റെ കൈകളും അതറിഞ്ഞു. അയാൾ സാവധാനം അവളിൽനിന്ന് തന്റെ കൈകൾ വിടർത്തിമാറ്റി. അപ്പോൾ അവരുടെ നോട്ടങ്ങൾ പരസ്പരം ഇടഞ്ഞു.

ഏതാനും നിമിഷങ്ങളുടെ നിശ്ശബ്ദതയ്ക്കു ശേഷം ജയദീപ് ഗായത്രിയുമായി കടംവീട്ടലിന്റെ അടവുകളെപ്പറ്റിയും ചില ഇൻഷുറൻസ് പദ്ധതികളെക്കുറിച്ചുമൊക്കെ ചർച്ച ചെയ്തു തുടങ്ങി. അസുഖകരമായ എന്തോ ഒന്നിൽനിന്നും രക്ഷപ്പെട്ടാലുള്ള സന്തോഷത്തോടെ ഗായത്രിയും ജയദീപും തങ്ങളുടെ കുടുംബത്തിന്റെ സാമ്പത്തികകാര്യങ്ങൾ സംസാരിച്ചു.

അല്പസമയം കഴിഞ്ഞപ്പോൾ ചിന്നു ഉത്സാഹവതിയായി കയറിവന്നു. വന്നപാടെ അവൾ പ്രഖ്യാപിച്ചു. "ഇനി സസ്പെൻസ് നീട്ടുന്നില്ല. അച്ഛൻ കൈകൾ രണ്ടും തുറന്ന്, ചേർത്തുപിടിച്ച് കണ്ണടച്ചു നില്ക്കൂ. അച്ഛൻ തന്നെയല്ല അമ്മയും ഒന്നു കണ്ണടച്ചു നിന്നോളൂ."

ചിരിപൊട്ടിയെങ്കിലും ഓ. കെ എന്നു പറഞ്ഞ് ജയദീപ് അവൾ പറഞ്ഞതുപോലെനിന്നു. ഈ പെണ്ണിന്റെ ഒരു കാര്യം എന്ന് പറഞ്ഞ് ഗായത്രിയും ചിന്നുവിനെ അനുസരിച്ചു.

ഏതാനും നിമിഷങ്ങൾക്കുശേഷം ചിന്നു പറഞ്ഞു. "ഇനി കണ്ണു തുറന്നോളൂ."

ജയദീപ് കൈവെള്ളയിലിരിക്കുന്ന സമ്മാനത്തിലേക്ക് നോക്കി. കടലാസിൽ പൊതിഞ്ഞുവച്ചിരിക്കുന്ന കോലുപോലെ എന്തോ ഒന്ന്. അയാൾ കടലാസുചുറ്റ് അഴിച്ചെടുത്തു.

ഒരു ചെടിക്കമ്പ്!

അയാൾ അത്ഭുതത്തോടെ ചിന്നുവിനെ നോക്കി.

"അച്ഛാ ഇത് എന്തിന്റെ കമ്പാണെന്ന് മനസ്സിലായോ?"

ജയദീപ് ഒന്നുകൂടി സൂക്ഷ്മമായി കമ്പ് പരിശോധിച്ചശേഷം പറഞ്ഞു.

"ചെമ്പകം."

"യേസ് അച്ഛന് ഫുൾ മാർക്ക്."

"മോളെ, നീയീ സിറ്റിയിൽ ഇതെങ്ങനെ സംഘടിപ്പിച്ചു." ജയദീപ് അത്ഭുതത്തോടെ ആരാഞ്ഞു.

"ഓ അതൊക്കെ വലിയ കഥയാണ്. അച്ഛാ, പിന്നെ ഗിഫ്റ്റ് കിട്ടുന്നവർ ഗിഫ്റ്റ് എങ്ങനെ ഉണ്ടായി എന്നൊന്നും അറിയേണ്ടന്നല്ലെ പറയാറ്."

"ഇവളൊരു അമ്മായി ആയി പോയല്ലോ." ഗായത്രി ചിന്നുവിനെ ഒന്ന് ചൊടിപ്പിക്കാൻ നോക്കി. ഗായത്രിയുടെ നേരെ നോക്കി ഒരു ഗോഷ്ടി കാണിച്ചിട്ട് ചിന്നു ചോദിച്ചു. "അച്ഛന് ഈ സമ്മാനം തന്നത് എന്തിനാണെന്ന് മനസ്സിലായോ?"

ഇല്ലെന്ന് ജയദീപ് തലയാട്ടി.

"ശരി പറയാം, ഈ കമ്പ് നമ്മള് അച്ഛന്റെയീ കോട്ടേജിനുമുന്നിലുള്ള പൂന്തോട്ടത്തിൽ നടും. എന്നിട്ടാ ചെടി വളർന്നു വലുതായി അച്ഛന് എന്നും കാണാൻ പൂക്കളും നിറഞ്ഞ് നില്ക്കും. നമ്മുടെ നാട്ടിലെ തറവാട്ടു വീട്ടിൽ അച്ഛന്റെ മുറിയുടെ മുമ്പിലുള്ള അച്ഛന്റെ ഫേവറിറ്റ് ചെമ്പകത്തെ കാണുന്നതുപോലെ, ഇവിടെ താമസിക്കുമ്പോഴും കാണാം."

ജയദീപ് സ്വയം മറന്ന് ആവേശത്തോടെ മകളെ ഇറുകെ പുണർന്നു. പുണർന്നുകൊണ്ടു തന്നെ അവളുടെ നെറ്റിയിൽ അയാൾ നനവുള്ള ഉമ്മകൾ നല്കി.

ചിന്നുവിന്റെ വാക്കുകൾ ഒരു നിമിഷംകൊണ്ട് അയാളെ നാട്ടുമ്പുറത്തുള്ള തന്റെ വീടിന്റെ മുമ്പിലെ ചെമ്പകത്തിനും ചുറ്റുമുള്ള പച്ചപ്പിനും അരികിലെത്തിച്ചു. എത്രയോ കാലമായി, തന്റെ കുട്ടിക്കാലം മുതൽ തന്നെ, ആ ചെമ്പകം അവിടെ കാണുന്നുണ്ട്. ജയദീപിന് മഴയത്തും വെയിലത്തും മഞ്ഞിലുമെല്ലാം ആ ചെടി പൂത്തുലഞ്ഞ് നില്ക്കുന്നത് കാണുന്നത് തന്റെയൊരു പ്രിയപ്പെട്ട കൂട്ടുകാരനോ, കൂട്ടുകാരിയോ സമീപത്തുള്ളതുപോലെയായിരുന്നു. അയാളുടെ എല്ലാ വിശേഷങ്ങളിലും സന്തോഷങ്ങളിലും ദുഃഖങ്ങളിലും ചെമ്പകവും പങ്കുചേരുന്നുണ്ടെന്ന് തോന്നിച്ചിരുന്നു. ഗായത്രി അയാളുടെ ജീവിതത്തിൽ പ്രവേശിച്ച് കഴിഞ്ഞപ്പോഴും ചിന്നുമോൾ വളരുമ്പോഴുമെല്ലാം അവരും ചെമ്പകത്തെ തങ്ങളുടെ കുടുംബത്തിലൊരംഗത്തെപ്പോലെ പരിഗണിക്കാൻ ശീലിച്ചു.

തന്റെ കൈയിലിരുന്ന ആ ചെടിക്കമ്പിൽ, ജയദീപ് ഒരിക്കൽ കൂടി മനസ്സിൽ എന്നും ആശ്വാസം നിറയ്ക്കുന്ന ആ ചെമ്പകമരവും ചുറ്റുമുള്ള പച്ചപ്പുനിറഞ്ഞ പറമ്പുമെല്ലാം തൊട്ടറിഞ്ഞു. തന്റെ കണ്ണുകളിൽ

അറിയാതെ നീർപൊടിയുമോ, ,ഗായത്രി അത് കാണുമോ എന്നൊക്കെ തെല്ല് ചമ്മലോടെ അയാൾ ചിന്തിച്ചു. അയാളുടെ കണ്ണുകളെ പണിപ്പെട്ട് നിയന്ത്രിച്ചിട്ട് ചിരിയോടെ ഗായത്രിയെ നോക്കി.

പിന്നെ എല്ലാം വേഗം തന്നെയായിരുന്നു. ചിന്നുതന്നെ സഞ്ചിയിൽ കരുതിയിരുന്ന ചെറിയ കൈക്കോട്ടുകൊണ്ട് പൂന്തോട്ടത്തിൽ അവൾ കണ്ടെത്തിയ ഒരു സ്ഥാനത്ത് കുഴികുഴിച്ച് ചെടിക്കമ്പിനെ അതിലേക്ക് ഇറക്കിവച്ചു. ഇളകിയ മണ്ണിട്ട് കുഴിയിൽ ചെടി ഉറപ്പിച്ച് വയ്ക്കവേ, ചിന്നു പറഞ്ഞു, “ഇനി നോക്കിക്കോ, ഇവളായിരിക്കും ഈ ഗാർഡനിലെ റാണി. അല്ലേടി മുത്തേ!”

“ഏയ് നിങ്ങളെന്താണ് ഇവിടെ ചെയ്തുകൊണ്ടിരിക്കുന്നത്?”

ചിന്നു മാത്രമല്ല, ഗായത്രിയും, ജയദീപും കൂടി അശരീരി പോലെ ഇംഗ്ലീഷിൽ ഉയർന്ന ആ ചോദ്യത്തിനു മുമ്പിൽ നടുങ്ങി. ജയദീപ് ചോദ്യം ഉയർന്നിടത്തേക്ക് നോക്കി.

മോഹൻ സാവന്ത്!

നോളജ് സിറ്റിയിലെ കെയർ ടേക്കിങ് ചുമതലയുള്ള മുതിർന്ന ഉദ്യോഗസ്ഥൻ.

ജയദീപ് ചിരിയോടെ അയാളെ സ്വാഗതംചെയ്തു. “ഓ, മിസ്റ്റർ സാവന്ത്, ഇത് എന്റെ ഫാമിലിയാണ്.”

“യേസ്, യേസ്” അയാൾ നടന്ന് അവരുടെ സമീപമെത്തി. ഗായത്രിയുടെ നേരെ ഒരഭിവാദനത്തിന്റെ മട്ടിൽ ചെറുതായൊന്ന് തലകുനിച്ചു. പിന്നെ, ചിന്നുവിനേയും അവൾ കുഴിച്ച് വച്ചിരിക്കുന്ന ചെടിയേയും നോക്കി.

“ഹാ ഇതെന്ത് ചെടിയാണ് കുട്ടി ഇവിടെ നടുന്നത്?” ചിന്നു തെല്ലു..... പതർച്ചയോടെ അയാളെ നോക്കി. പിന്നെ, ജയദീപിനെയും.

ജയദീപ് പറഞ്ഞു, “സാവന്ത് ജീ, ഇത് ചെമ്പകം, ഞങ്ങളുടെ നാട്ടിൻപുറങ്ങളിൽ ധാരാളമായുള്ള പൂമരമാണ്. നല്ല ഭംഗിയാണ്. ഇവിടെയും ഒരെണ്ണം ആകട്ടെയെന്നു കരുതി മോളത് നടുകയായിരുന്നു.”

അപ്പോൾ സാവന്തിന്റെ മുഖം ഗൗരവത്താൽ വിങ്ങി. “നോക്കു, മിസ്റ്റർ...”

അയാൾക്ക് തന്റെ പേര് കിട്ടാതെ വിക്കുന്നുവെന്ന് മനസ്സിലായി ജയദീപ് തന്റെ പേര് പറഞ്ഞുകൊടുത്തു.

“അതേ, മിസ്റ്റർ ജയദീപ്, താങ്കൾക്കറിയാമോ നമ്മുടെയീ നോളജ് സിറ്റിയിൽ എല്ലാംതന്നെ നമ്മുടെ പേരന്റ് കമ്പനിയുടെ അന്താരാഷ്ട്ര നിയമങ്ങൾക്കനുസരിച്ചാണ് പ്രവർത്തിക്കുന്നതെന്ന്. അത് നമ്മുടെ പൂന്തോട്ടങ്ങൾക്കെല്ലാം ബാധകംതന്നെ. ഇവിടുത്തെ പൂന്തോട്ടങ്ങളിൽ ഏതൊക്കെ പൂമരങ്ങളും ചെടികളുമാണ് വേണ്ടതെന്ന കർശന നിർദ്ദേശങ്ങളുണ്ട്. കണ്ട, നാടൻ, കാടൻ ചെടികളൊന്നും ഇവിടെ വളരാൻ പാടില്ലെന്നാണ് നിയമം. ഇംഗ്ലീഷ് മട്ടിലുള്ള പൂച്ചെടികളേ ആകാവു.”

ഇത്രയും പറഞ്ഞിട്ട് സാവന്ത് തന്റെ കഴുത്തിലെ ഒറ്റയ്ക്ക് എന്തോ ശരികേടുണ്ടെന്ന മട്ടിൽ അതിലേക്ക് ഒന്ന് നോക്കിയിട്ട് കൈകൊണ്ട് ഒന്ന് വലിച്ച് നേരെയിട്ടു. ഈ പ്രവൃത്തിയുംകൂടി ചെയ്തതോടെ തന്റെ ആധികാരികത്വം കുറേക്കൂടി വർദ്ധിച്ചെന്ന മട്ടിൽ അയാൾ നിലകൊള്ളുന്നതായി ജയദീപിന് തോന്നി.

ജയദീപ് ചിന്നുവിനെ നോക്കി. അവൾക്ക് സാവന്ത് പറഞ്ഞത് പൂർണ്ണമായും മനസ്സിലായോ എന്ന് വ്യക്തമായില്ലെങ്കിലും എന്തോ കുറ്റം ചെയ്തു എന്ന മട്ടിലാണവൾ. പാതി കുഴിച്ചുവച്ചിരുന്ന ചെടിക്കമ്പിനരികിൽ മണ്ണ് പറ്റിപ്പിടിച്ച കൈത്തലങ്ങളുമായി നിലത്തിരിക്കുകയാണ് ചിന്നു. ഗായത്രിയാകട്ടെ സ്തബ്ധയായി നില്ക്കുകയാണ്.

ഏറെ ശ്രമിച്ച് മുഖത്തൊരു ചിരി വരുത്തിക്കൊണ്ട് ജയദീപ് പറഞ്ഞു. “സാവന്ത് ജി, ഇത് നല്ല ഭംഗിയുള്ള പൂക്കളുള്ള ചെടിയാണ്. മോള് വളരെ പണിപ്പെട്ട് എവിടെനിന്നോ കൊണ്ടുവന്ന ചെടിക്കമ്പാണ്. കുട്ടിയുടെ ഒരാഗ്രഹം..”

ജയദീപ് പൂർത്തിയാക്കുന്നതിനു മുമ്പേ സാവന്ത് അയാളെ തടയുന്ന മട്ടിൽ കൈയുയർത്തിക്കൊണ്ട് പറഞ്ഞു. “മിസ്റ്റർ ജയദീപ്, നമ്മുടെ ന്യായങ്ങളൊക്കെ പലതിലും കാണും. പക്ഷേ, ഇവിടെ നമ്മളെല്ലാം, കമ്പനിയുടെ ന്യായങ്ങൾക്ക് കീഴിൽ മാത്രമാണ്.”

അടുത്ത ഏതാനും നിമിഷങ്ങൾ എല്ലാം ഒരു പുകമറയ്ക്കുള്ളിലെന്നവണ്ണമാണ് ജയദീപിന് അനുഭവപ്പെട്ടത്. പുകമറയ്ക്കുള്ളിൽ നില്ക്കവെ, ചിന്നുതന്നെ ചെടിക്കമ്പ് മണ്ണിൽ നിന്ന് ഇളക്കിയെടുത്ത് സാവന്തിന്റെ കൈയിൽ കൊടുത്തോ അതോ സാവന്തുതന്നെ അത് വലിച്ചൂരിയെടുത്തോ എന്ന് തിരിച്ചറിയാനായില്ല.

അല്പസമയം കഴിഞ്ഞ് തിരികെ പോകുവോളം ചിന്നുവിന്റെ കണ്ണുകളിൽനിന്ന് ഒലിച്ചിറങ്ങിക്കൊണ്ടിരുന്ന കണ്ണുനീരത്രയും തന്റെ തന്നെ കണ്ണുനീർതന്നെയാണെന്ന കാര്യത്തിൽ മാത്രം ജയദീപിന് സംശയമൊട്ടുമേ ഇല്ലായിരുന്നു.

കല്ലുമണ്ണിൽ കുടുംബയോഗം ചരിത്രം തിരുത്തുന്നു

മിനിലോറിയിൽനിന്ന് അവസാനത്തെ പാത്രവും ഇറക്കിവെച്ചിട്ട്, ഒന്ന് മൂരിനിവർത്തി പിന്നെ ശരീരം അയച്ചുവിട്ട് സണ്ണി നെറ്റിയിലെ വിയർപ്പുകണങ്ങൾ തോളത്തിട്ടിരുന്ന തോർത്തുകൊണ്ട് ഒപ്പി. മീനച്ചൂടിൽ രാവിലെ തന്നെ പുകച്ചിൽ തുടങ്ങിയിരിക്കുന്നു.

അപ്പോൾ എല്ലാം ഇറക്കിക്കഴിഞ്ഞോ എന്ന് ഡ്രൈവർ മാത്തപ്പൻ ചോദിക്കുകയും ഉവ്വെന്ന് സണ്ണി തലയാട്ടുകയും ചെയ്തു. അതോടെ മാത്തപ്പൻ മിനിലോറി സ്റ്റാർട്ടാക്കി കുന്നിൻപുറത്തെ പള്ളിവക ഓഡിറ്റോറിയത്തിന്റെ വലതുഭാഗത്തുള്ള വെളിംപുറത്തേക്ക് കൊണ്ട് ഒതുക്കിയിട്ടു.

ഇനി പരിപാടി തീരുംവരെ ഇവിടെയൊക്കെ ഒന്നു തട്ടിമുട്ടി നിന്നാൽ മതി. ഇടയ്ക്ക് പാചകത്തിന് മധുവോ ജോണിച്ചായനോ എന്തെങ്കിലും സഹായത്തിന് വിളിച്ചാ ഒന്നു കൂടണം, അത്രേയുള്ളൂ.

അയാൾ ചുറ്റുപാടുമൊന്ന് കണ്ണോടിച്ചു. പരിപാടിയിൽ പങ്കെടുക്കേണ്ട ആളുകളാരും വന്നിട്ടില്ല. സമയമാകുന്നതേയുള്ളൂ. ഓഡിറ്റോറിയത്തിന്റെ പ്രധാന കവാടത്തിൽ കമനീയമായി അലങ്കരിച്ച ബാനറിൽ 'കല്ലുമണ്ണിൽ ഗ്ലോബൽ കുടുംബയോഗം, 2007' എന്നെഴുതിയിരിക്കുന്നു. മുമ്പൊക്കെ വെറും കുടുംബയോഗങ്ങളായിരുന്നു. ഇപ്പോഴെല്ലാം ഗ്ലോബൽ കുടുംബയോഗങ്ങളാണ്. ഈ സീസണിൽത്തന്നെ കളപ്പുരയ്ക്കൽ കെയ്റ്ററിങ്ങ്സിന്റെ ജോലിക്കാരനായ സണ്ണിക്കിത് ഏഴാമത്തെയോ എട്ടാമത്തെയോ ഗ്ലോബൽ കുടുംബയോഗമാണ്.

താഴക്കരയിലെ പേരുകേട്ട കുടുംബമാണ് കല്ലുമണ്ണിൽക്കാർ. സഭയിലും ദേശത്തുമൊക്കെ പണ്ടേ പ്രതാപികൾ. പിന്നെ ഗൾഫിലും അമേരിക്കയിലുമൊക്കെ എത്തിപ്പെട്ട കല്ലുമണ്ണിൽക്കാരുടെ ഡോളറിന്റെയും റിയാലിന്റെയും നാട്ടിലേക്കുള്ള ഒഴുക്കുകൂടി ആയതോടെ ഇരട്ടി പ്രതാപികൾ.

പക്ഷേ, സണ്ണിക്ക് കല്ലുമണ്ണിൽക്കാരെന്നു പറഞ്ഞാൽ ഇതൊന്നു മല്ല. സണ്ണിയുടെ അപ്പൻ അഹറോനെ ഏതാണ്ട് അമ്പതുവർഷം മുമ്പ് സ്ഥലം റൗഡികളെക്കൊണ്ടും കടുവാ മാത്തൻ എന്ന അന്നത്തെ അതിക്രൂരനായ എസ് ഐയെക്കൊണ്ടും കണ്ണിൽച്ചോരയില്ലാത്തവിധം മർദ്ദിച്ച് നിത്യരോഗിയാക്കിയ കല്ലുമണ്ണിൽ കുര്യച്ചന്റെയും കൂട്ടക്കാരു ടെയും കുടുംബമാണത്. അഹറോൻ എന്ന അന്നത്തെ ചെറുപ്പക്കാരന്റെ കുറ്റം കമ്യൂണിസ്റ്റായി എന്നതാണ്. അതും പുലയൻ കമ്യൂണിസ്റ്റ്, അന്നു വരെ തമ്രാനെ, തമ്രാട്ടി എന്നുവിളിച്ച് വായ്ക്ക് കൈയും പൊത്തിനിന്നി രുന്ന പുലയർക്ക് നട്ടെല്ലുണ്ടാകുന്നത് സഹിക്കാവുന്ന കാര്യമല്ലല്ലോ. വിമോചനസമരകാലത്തും അത് കഴിഞ്ഞുമൊക്കെ അഹറോനെപ്പോലു ള്ളവർ ശരിക്കും അതിനനുഭവിച്ചു. കല്ലുമണ്ണിൽ കുര്യച്ചൻ താഴക്കര കവലയിൽ പരസ്യമായി പ്രഖ്യാപിച്ചു. "കമ്യൂണിസമെന്നു പറഞ്ഞ് ഒരു പൊലയാടിമക്കളും ഈ താഴക്കരയിലോ ചുറ്റുവട്ടത്തോ വെളയാടാമെന്ന് കരുതണ്ട. ഇന്ത്യൻ നാഷനൽ കോൺഗ്രസ് എന്ന വലിയ ജനാധിപത്യ പ്രസ്ഥാനത്തിനുമുന്നിൽ ഇവിടൊരു കമ്യൂണിസ്റ്റ് പരിപ്പും വേകത്തില്ല."

സണ്ണി ഇതൊക്കെ നൂറുവട്ടം അഹറോന്റെ വായിൽനിന്നുതന്നെ കേട്ടിട്ടുള്ള കഥകളാണ്. കൊച്ചുന്നാള് മുതലേ. മക്കളെയും തന്നെപ്പോലെ അടിയുറച്ച കമ്യൂണിസ്റ്റുകാരായി വളർത്തണമെന്ന് അഹറോൻ ആഗ്ര ഹിച്ചിരുന്നു. സണ്ണിയും അയാളുടെ മൂത്ത രണ്ട് സഹോദരങ്ങളും കമ്യൂ ണിസ്റ്റ് വിശ്വാസത്തോടെതന്നെ വളർന്നു. സണ്ണിക്കും സഹോദരങ്ങൾക്കു മൊക്കെ മീശ കട്ടിവെച്ച് തുടങ്ങിയപ്പോഴേക്ക് തങ്ങളുടെ പഴയ അടിയാ ന്മാരും പുലയരുമൊക്കെ ഏത് ചിഹ്നത്തിന് വോട്ടുകുത്തണമെന്ന് ശാസി ക്കാനും നിർദ്ദേശിക്കാനുമൊക്കെയുള്ള അധികാരം കല്ലുമണ്ണിൽക്കാരെ പ്പോലുള്ള വലിയ വീട്ടുകാർക്ക് നഷ്ടപ്പെടുകയും ചെയ്തു.

പക്ഷേ, കൗമാരത്തിന്റെ അവസാനമായപ്പോൾത്തന്നെ സണ്ണിക്ക് കമ്യൂണിസ്റ്റ് പാർട്ടികളുടെ താളം അപതാളമായെന്ന് തോന്നി നക്സ ലൈറ്റ് പ്രസ്ഥാനത്തോട് ആകർഷണമുള്ളവനായി. താമസിയാതെതന്നെ അയാൾ പൂർണ്ണമായി നക്സലുകാരുടെ ആശയങ്ങളിലും പ്രവർത്തന ങ്ങളിലും മനസ്സർപ്പിച്ചത് അഹറോനെ കുറച്ചൊന്നുമല്ല വിഷമിപ്പിച്ചത്. കാലം കുറെ ചെന്നപ്പോൾ പാർട്ടിയിൽ നേരത്തേയുണ്ടായിരുന്ന പ്രാഥ മികാംഗത്വംപോലും തനിക്കില്ലാതായെന്നത് ആവത്കാലം കൂലിപ്പണി ചെയ്ത് ജീവിതം കഴിച്ച അഹറോന് വിഷയമായതേയില്ല. പാർട്ടി യിൽനിന്ന് തന്റെ മക്കളുൾപ്പെടെയുള്ളവർ അകന്നുപോകുന്നു എന്നതു മാത്രം അയാളെ വേദനിപ്പിച്ചു.

പാർട്ടിക്കുണ്ടാകുന്ന പുഴുക്കുത്തുകൾ അക്കമിട്ട് സണ്ണിയോ മറ്റാ രെങ്കിലുമോ അയാളോട് വിവരിക്കുമ്പോൾ അഹറോന്റെ ദുർബ്ബലമായ നെഞ്ചിൻകൂട് വികാരാധിക്യത്താൽ വേഗം ഉയർന്നുതാഴും. ആവേശ ത്തിന്റെ വിറയലോടെ അയാളുടെ സ്വരമുയരും.

"എ കെ ജിയും കൃഷ്ണപിള്ളയും ടി വി തോമസും പി ടി പുന്നൂസും ഇ എം എസുമൊക്കെ നയിച്ചെടുത്ത പ്രസ്ഥാനമാണിത്. മനുഷ്യസമുദാ യത്തിന്റെ സത്യത്തിൽ നിലകൊള്ളുന്ന പാർട്ടിയാ ഇത്. കാലമെത്ര

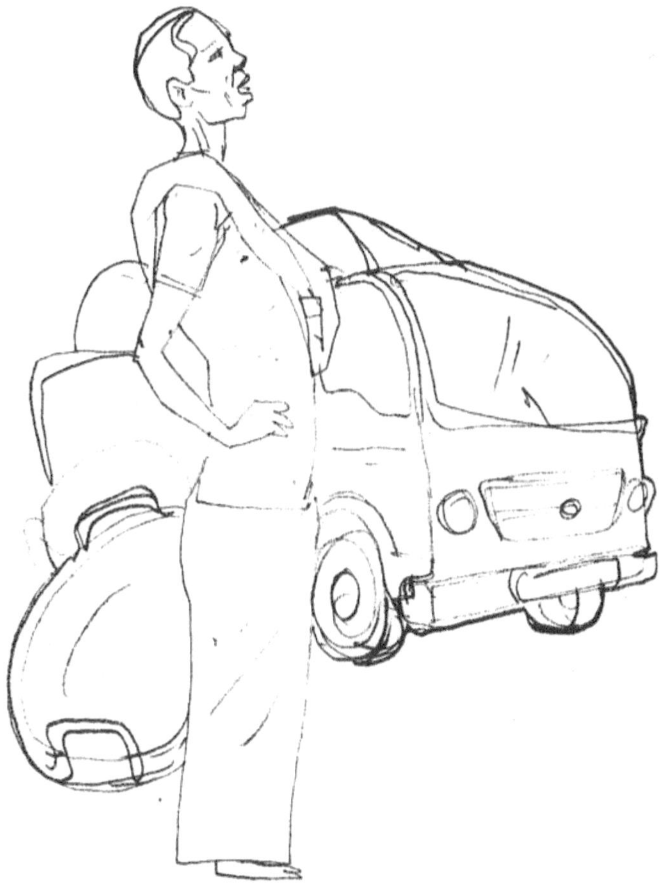

ചെന്നാലും ഈ പാർട്ടി നശിക്കുകേല. ചില്ലറ കേടുംപാടുമൊക്കെ ഏത് വലിയ മരത്തിനും കാണും എന്നുപറഞ്ഞ് വൻമരം നശിക്കുകേലാ."

അത്തരം സന്ദർഭങ്ങളിലൊക്കെ സണ്ണി ചെറുതായി ഒന്നു ചിരിച്ചും തമാശഭാവത്തിൽ രണ്ടു കൈയും പൊക്കി ഒന്ന് തൊഴുതും അഹറോന്റെ മുന്നിൽനിന്ന് പിൻവാങ്ങുകയാണ് പതിവ്. പാർട്ടിക്ക് വിപ്ലവം പോരാ എന്നുപറഞ്ഞ് അതിവിപ്ലവകാരികളുടെ കൂടെ പോയി അവിടെയും വേഗം തന്നെ മനസ്സുമടുത്ത് ഒരു രാഷ്ട്രീയപ്രസ്ഥാനത്തിലും പിന്നീട് വിശ്വാസമില്ലാതായിത്തീർന്ന തന്നെപ്പോലുള്ളവർക്ക് അഹറോനെപ്പോലെയുള്ളവരുടെ നേർക്കുനേരെ നിന്ന് സംസാരിക്കാൻപോലും യോഗ്യതയില്ലെന്ന് സണ്ണിക്ക് തോന്നാറുണ്ട്.

കവലയോഗങ്ങളിൽ ഉപദേശിമാർ, നമ്മുടെ പിതാക്കന്മാരുടെ വിശ്വാസത്തിന്റെ കണികപോലുമില്ലാത്തതാണ് നമ്മുടെ തലമുറ എന്ന് പരിതപിക്കുമ്പോൾ, സണ്ണി ഇക്കാര്യം കമ്യൂണിസത്തിനും ക്രിസ്ത്യൻ ദൈവവിശ്വാസത്തിനും ഒരുപോലെയാണല്ലോ എന്നോർത്ത് ചിരിക്കാറുണ്ട്.

കുടുംബയോഗത്തിന് വരുന്നവർക്ക് നല്കാനുള്ള വെൽക്കംഡ്രിങ്ക് ആയ മുന്തിയ ഇനം മാമ്പഴസത്തൊരു ഗ്ലാസ് ജോണിച്ചായനെ സോപ്പിട്ട് കുടിക്കവെ, സണ്ണി താൻ പണ്ട് കല്ലുമണ്ണിൽക്കാരോട് പകരംവീട്ടിയ സംഭവങ്ങളോർത്തു. അപ്പനുവേണ്ടി അപ്പനറിയാതെയുള്ള മകന്റെ പ്രതികാരം. ഏഴിലോ എട്ടിലോ പഠിക്കുന്ന കാലത്താണ്. ഒരു രാത്രി കുര്യച്ചന്റെ ബംഗ്ലാവ് വീടിന്റെ നീണ്ട നടപ്പാത തുടങ്ങുന്നയിടത്തുള്ള കൂറ്റൻ ഗെയ്റ്റിന്റെ ഇരുവശത്തും സ്ഥാപിച്ചിട്ടുള്ള സിംഹപ്രതിമകളുടെ തലകൾ കരിങ്കല്ലുകൊണ്ട് ഇടിച്ചുതകർത്തു. പിന്നൊരിക്കൽ രാത്രിയിൽ കുര്യച്ചന്റെ കൃഷിയിടത്തിൽ വെള്ളം പമ്പുചെയ്യുന്ന മോട്ടോറാകെ കേടുവരുത്തി, അത് രണ്ടുമൂന്നുവട്ടം ആവർത്തിച്ചെന്നു തോന്നുന്നു. അപ്പനറിഞ്ഞാൽ തന്നെ ചീത്ത പറയുമെന്നും തല്ലുമെന്നും ഉറപ്പുള്ള പ്രതികാരങ്ങൾ. അപ്പൻ പഠിച്ചിട്ടുള്ള കമ്യൂണിസ്റ്റ് വർഗ്ഗസമരത്തിന്റെ വിശാലമായ നടവഴികളിലുള്ളതല്ലല്ലോ ഇമ്മാതിരി കുറുക്കുവഴികൾ. പക്ഷേ, അത്രയെങ്കിലും ചെയ്തില്ലെങ്കിൽ ആ പ്രായത്തിൽ തനിക്ക് അപ്പന്റെ മകനായി മനസ്സുഖത്തോടെ ജീവിക്കാനാവുമായിരുന്നില്ലെന്ന ബോദ്ധ്യമുണ്ടായിരുന്നു.

എന്തായാലും ആ പ്രതികാരങ്ങൾ അന്നുതന്നെ നടത്തി, താൻ ആ കടങ്ങളിൽനിന്ന് മുക്തനായിരിക്കുന്നു. അതുകൊണ്ടുതന്നെ കല്ലുമണ്ണിൽ ഗ്ലോബൽ കുടുംബയോഗത്തിന്റെ സുഗമമായ നടത്തിപ്പിന് ഒരു സേവകനായി ഇന്നിവിടെ നില്ക്കാം. കളപ്പുരയ്ക്കൽ കേറ്ററിങ്സിന്റെ ദിവസക്കൂലി പണിക്കാരനായ സണ്ണിക്ക് കല്ലുമണ്ണിൽക്കാരാണേലും വേറേതേലും കുടുംബക്കാരുടേതാണേലും പാർട്ടി സമ്മേളനങ്ങളായാലും സാംസ്കാരിക സംഗമങ്ങളാണേലും എല്ലാം സമം. അന്നത്തേടം കഴിച്ചുകൂട്ടുവാനുള്ള വക കിട്ടണമെന്നുമാത്രം.

അല്പസമയത്തിനുള്ളിൽ പലതരത്തിലും പല വലിപ്പത്തിലുമുള്ള കാറുകളിലും സൂപ്പർ വോൾവോകളിലുമായി കല്ലുമണ്ണിൽ കുടുംബാംഗങ്ങൾ എത്തിത്തുടങ്ങി. സണ്ണി ഇതിനോടകം എത്രയോ കല്യാണങ്ങ

ളിലും കുടുംബവിശേഷങ്ങളിലും കണ്ടു മടുത്തുകഴിഞ്ഞ വിധത്തിലുള്ള പളപളപ്പും ഗമയുമായി അച്ചായന്മാരും കൊച്ചമ്മമാരും ചെറുതുകളുമെല്ലാം കൂട്ടംകൂട്ടമായി ഓഡിറ്റോറിയത്തിലേക്ക് ഒഴുകി.

ഒരു ടൊയോട്ടോ ഇന്നോവ കാറുവന്ന് നിന്നതും ആദരവോടെ ചെറുപ്രായക്കാരും അച്ചായന്മാരും അതിന് സമീപത്തെത്തുന്നതും കാറിന്റെ ഡോർ ഭവ്യതയോടെ തുറന്നുപിടിക്കുന്നതും സണ്ണി ശ്രദ്ധിച്ചു. സാവധാനം കല്ലുമണ്ണിൽ കുര്യച്ചൻ കാറിനു പുറത്തേക്കിറങ്ങി. സിൽക്ക് ജുബ്ബയും സ്വർണ്ണക്കരയുള്ള മുണ്ടും വെള്ളികെട്ടിയ ഊന്നുവടിയുമൊക്കെയായി കുര്യച്ചൻ എൺപത്തഞ്ചിന് മേലുള്ള പ്രായത്തെ നന്നായി വെല്ലുവിളിക്കുന്നുണ്ടെന്ന് സണ്ണിക്ക് തോന്നി. ശരീരത്തിന് പ്രായാധിക്യത്തിന്റെ ക്ഷീണങ്ങൾ അത്ര പ്രകടമല്ല, ആ വരവും ഹാളിനുള്ളിലേക്കുള്ള ആനയിക്കപ്പെടലുമെല്ലാം കണ്ടപ്പോൾ കുടുംബത്തിലെ മൂപ്പൻ എന്ന സ്ഥാനം കുര്യച്ചൻ നന്നായി ആസ്വദിക്കുന്നുണ്ടെന്ന് സണ്ണിക്ക് തോന്നി.

ഒരിക്കൽ ആ പേരു കേട്ടാൽത്തന്നെ കൈത്തരിപ്പ് ഉണ്ടാകുമായിരുന്നെങ്കിലും ഇന്നിപ്പോൾ അയാൾക്ക് വിനീതവിധേയനായി വേണ്ട ഭക്ഷണപാനീയങ്ങൾ നല്കാൻ താനിവിടെ കച്ചകെട്ടിനില്ക്കുന്നു, ഹാ, പുല്ല്, സണ്ണി ഒരു ചെറു ബീഡി കത്തിച്ച് ആഞ്ഞൊന്നു പുകവിട്ടു.

കുടുംബയോഗത്തിന്റെ പരിപാടികൾ ഓഡിറ്റോറിയത്തിൽ മുറപോലെ നടന്നു. കുടുംബാംഗങ്ങൾ തമ്മിലുള്ള പരിചയപ്പെടൽ, സഭയിലെ തിരുമേനിയുടെ പ്രസംഗം, കുട്ടികളുടെ കലാപരിപാടികൾ--അങ്ങനെയെല്ലാം.

വിഭവസമൃദ്ധമായ ഉച്ചഭക്ഷണം കഴിഞ്ഞതോടെ രണ്ടാംഘട്ടം ആരംഭിച്ചു. ഊണിന്റെ വിളമ്പൽ പരിപാടികളെല്ലാം കഴിഞ്ഞ് ഊണ് കഴിച്ച് കടുത്ത ഉച്ചച്ചൂടിൽ തളർന്ന് ഒരു തൂണിൽച്ചാരി ചെറുതായി ഒന്ന് മയങ്ങാൻ തുടങ്ങിയ സണ്ണിയെ പെട്ടെന്നാണ് ഓഡിറ്റോറിയത്തിൽനിന്നുയർന്ന ആ വാക്കുകൾ കൊളുത്തിവലിച്ചത്.

"അപ്പോൾ അടുത്തുതന്നെ നടക്കാൻ പോകുന്ന നമ്മുടെ നിയോജകമണ്ഡലത്തിലെ ഉപതിരഞ്ഞെടുപ്പ് കല്ലുമണ്ണിൽ കുടുംബത്തെ സംബന്ധിച്ചിടത്തോളം നിർണ്ണായകമായ ഒന്നാണ്. ഇതാദ്യമായി, നിങ്ങളിൽ ചിലർക്കൊക്കെ അറിയാവുന്നതുപോലെ നമ്മുടെ കുടുംബത്തിലെ ഒരംഗം, ശ്രീ. എബി തോമസ്, ഇവിടെ സി പി (എം) സ്ഥാനാർത്ഥിയാകുകയാണ്. അതായത് ചരിത്രത്തിലാദ്യമായി നമ്മുടെ കുടുംബത്തിൽനിന്നൊരാൾ ഒരു പ്രധാനപ്പെട്ട രാഷ്ട്രീയതിരഞ്ഞെടുപ്പിൽ മത്സരിക്കുന്നു. അതും ഏറെ സുപ്രധാനമായ രാഷ്ട്രീയ കക്ഷിയുടെ സ്ഥാനാർത്ഥിയായി.

ഈ നിയോജകമണ്ഡലത്തിൽ കല്ലുമണ്ണിൽ കുടുംബയോഗത്തിന് രണ്ടായിരത്തിനടുത്ത് വോട്ടുകളുണ്ട്. തീർച്ചയായും നിർണ്ണായകമായ വോട്ടുസംഖ്യ തന്നെയാണിത്. നമുക്കറിയാം, ഇന്നോളം നമ്മൾ ഇന്ത്യൻ നാഷണൽ കോൺഗ്രസിനോ അതിന്റെ സഖ്യകക്ഷികൾക്കോ മാത്രമേ വോട്ട് ചെയ്തിട്ടുള്ളൂ. കമ്യൂണിസത്തെ എന്നും ശക്തമായി എതിർത്തിട്ടുള്ള കുടുംബമാണിത്. വിമോചനസമരകാലത്തും തുടർന്നും കല്ലുമണ്ണിൽ കുടുംബം കമ്യൂണിസ്റ്റുപാർട്ടിയെ എപ്രകാരം ചെറുത്തു എന്നത്

ചരിത്രത്തിന്റെതന്നെ ഭാഗമാണ്. ദാ, ഈ വേദിയിലുള്ള നമ്മുടെ കുടുംബത്തിലെ മൂപ്പൻ, കുര്യച്ചായൻ, മന്നത്ത് പത്മനാഭന്റെ തോളോടുതോൾ ചേർന്ന് ഈ ചുറ്റുവട്ടത്തെല്ലാം വിമോചനസമരത്തിന്റെ പട നയിച്ചതാണ്. കുര്യച്ചായന് പിൻബലം കൊടുത്ത പലരും മരിച്ചുപോയവരായും ഇപ്പോഴും ജീവിച്ചിരിക്കുന്നവരുമായവർ, നമ്മുടെ കുടുംബത്തിലുണ്ട്.

അതൊരുകാലം. പക്ഷേ, ഇന്ന് നമുക്കുമുന്നിൽ പുതിയ യാഥാർത്ഥ്യങ്ങളാണ്. അതെല്ലാം എപ്രകാരമെന്ന് നമുക്കിവിടെ ചർച്ചചെയ്യാം. ഞാൻ എന്റെ ആമുഖപ്രഭാഷണം ചുരുക്കട്ടെ. നമ്മുടെ മുന്നിലുള്ള കാതലായ വിഷയമിതാണ്. നമ്മുടെ ഒരു കുടുംബാംഗമിന്ന് സംസ്ഥാനം ഭരിക്കുന്ന പാർട്ടിയുടെ സ്ഥാനാർത്ഥിയാകുമ്പോൾ, നമ്മൾ അദ്ദേഹത്തിനൊപ്പം നില്ക്കണോ, അതോ നമ്മുടെ പരമ്പരാഗത ഇടതുപക്ഷ, കമ്യൂണിസ്റ്റ് വിരോധത്തിൽ കടിച്ചുതൂങ്ങി അദ്ദേഹത്തെ പരാജയപ്പെടുത്താൻ ശ്രമിക്കണോ!

ഏതോ ഉത്തേജകമരുന്ന് കുത്തിവച്ചതുപോലെ സണ്ണിയുടെ മയക്കമെല്ലാം ക്ഷണനേരംകൊണ്ട് അപ്രത്യക്ഷമായിരുന്നു. അയാൾ ഓഡിറ്റോറിയത്തിന് പിന്നിലുള്ള വാതിലിനൊന്നരികിൽ നിലയുറപ്പിച്ചു. താനീ കാണുന്നതും കേൾക്കുന്നതും സത്യംതന്നെയോ? കല്ലുമണ്ണിൽക്കാർ സി പി (എം) സ്ഥാനാർത്ഥിക്ക് വോട്ട് ചെയ്യണമോ എന്ന് ചർച്ച നടത്തുന്നു. കർത്താവേ!

എബി തോമസ്! സണ്ണി ആ പേര് മനസ്സിലിട്ടൊന്നുരുട്ടി. ഇങ്ങനെയൊരു പാർട്ടിയെ ഇന്നുവരെ ഇവിടെങ്ങും കണ്ടിട്ടില്ലല്ലോ. താനറിയാത്ത ഇത്ര പ്രമുഖനായ ഒരു സി പി എമ്മുകാരൻ താഴക്കരയിലുണ്ടെന്നോ! ഒരെത്തും പിടിയും കിട്ടുന്നില്ലല്ലോ.

തിരുവല്ലയിലെ കോളേജ് പ്രൊഫസറായ നൈനാൻ ഇട്ടിയുടെ ആമുഖപ്രസംഗം കഴിഞ്ഞതും ഓഡിറ്റോറിയമാകെ ചൂടുപിടിച്ച ചർച്ചകളിലേക്ക് ഇരമ്പിക്കയറി.

ഇപ്പോൾ കോർഡ്‌ലെസ് മൈക്ക് കൈയിലേന്തി സംസാരിക്കുന്നത് കല്ലുമണ്ണിൽ കുടുംബത്തിലെയും പത്തനംതിട്ട ജില്ലയിലെതന്നെയും മുന്തിയ പണക്കാരിലൊരാളായ കോശിക്കുഞ്ഞാണ്. ഗൾഫിലും നാട്ടിലുമായി ജീവിക്കുന്ന കോശിക്കുഞ്ഞ് കുറച്ചപ്പുറത്തുള്ള ചെത്തിമല എന്ന പ്രദേശത്തെ കുന്നും പാടങ്ങളുമൊക്കെ നികത്തി ഒരു വിമാനത്താവളം നിർമ്മിക്കാനുള്ള പുറപ്പാടിലാണ്. കുറെ പരിസ്ഥിതിവാദികളും ഹരിജൻകോളനിക്കാരുമൊക്കെ എതിർക്കുന്നതിനാൽ നിർമ്മാണപദ്ധതി ഇടന്തടിച്ച് നില്ക്കുകയാണ്.

തടിച്ച് കുറുകിയ ശരീരവും കുടവയറും അതിനു മേലെയുള്ള കോട്ടും സൂട്ടും എല്ലാംകൂടി കോശിക്കുഞ്ഞിന് ആകെക്കൂടി ഒരു മന്ദന്റെ ഭാവം നല്കുന്നുണ്ടെന്ന് സണ്ണിക്ക് തോന്നി. എന്നാൽ, അയാളുടെ ഘനഗംഭീരമായ സ്വരം കോശിക്കുഞ്ഞിന്റെ വാക്കുകൾക്ക് ഒരാധികാരികതയും നല്കി.

“എനിക്ക് തോന്നുന്നത് ഇക്കാര്യത്തിൽ നമ്മൾക്ക് രണ്ടുവട്ടം ആലോചിക്കേണ്ടതില്ലെന്നാണ്. നൈനാൻ ഇട്ടി പറഞ്ഞതുപോലെ ഇത് പുതിയ

യാഥാർത്ഥ്യങ്ങളുടെ കാലമാണ്. ഇന്നത്തെ സി പി (എം) പഴയ സി പി (എം) അല്ല. പണമുള്ളവർ എന്നുപറഞ്ഞാൽ ഏതോ ഒരു അൺടച്ചബിൾ ഫെലോ ആണെന്ന് കരുതിയിരുന്ന സി പി (എം)ന്റെ കാലം കഴിഞ്ഞു. ലുക്ക് അറ്റ് ചൈന, ബംഗാൾ. ഒരുപക്ഷേ, അമേരിക്കയേക്കാൾ മനോഹരമായി ക്യാപ്പിറ്റലിസം നടപ്പാക്കുന്നത് അവരൊക്കെയാണ്. റ്റെയ്ക്ക് പിണറായി വിജയൻ! ബംഗാളിൽ പതിനാല് പേരെ കൊന്ന വെടിവെപ്പിലൊന്നും അശേഷം തെറ്റില്ലെന്നാണ് അദ്ദേഹം ഉറപ്പിച്ച് പറഞ്ഞത്. എന്തിനും മേലേ ഡെവലപ്മെന്റ് എന്ന പാർട്ടിയുടെ പുതിയ ഫോക്കസാണത്. നമുക്കും വേണ്ടത് അതുതന്നെയാണ്. ബിസിനസും ഇൻഡസ്ട്രിയുമൊക്കെ യഥേഷ്ടം വളരാനുള്ള സ്വാതന്ത്ര്യം. ഉള്ളത് പറഞ്ഞാൽ, കമ്യൂണിസ്റ്റുകാര് തന്നെ ക്യാപ്പിറ്റലിസം നടപ്പിലാക്കുമ്പോൾ, ആരെതിർക്കാനാ. കമ്യൂണിസ്റ്റുകാര് കൂടെയുണ്ടെങ്കി പിന്നൊരുത്തനും യൂണിയനും കൊടീം ഇങ്കിലാബുമായിട്ട് കച്ചറയ്ക്കൊന്നും വരുകേലാ. ശരിയല്ലിയോ? പിന്നെ, നമ്മുടെതന്നെ ഒരു കൊച്ചനാ സ്ഥാനാർത്ഥിയാകുന്നതെങ്കില് നമുക്ക് വെല്ലോം ആലോചിക്കാനുണ്ടോ."

റിട്ടയേർഡ് സ്കൂൾ അദ്ധ്യാപകനായ ഉണ്ണൂണ്ണി സാറിന്റെ സ്വരം ഉയർന്നു. "കല്ലുമണ്ണിൽക്കാരുടെ ചരിത്രത്തിലിന്നുവരെ ആരും അരിവാളിനും ചുറ്റികയ്ക്കും സീല് കുത്തീട്ടില്ല, കുര്യച്ചായനെപ്പോലെ കമ്യൂണിസ്റ്റുകാർക്കെതിരെ പടവെട്ടിയൊരാൾ ഇവിടെ ഇരിക്കുമ്പോൾ സി പി (എം)ന് വോട്ട് ചെയ്യണോ എന്നാലോചിക്കുന്നത് തന്നെ വേണ്ടാതീനമാണെന്ന് എനിക്ക് തോന്നുന്നു."

അപ്പോഴാദ്യമായി കുര്യച്ചന്റെ സ്വരം ഉയർന്നു: "എന്നെ ആരും ഗൗനിക്കണ്ട, എന്റെ അഭിപ്രായം ഞാൻ ഒടുവിൽ പറഞ്ഞോളാം. നമ്മള് പഴമക്കാരല്ലേ, പുതിയ പിള്ളാരാ കാര്യങ്ങള് കണ്ടറിഞ്ഞ് തീരുമാനിക്കേണ്ടത്."

ആ അഭിപ്രായത്തിന് ഓഡിറ്റോറിയത്തിൽ ഉച്ചത്തിൽ കൈയടികളോടെ വരവേല്പ് ലഭിച്ചു.

വീണ്ടും നൈനാൻ ഇട്ടിയുടെ സ്വരമുയർന്നു. "തങ്ങൾ ബംഗാളിൽ ക്യാപ്പിറ്റലിസം നടപ്പാക്കുകതന്നെയാണ് ചെയ്യുന്നതെന്ന് ബുദ്ധദേവ് അസന്നിഗ്ദ്ധമായി പ്രഖ്യാപിച്ചിട്ടുണ്ട്. അടുത്തിടെ ഒരിംഗ്ലീഷ് പത്രത്തിന് നല്കിയ ഇന്റർവ്യൂവിൽ എല്ലാ ക്ലാസുകളുമായി സഹകരിച്ച് ഡെവലപ്മെന്റ് നടത്തുന്നതാണ് പാർട്ടിയുടെ പുതിയ നയമെന്ന് ഇവിടെ പിണറായി വിജയനും പറഞ്ഞിട്ടുണ്ട്. അതായത് പണ്ടത്തെ ക്ലാസ്വാറൊന്നുമല്ലാന്ന് സംഗതി., മാർക്സ്തന്നെ പറഞ്ഞിട്ടൊണ്ട് മാറ്റമില്ലാത്തതായി ഒന്നുമില്ലാന്ന്. അപ്പോൾ കമ്യൂണിസ്റ്റുകാരും മാറും. അല്ല മാറിക്കഴിഞ്ഞു. അവര് ഇപ്പോൾ ക്യാപ്പിറ്റലിസ്റ്റുകളായി. ഒരുപക്ഷേ, കേരളത്തിലെ കമ്യൂണിസ്റ്റുകാര് അതങ്ങ് ഓപ്പണായി സമ്മതിച്ച് തരികേലാരിക്കും. വി എസിനെപ്പോലുള്ള കുറേയെണ്ണം ഇപ്പഴും ഇവിടൊണ്ടല്ലോ. ങാ, അതിനി എന്തായാലും പിണറായിയുടെ ലീഡർഷിപ്പിൽ നമ്മളെപ്പോലുള്ളവർക്ക് ധൈര്യമായി വിശ്വസിക്കാമെന്നു തോന്നുന്നു."

താഴക്കരയിൽ അതിവേഗം പൊങ്ങിവരുന്ന ബിസിനസുകാരനായ ബാബു ഇട്ടിച്ചെറിയ ആവേശത്തോടെ സംസാരിച്ചു. "നമ്മളിത്രേ നാള്

കോൺഗ്രസുകാരെ ജയിപ്പിച്ചോണ്ടിരുന്നു. എന്നിട്ടെന്നാ, നമുക്ക് വെല്ലോം കിട്ടിയോ? എന്തേലും ഡെവലപ്മെന്റ് പരിപാടി വച്ചാ കമ്യൂണിസ്റ്റുകാര് അത് പൊളിക്കും. കോൺഗ്രസുകാരെക്കൊണ്ട് തെറമായിട്ടുനിന്ന് ഒന്നും നടത്താൻ പറ്റുകേമില്ല. അതേസമയം, കമ്യൂണിസ്റ്റുകാരാണേ ഭരിക്കുന്നതെങ്കിൽ, അവര് കാര്യങ്ങള് നമ്മള് ഉദ്ദേശിക്കുംപോലെ നടത്തിത്തരുകേം ചെയ്യും."

ജോണിച്ചായൻ പിറകിൽവന്ന് വിളിച്ചത് സണ്ണി ആദ്യംകേട്ടില്ല. അയാൾ ഓഡിറ്റോറിയത്തിൽ നിന്നുയരുന്ന വാക്കുകൾ കേട്ട് സ്തംഭിച്ചു നില്ക്കുകയായിരുന്നു. "ഇതെന്നാ കൂവേ, നീ പന്തം കണ്ട പെരുച്ചാഴിയേപ്പോലിങ്ങനെ നില്ക്കുന്നത്." ജോണിച്ചായൻ സണ്ണിയുടെ തോളത്ത് തട്ടി ചോദിച്ചു.

"എന്റെ ജോണിച്ചായാ, ഞാനിപ്പം പന്തംകണ്ടോണ്ടുതന്നെയിരിക്കുവാ."

"എന്നാടാ കൂവേ, നീ വരുന്നേ വാ. ഒതുക്കത്തിൽ രണ്ട് സ്മോൾ അടിക്കാം. എന്റേല് സൊയമ്പൻ ഫോറിൻ സാധനം ഒരു കുപ്പി കിട്ടീട്ടുണ്ട്. നമുക്ക് സെമിത്തേരീടവിടിരുന്ന് വേഗം രണ്ടെണ്ണമങ്ങ് വിടാം."

"ഓ, അച്ചായാ ഇപ്പം വേണ്ട." സണ്ണി ഓഡിറ്റോറിയത്തിൽ നിന്ന് ശ്രദ്ധ തിരിക്കാതെതന്നെ പറഞ്ഞു. ശ്ശെടാ ഇവനിതെന്നാ പറ്റി എന്ന് പിറുപിറുത്ത് ജോണി തനിയെ സെമിത്തേരിക്കടുത്തേക്ക് നടന്നു.

ഓഡിറ്റോറിയത്തിന്റെ ഒരു കോണിൽ ഒരാൾ മൈക്കുമായി നിവർന്നു നിന്നു. കല്ലുമണ്ണിൽ തോമസ്കുട്ടി. മുമ്പ് കോൺഗ്രസ് മണ്ഡലം പ്രസിഡന്റായി, പിന്നെ അസംബ്ലി സ്ഥാനാർത്ഥിയാകുന്നതിന്റെ പടിവാതിൽ വരെ എത്തി അത് നഷ്ടപ്പെട്ട ആളാണ്. ആദർശത്തിന്റെ അസുഖം കുറച്ച് കൂടുതലായതുകൊണ്ട് കോൺഗ്രസിനു തീരെ പറ്റിയ ആളല്ലാന്നു നാട്ടിൽ പൊതുവേ തോമസുകുട്ടിയെക്കുറിച്ച് സംസാരമുണ്ട്. കോൺഗ്രസിൽ തോമസുകുട്ടി ഇപ്പോൾ തീരെ പ്രസക്തനുമല്ല.

"ഇവിടെല്ലാവരും ബംഗാളെന്നും ചൈനയെന്നും പറഞ്ഞ് ആവേശം കേറുന്നുണ്ട്. പക്ഷേ, അവിടൊക്കെ കമ്യൂണിസ്റ്റ്കാര് ഉടുമ്പുപോലെ ഭരണത്തിലങ്ങനെ അള്ളിപ്പിടിച്ചിരിക്കുകയാ. ഇവിടേം അവരങ്ങനെ സ്ഥിരം ഭരണകക്ഷിയായി മാറുകാന്നുള്ള അപകടം നമ്മൾ ശ്രദ്ധിക്കണം."

അപ്പോൾ കോശിക്കുഞ്ഞ് ചാടിവീണു. "എന്തപകടം കമ്യൂണിസ്റ്റ്കാര് നമ്മുടെ കാര്യങ്ങള് ഭംഗിയായി ചെയ്തുതരുമെങ്കില്, അവര് എന്നും ഭരണത്തിലിരുന്നോണ്ടെന്നാ കൊഴപ്പം, ബംഗാളില് നമ്മളേപ്പോലുള്ളാൾക്കാര് സപ്പോർട്ട് ചെയ്തുതന്നെയാ കമ്യൂണിസ്റ്റ്കാര് സ്ഥിരമായി ഭരിക്കുന്നത്. ഇവിടേം, പണ്ടത്തെ കമ്യൂണിസ്റ്റുകാരെപ്പോലെ തൊഴിലാളിവർഗ്ഗ സംസ്കാരമെന്നുള്ള എരപ്പാളിത്തരമൊക്കെ ശ്രമിക്കാതെ, ഭംഗിയായി ഡെവലപ്മെന്റ് കൊണ്ടുവന്നാ എന്നാ കൊഴപ്പം വരാനാ. വെല്ലപ്പോഴും ഒരു കമ്യൂണിസ്റ്റ് നമ്പറിടുന്നതിനപ്പുറം ഒരപകടോം അവര് ചെയ്യുകേലന്നാ എന്റെ തോന്നൽ. ശരിയല്ല്യോ?"

തോമസ്കുട്ടി എന്തോ ഒന്ന് പറയാനായി മുരടനക്കിയെങ്കിലും പിന്നെയത് വേണ്ടെന്നുവച്ച് തന്റെ കസേരയിലേക്ക് പതുക്കെ അമർന്നു.

മുമ്പൊരിക്കൽ പഞ്ചായത്ത് മെമ്പറായിരുന്ന അച്ചാമ്മ ചെറിയാന്റെ സ്വരം മൈക്കിലുയർന്നു. "അല്ല, ഇവിടെ പലർക്കും ഒരു സംശയം, ഈ പറയുന്ന എബി തോമസിനെ ഞങ്ങളാരും കണ്ടിട്ടില്ല. എബി തോമസ് ഈ ഹോളിലൊണ്ടോ, വരുമോ എന്നൊക്കെ പലരും ചോദിക്കുന്നു."

അത് ശരിവയ്ക്കുംമട്ടിൽ പലയിടത്തും മർമ്മരങ്ങളുയർന്നു.

നൈനാൻ ഇട്ടി ഉച്ചത്തിൽ ചിരിച്ചുകൊണ്ട് പറഞ്ഞു. "സീ, ലേഡീസ് ഓൾവേയ്സ് കം റ്റു ദ ക്രക്സ് ഓഫ് ദ ഇഷ്യൂ ഫസ്റ്റ്. അച്ചാമ്മക്കൊച്ചമ്മ പറഞ്ഞത് തികച്ചും ശരിയാണ്. കുടുംബയോഗം പ്രസിഡന്റ് എന്ന നിലയിൽ മുമ്പേതന്നെ ഇക്കാര്യം എക്സ്പ്ലെയിൻ ചെയ്യാതിരുന്നതിന് ഞാൻ ക്ഷമ ചോദിക്കുന്നു. എബി തോമസ് ഇപ്പോഴിവിടെയില്ല. എന്നാൽ ഇനി ഏതു നിമിഷവും അദ്ദേഹം ഇവിടെ എത്തിച്ചേരാവുന്നതാണ്. തിരുവനന്തപുരത്ത് പാർട്ടിയുടെ ഒരടിയന്തര മീറ്റിങ്ങിൽ പങ്കെടുത്തിട്ട് ഓൺ ദ വേയാണ്.

ബൈ ദ ബൈ, എബിയെപ്പറ്റി കൂടുതൽ ചില വിവരങ്ങൾ വെളിപ്പെടുത്തുന്നത് നന്നായിരിക്കുമെന്ന് തോന്നുന്നു. നമ്മുടെ മണ്ണിക്കൽ ശാഖയിലെ ശമുവേല് കൊച്ചുപ്പാപ്പന്റെ, അദ്ദേഹം ഒരു മജിസ്ട്രേറ്റായിരുന്നു, മകൻ തോമസ് സാമുവലിന്റെ മകനാണ് എബി തോമസ്. സാമുവലും ഭാര്യ ശോശയും കൊല്ക്കത്തയിൽ സെറ്റീൽഡാണ്. അവരുടെ ഒരേ ഒരു മകനാണ് എബി. എബി കൊല്ക്കത്തയിലെ പഠനങ്ങൾക്കുശേഷം ഡൽഹി ജെ എൻ യു സർവ്വകലാശാലയിൽ ഉന്നതവിദ്യാഭ്യാസം നടത്തുകയും അവിടെ യൂണിയൻ പ്രസിഡന്റായിരിക്കുകയും ചെയ്തിട്ടുണ്ട്. പിന്നീട് പാർട്ടി പ്രവർത്തനങ്ങളുമായി ഡൽഹിയിലും യു പിയിലുമായി കഴിഞ്ഞു. ഇപ്പോൾ പാർട്ടി തീരുമാനപ്രകാരം കേരളത്തിലേക്ക് എബിയുടെ പ്രവർത്തന മണ്ഡലം മാറ്റിയിരിക്കുകയാണ്. നമ്മൾ കല്ലുമണ്ണിൽക്കാർക്ക് ഏറെ സന്തോഷിക്കാനും അഭിമാനിക്കാനുമുള്ളത് ഈ വരവിൽ എബി നമ്മുടെ മണ്ഡലത്തിലെ സ്ഥാനാർത്ഥിയാകുന്നു എന്നുള്ളതാണ്.

ങാ, പിന്നൊരു സുപ്രധാന കാര്യം, എബിക്ക് 29 വയസ്സേയുള്ളു. കാണാൻ സുമുഖനാണ്, പിന്നെ, ഒരു നിമിഷത്തെ നാടകീയമൗനം പാലിച്ച് നൈനാൻ ഇട്ടി സദസ്സിനെ മൊത്തത്തിൽ ഒന്ന് നോക്കി. തുടർന്ന് നാടകീയ ശബ്ദത്തിൽ പറഞ്ഞു. "പിന്നെ സർവ്വോപരി അദ്ദേഹം അവിവാഹിതനാണ്."

ഓഡിറ്റോറിയത്തിലുള്ള പെൺകുട്ടികളുടെയും സ്ത്രീകളുടെയും ഇടയിൽ നൈനാൻ നടത്തിയ നാടകീയ പ്രഖ്യാപനം അയാൾ ഉദ്ദേശിച്ച ഓളങ്ങൾ ഉയർത്തിവിട്ടു. കൂട്ടച്ചിരികളുടേയും മധുരക്കലമ്പുകളുടേയും ഓളങ്ങൾ അവിടെ അലയടിച്ചു.

പെട്ടെന്ന് ഓഡിറ്റോറിയത്തിന്റെ ചരൽപാകിയ മുറ്റത്ത് ഒരു കാർ ഇരമ്പിപ്പാഞ്ഞ് വന്ന് ബ്രേക്കിടുന്ന ശബ്ദം ഉയർന്നു. സണ്ണി വെട്ടിത്തിരിഞ്ഞ് നോക്കി. ഏതിനമെന്ന് അത്ര നിശ്ചയംപോരാത്ത ഒരു കാറിൽ നിന്ന് ആകർഷണീയമായ രൂപവും മുഖവുമുള്ള ഒരു യുവാവ് പുറത്തിറങ്ങി. തവിട്ട് നിറത്തിലുള്ള നീണ്ട കൂർത്തയും ചാരനിറത്തിലുള്ള

പാന്റ്സുമാണ് വേഷം. വെട്ടിനിർത്തിയ ബുൾഗാനിൻതാടി ആ മുഖത്തിന് ഏറെ ഐശ്വര്യം നല്കുന്നുണ്ട്.

യുവാവ് ഓഡിറ്റോറിയത്തിന്റെ മുഖ്യകവാടത്തിലെത്തിയതും നൈനാന്റെ സ്വരം ഉയർന്നു. "ഹാ ദീർഘായുസ്സുതന്നെ. ഇതാ നമ്മളേ വരും ആകാംക്ഷയോടെ കാത്തിരുന്ന ആ ചെറുപ്പക്കാരൻ ഇവിടെ എത്തിച്ചേർന്നിരിക്കുന്നു, വെൽക്കം ടു എ... ഓ, കോമ്രേഡ് എബി തോമസ്, ഹ.. ഹ..."

പിന്നെ കുറെ നേരത്തേക്ക് വേദിയിലും സദസ്സിലും ആകെ ഒരു പ്രകമ്പനമായിരുന്നു. എബി തോമസുമായി കൈകുലുക്കലുകൾ, ചില കെട്ടിപ്പിടിത്തങ്ങൾ, പൊട്ടിച്ചിരികൾ, സദസ്സിൽനിന്നുള്ള ചില വിളിച്ചുപറച്ചിലുകൾ.

ആരവങ്ങളൊന്നൊതുങ്ങിയപ്പോൾ, നൈനാൻ ഇട്ടിയുടെ സ്വരം വീണ്ടുമുയർന്നു. "കുര്യച്ചായന് നമ്മളോട് ചില കാര്യങ്ങൾ സംസാരിക്കാനുണ്ടെന്ന് അദ്ദേഹം പറയുന്നു. ഇരുന്നുകൊണ്ടുതന്നെ സംസാരിച്ചോളൂ എന്ന് ഞങ്ങളൊക്കെ പറഞ്ഞിട്ടും അദ്ദേഹം എഴുന്നേറ്റുനിന്നുതന്നെ നമ്മളോട് സംസാരിക്കാം എന്ന ആവേശത്തിലാണ്. ബഹുമാനപ്പെട്ട കുര്യച്ചായനെ സംസാരിക്കാനായി ഞാൻ ആദരപൂർവ്വം ക്ഷണിക്കട്ടെ."

ചെറിയൊരായാസം കസേരയിൽനിന്ന് എഴുന്നേല്ക്കുന്നതിൽ തോന്നിച്ചെങ്കിലും പ്രായത്തെ മറികടക്കുന്ന ഊർജ്ജസ്വലതയോടെ കുര്യച്ചൻ എഴുന്നേറ്റുചെന്ന് മൈക്കിനോട് മുഖം അടുപ്പിച്ചു. മൈക്ക് ഓപ്പറേറ്റർ കുര്യച്ചന്റെ സൗകര്യത്തിനനുസരിച്ച് മൈക്ക് സെറ്റ് ചെയ്യുമ്പോൾ, വേദിയിലുള്ള നൈനാൻ ഇട്ടിയും എബി തോമസും കുടുംബയോഗം ഭാരവാഹികളും സദസ്സുമെല്ലാം ആ മുഖത്തേക്ക് ഉറ്റുനോക്കി.

കല്ലുമണ്ണിൽ കുര്യച്ചൻ സംസാരിച്ചുതുടങ്ങി: "ഇത് ഒരു പഴമക്കാരന്റെ വാക്കുകളാണ്, നിങ്ങൾക്ക് വേണമെങ്കിൽ സ്വീകരിക്കാം. അല്ലെങ്കിൽ തള്ളിക്കളയാം. ലോകത്തിലുള്ള ഏറ്റവും കടുത്ത ഒരു കമ്യൂണിസ്റ്റ് വിരുദ്ധനാണ് ഞാൻ. ഒരൊറ്റ കമ്യൂണിസ്റ്റുകാരനെയും പൊറുപ്പിച്ചുകൂടെന്ന് വിശ്വസിക്കുകയും അതിനുവേണ്ടി ഒത്തിരി പ്രവർത്തിക്കുകയും ചെയ്ത ആളാണ് ഞാൻ. അതൊന്നും തെറ്റായിരുന്നെന്ന് എനിക്ക് തോന്നുന്നില്ല. അന്നത്തെ കമ്യൂണിസമെന്ന് പറഞ്ഞാൽ അത്രയ്ക്ക് നമ്മളെപ്പോലുള്ളവരോട് പകയുള്ളതായിരുന്നു. സമൂഹത്തിലെ ചെമ്മാനും ചെരുപ്പുകുത്തിയും രാജാക്കന്മാരാണെന്ന് പറയുന്ന, എരപ്പകളെക്കൊണ്ട് നമുക്കെതിരെ പോരടിപ്പിക്കുന്ന പ്രസ്ഥാനം--അതായിരുന്നു കമ്യൂണിസം.

പക്ഷേ, കാലംമാറി. കോലം മാറി. ഇന്ന് സി പി (എം)കാര് നമ്മളിവിടെ കേട്ട അഭിപ്രായങ്ങളിലെപ്പോലെ വളരെയധികം മാറിക്കഴിഞ്ഞ ഒന്നാണ്. പത്ത് ചക്രം കൈയിലുണ്ടെന്നുവച്ച് ആരും മോശക്കാരല്ലെന്ന് തിരിച്ചറിയുന്നതാണ് ഇന്നത്തെ കമ്യൂണിസം. മാത്രമല്ല, പത്ത് ചക്രം കൂടുതൽ കൈയിലുള്ളവനെ കൂടുതൽ വിലമതിക്കണമെന്ന തിരിച്ചറിവ് കൂടിയുള്ളതാണ് ഇന്നത്തെ കമ്യൂണിസം. ഇന്ന് മറ്റാരെക്കാളും അങ്ങനെ പത്ത് ചക്രം കൂടുതലുണ്ടാക്കണമെന്ന് തോന്നലുള്ളവനെ സഹായിക്കു

ന്നതും കമ്യൂണിസ്റ്റുകാരാണ്. അങ്ങനെയുള്ള കമ്യൂണിസം നമ്മുടെ ശത്രുവല്ല, മിത്രമാണ്. അടിയന്തരാവസ്ഥക്കാലത്ത് കെ കരുണാകരന്റെ പൊലീസ് പിണറായി വിജയനെ മർദ്ദിച്ചവശനാക്കി. എന്നാൽ അതേ കരുണാകരനുമായി കൂട്ടുകൂടാൻ പിണറായിക്ക് ആലോചിക്കാമെങ്കിൽ, ഈ കല്ലുമണ്ണിൽ കുര്യച്ചന് കമ്യൂണിസ്റ്റുകാരുമായി കൂട്ടുകൂടാൻ രണ്ടാമതൊന്ന് ആലോചിക്കേണ്ട."

കുര്യച്ചൻ തന്റെ വാക്കുകൾ ഒന്നുനിർത്തി സദസ്സിനെ അല്പനേരം തന്റെ കട്ടിക്കണ്ണടയിലൂടെ ഉറ്റുനോക്കി. ഓഡിറ്റോറിയത്തിൽ ശ്വാസം അടക്കിപ്പിടിച്ച അവസ്ഥ. കുര്യച്ചൻ വേദിയിൽ തന്റെ വലതുഭാഗത്തേക്ക് കണ്ണോടിച്ചു. ആ നോട്ടം എബി തോമസിൽ തറഞ്ഞുനിന്നു. പിന്നെ വലതുകൈകൊണ്ട് എബിയെ തന്റെ അടുത്തേക്ക് വരാൻ ആംഗ്യംകാട്ടി. ഒരു നിമിഷത്തെ അമ്പരപ്പിനുശേഷം എബി ചിരിക്കുന്ന മുഖത്തോടെ കുര്യച്ചന്റെ സമീപമെത്തി.

അടുത്തെത്തിയ എബിയെ കുര്യച്ചൻ തന്റെ വലതുകൈകൊണ്ട് തോളിലൂടെ ചുറ്റിപ്പിടിച്ചു. സംസാരം തുടർന്നു. "ഇന്നിതാ നമ്മുടെ കൂട്ടത്തിൽനിന്നുതന്നെ ഒരു ചെറുപ്പക്കാരനെ കമ്യൂണിസ്റ്റുപാർട്ടി അവരുടെ യുവനേതാവായി, അസംബ്ലി സ്ഥാനാർത്ഥിയായി അവതരിപ്പിച്ചിരിക്കുന്നു. ഇതൊരടയാളമാണ്. കല്ലുമണ്ണിൽ കുടുംബക്കാർ പുതിയൊരു തിരഞ്ഞെടുപ്പ് നടത്തേണ്ടതിന്റെ അടയാളം. അതുകൊണ്ട്..." ഇത്രയും പറഞ്ഞ് കുര്യച്ചൻ തന്റെ വലതുകരംകൊണ്ട് എബിയുടെ ഇടതുകരം ഗ്രഹിച്ച് നേരെ മുകളിലേക്കുയർത്തി. "എന്റെ സ്ഥാനാർത്ഥി ഈ കൊച്ചനാണ്. എബി തോമസ്. എന്റെ പാർട്ടി കമ്യൂണിസ്റ്റ് മാർക്സിസ്റ്റ് പാർട്ടിയാണ്. എന്റെ ചിഹ്നം അരിവാൾ ചുറ്റിക നക്ഷത്രം." കുര്യച്ചൻ എബിയുടെ കൈ കുറച്ചുകൂടി മുകളിലേക്ക് ഉയർത്തിപ്പിടിച്ചു.

ഒരു നിമിഷംകൂടി ഓഡിറ്റോറിയത്തിൽ നിശ്ശബ്ദത തറഞ്ഞുകിടന്നു. പിന്നെ ഓഡിറ്റോറിയമാകെ ഒരണക്കെട്ടിൽനിന്ന് വെള്ളം അപ്പാടെ തുറന്നുവിട്ട ഒഴുക്കിന്റെ ഹുങ്കാരവത്തിലേക്ക് കുത്തിയൊലിച്ചു. കരഘോഷങ്ങളും ആർപ്പുവിളികളും നിലയ്ക്കുകയേ ഇല്ലെന്ന് തോന്നി.

സണ്ണിയുടെ കണ്ണുകൾ വേദിയിലിപ്പോൾ കുര്യച്ചനെയും എബി തോമസിനെയും കാണുന്നില്ല. മുക്കാലും കഷണ്ടി ബാധിച്ച മുഷിഞ്ഞ മുണ്ടും തോർത്തും മാത്രം ധരിച്ച പരമുപിള്ള എന്ന പഴയ ജന്മിയായ വൃദ്ധനാണ് വേദിയിലിപ്പോൾ. അയാൾക്ക് തൊട്ടരുകിൽ മാല എന്ന പുലയയുവതി. പരമുപിള്ള മാലയോട് ആവേശപൂർവ്വം പറയുകയാണ്: "ആ കൊടിയിങ്ങ് താ മോള,! ഇതെനിക്കൊന്ന് പിടിക്കണം."

(രണ്ട് കൈകൊണ്ടും മാലയോട് ചെങ്കൊടി വാങ്ങി ഉയർത്തിപ്പിടിച്ചുകൊണ്ട്) "ഇതെനിക്കൊന്ന് പിടിക്കണം! ഇതെനിക്കൊന്ന് പൊക്കിപ്പൊക്കിപ്പിടിക്കണം."

ഓഡിറ്റോറിയത്തിലിപ്പോൾ മുദ്രാവാക്യംവിളികളോടെ ആർത്തിരമ്പി വരുന്ന ഒരു ഘോഷയാത്രയുടെ ആദരം. ഒപ്പം സണ്ണിയുടെ ചെവികളിൽ താൻ പത്താമത്തെ വയസ്സിൽ ആദ്യമായി കണ്ട *നിങ്ങളെന്നെ കമ്യൂണിസ്റ്റാക്കി* നാടകത്തിന്റെ ഈ അന്ത്യരംഗം കഴിഞ്ഞതും മറ്റു പലർക്കു

മൊപ്പം 'ഇങ്കിലാബ് സിന്ദാബാദ്, കമ്യൂണിസ്റ്റ് മാർക്സിസ്റ്റു പാർട്ടി സിന്ദാബാദ്' എന്ന് തൊണ്ട പൊട്ടുമാറുച്ചത്തിൽ ഏറെനേരം അലറിവിളിച്ചതും മുഴങ്ങി.

സണ്ണി എന്ന പഴയ കമ്യൂണിസ്റ്റുകാരനായ, പിന്നെ 'നക്സലൈറ്റായ,' പിന്നെ അതും ഉപേക്ഷിച്ച ചെറുപ്പം കഴിയാറായ അയാൾ മഹാപ്രളയത്തിൽ ഒരു പിടിവള്ളി കിട്ടാനെന്നോണം ഓഡിറ്റോറിയത്തിന്റെ വാതിൽപ്പലകയിൽ കൈ അമർത്തിനിന്നു. അപ്പോൾ തോമസ് കുട്ടി കല്ലുമണ്ണിൽ എന്ന മദ്ധ്യവയസ്സ് പിന്നിട്ടുകഴിഞ്ഞ അപ്രസക്തനായ കോൺഗ്രസുകാരൻ സാവധാനം ഓഡിറ്റോറിയത്തിൽനിന്ന് ആരോ അടിച്ച് അവശനാക്കിയെന്നോണം ആ വാതിലിലൂടെ പുറത്തേക്കുവന്നു.

രണ്ടാളുടെയും മിഴികൾ തമ്മിലിടഞ്ഞു. തോമസ്കുട്ടി തന്റെ മുന്നിൽ കണ്ടു; അഹറോൻ കമ്യൂണിസ്റ്റ് എന്ന് നാട്ടുകാർ കളിയാക്കി വിളിച്ചിരുന്ന അവശനായ ഒരു മനുഷ്യന്റെ കൈ പിടിച്ച് പാർട്ടിയുടെ ജാഥകൾക്കും യോഗങ്ങൾക്കും കണ്ണുകളിൽ തിളക്കവുമായി നടന്നുപോകുന്ന മൂന്ന് ചെറിയ കുട്ടികളിലൊരാളായ സണ്ണി, മാർക്സിസ്റ്റ് പാർട്ടിയുടെ ജാഥകൾക്കും പ്രകടനങ്ങൾക്കും ഉച്ചത്തിൽ മുദ്രാവാക്യം വിളിച്ചുകൊടുക്കുകയും ഇമ്പമാർന്ന സ്വരത്തിൽ പ്രചരണഗാനങ്ങൾ പാടുകയും ചെയ്യുന്ന മുതിർന്ന കുട്ടിയായ സണ്ണി, ഒരു നക്സൽ കേസിൽ രണ്ട് വർഷത്തെ ജയിൽജീവിതത്തിനുശേഷം യൗവനത്തിന്റെ ചൊടിയും ചുണയും മങ്ങി പുറത്തുവന്ന് താഴക്കര കവലയിലൂടെ ഏതൊക്കെയോ ചിന്തകളിൽ സ്വയം നഷ്ടപ്പെട്ട് നീങ്ങുന്ന സണ്ണി എന്ന ചെറുപ്പക്കാരൻ.

സണ്ണി തന്റെ മുന്നിൽ കണ്ടു; നാട്ടിലെ വായനശാലയുടെ പരിപാടികൾക്കും നാടകങ്ങൾക്കും ഉത്സാഹിയായി നടക്കുന്ന തോമസ്കുട്ടി എന്ന ഖദർധാരിയായ ചെറുപ്പക്കാരൻ, രാഷ്ട്രീയമായി അങ്ങേയറ്റം അഭിപ്രായ വ്യത്യാസമുണ്ടെങ്കിലും ഒരിക്കൽ കോടാലിവീണ് അപ്പന്റെ കാൽ മുറിഞ്ഞ് ഓലവാലെ ചോരവാർന്നുകൊണ്ടിരുന്നപ്പോൾ നിമിഷങ്ങൾക്കകം അഹറോനെ ഓട്ടോപിടിച്ച് ആശുപത്രിയിലെത്തിച്ച തോമസ്കുട്ടി, നിയോജകമണ്ഡലത്തിലെ കോൺഗ്രസ് സ്ഥാനാർത്ഥി ആയിക്കഴിഞ്ഞെന്ന് എല്ലാവരും ഉറപ്പിച്ചിരിക്കവെ ഒരു കുതികാൽവെട്ടിൽ അത് മറ്റൊരാൾ തട്ടിയെടുത്തു എന്നറിഞ്ഞതിന്റെ പിറ്റേന്ന് ആറ്റിറമ്പിലെ ഒറ്റയടിപ്പാതയിലൂടെ പത്തുവയസ്സുകാരി മകളുമൊത്ത് തല കുമ്പിട്ട് നടന്നുവരുന്ന തോമസ്കുട്ടി.

"ഒരു ചെറു ബീഡിയൊണ്ടോ." തോമസ്കുട്ടി നന്നേ ക്ഷീണസ്വരത്തിൽ ചോദിച്ചു.

"സഖാവേ, ഒരു തീപ്പെട്ടിയെടുക്കാൻ." സണ്ണിയുടെ സ്വരവും ഇടറിയിരുന്നു.

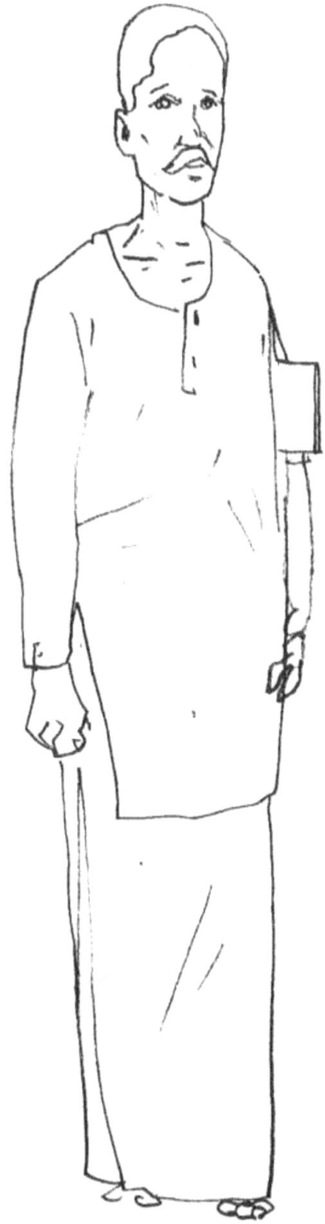

ചില പ്രീ-മോഡേൺ ഇടപെടലുകൾ

മഴയുള്ള ഒരു രാത്രിയിൽ സുധാകരൻ ബാറിൽനിന്ന് ഇറങ്ങുമ്പോഴാണ് ആദ്യത്തെ ഇടപെടൽ ഉണ്ടായത്.

കനത്ത് ഒന്ന് പെയ്തിട്ട്, ശമിച്ച്, വീണ്ടും കനക്കാൻ തുടങ്ങുകയായിരുന്നു മഴ. വല്ലപ്പോഴും മാത്രം നഗരത്തിലെത്തുന്ന രണ്ട് സുഹൃത്തുക്കൾക്കൊപ്പം സുഖകരമായ മദ്യപാനവും അത്താഴവും കഴിഞ്ഞ് ബൈക്കിനടുത്തെത്തി ജാക്കറ്റിടാൻ തുടങ്ങവെയാണ് ഒരു കൈപ്പത്തി തോളത്തുവീണത്. ഒപ്പം മുഴങ്ങുന്ന ശബ്ദത്തിൽ ചോദ്യവും "സുധിയല്ലേ?"

അപരിചിതമായ ശബ്ദമാണല്ലോ. പക്ഷേ, വളരെയടുപ്പമുള്ളവർ മാത്രം വിളിക്കുന്ന 'സുധി'! സുധാകരൻ തിരിഞ്ഞുനോക്കി. ഉടലാകെ മഴക്കോട്ടും തലയിൽ മുഖം ലേശം മറയത്തക്കവണ്ണം തൊപ്പിയും ധരിച്ച് ഒരാൾ. മനസ്സിലാകുന്നില്ല. അത് അറിഞ്ഞിട്ടാവണം അപരിചിതൻ ഒരു ചെറുചിരിയോടെ പറഞ്ഞു:

"മനസ്സിലായില്ല അല്ലേ. ഇങ്ങളൊന്ന് സൂക്ഷിച്ച് നോക്കിന്."

അയാൾ തൊപ്പി, മുഖം വ്യക്തമാകത്തക്കവിധം പിന്നോട്ടു ചരിച്ചുവച്ചു സൂക്ഷിച്ചുനോക്കി. ഒരു പരിചയവും തോന്നുന്നില്ല. യാതൊരു പ്രത്യേകതകളുമില്ലാത്ത അനാകർഷകമായ ഒരു താടിയും ചേർന്ന എവിടെയും കാണാവുന്ന ഒരു മുഖം.

"ക്ഷമിക്കണം, ഒരോർമ്മ കിട്ടുന്നില്ല."

"ങ്ങടെ ഓർമ്മ കൊഴപ്പം പിടിച്ച ഓർമ്മയാണല്ലോ, മാഷേ... ഒന്നോർത്തു നോക്കീന്. എൺപത്, എൺപത്തൊന്ന് വർഷങ്ങൾ.... വയനാട്ടിലെ ജനകീയ നാടകവേദി പ്രവർത്തനങ്ങൾ."

സുധാകരൻ ഇപ്പോൾ ശരിക്കുമൊന്നമ്പരന്നു. ഈശ്വരാ, ഇയാളാരാണാവോ!

"ശരി, ഇനീപ്പോ, ഞാൻ പേരുപറയാം. സുരേന്ദ്രൻ... പനമരത്തും ബത്തേരിയിലുമൊക്കെ വയനാടൻ കുലവൻ നമ്മള് കെട്ടിയാടിയത്..."

സംഗതിയൊക്കെ ശരിതന്നെ. ഉൽക്കടമായ ആവേശത്തോടെ ജനകീയ നാടകവും വിപ്ലവവുമൊക്കെയായി നടന്നിരുന്ന നാളുകൾ. അതിലെ മുഖ്യനടൻ താനായിരുന്നു. പക്ഷേ, ഇയാൾ? സുരേന്ദ്രനെന്നൊരു പേരേ ഓർക്കുന്നില്ല. അന്നൊക്കെ എത്രയോ പേർ ആ നാടകവേദിയുമായി ബന്ധപ്പെട്ട് പ്രവർത്തിച്ചിരുന്നു. എത്ര സ്ഥലങ്ങൾ, വേദികൾ, ആളുകൾ.

"സുധി, അന്നൊക്കെ നമ്മളെത്ര തവണയാണ് ആദ്യമായി കണ്ടുമുട്ടിയിരുന്ന സഖാക്കളുടെ വീടുകളിലും ചായ്പ്പുകളിലുമൊക്കെ കിടന്നുറങ്ങിയത്. ഒരിക്കൽ നിങ്ങൾക്ക് കടുത്ത പനി വന്നപ്പോൾ രണ്ട് രാവും പകലും ഞാൻ തന്നെ നിങ്ങളുടെ കൂടെയിരുന്ന് നോക്കിയില്ലേ."

ഈശ്വരാ, ഇതൊരു കഷ്ടം തന്നെയാണല്ലോ. ഇയാൾ പറയുന്നതുപോലെയാണെങ്കിൽ ഓർക്കാതിരിക്കുക എന്നത് വല്ലാത്ത അവസ്ഥ തന്നെ.

"ഏയ്, ഇങ്ങളിങ്ങനെ മറവിക്കാരനായാലോ, സുഹൃത്തേ."

സുരേന്ദ്രന്റെ സ്വരത്തിൽ ഇപ്രാവശ്യം അല്പം അരമുള്ളതുപോലെ തോന്നി. സൂധാകരൻ ചെറുതായി ഒന്ന് ചിരിക്കാൻ ശ്രമിച്ചു.

"സുധീ, ഇങ്ങടെ പടവും വാർത്തയുമെല്ലാം കഴിഞ്ഞദിവസം വാരാന്തപ്പതിപ്പിൽ കണ്ടു. ഇങ്ങളൊരു സൂപ്പർതാരത്തെവച്ച് പടം ചെയ്യാൻ പോകുന്നെന്നോ, മികച്ച ടി വി നടനെന്നോ ഒക്കെ. ഞാനീ ചവറു സിനിമയും ടി വിയുമൊന്നും കാണാറില്ല. താല്പര്യവുമില്ല. പക്ഷേ, ഇങ്ങളാണെന്ന് കണ്ടപ്പോ ഒന്നു നോക്കി.. അല്ലാ, ഇടക്കേതോ ചങ്ങാതി പറഞ്ഞിരുന്നു ങ്ങള് സിനിമാ പരിപാടിയിലാണെന്നൊക്കെ."

സുരേന്ദ്രൻ ആഞ്ഞുവീശുന്ന മഴക്കാറ്റിൽ ബദ്ധപ്പെട്ട് ഒരു സിഗരറ്റ് കത്തിച്ചു. പിന്നെ സിഗരറ്റ് പാക്കറ്റ് സുധാകരന്റെ നേരെ നീട്ടി. ചിരിച്ചുകൊണ്ട് വേണ്ടെന്ന് തലയാട്ടി. അതിദ്രുതം ജനകീയനാടകവേദിക്കാലം ഒരു കാലിഡോസ്കോപ്പിലെന്നപോലെ സുധാകരൻ മനസ്സിലിട്ട് കറക്കി നോക്കി. എന്നിട്ടും സുരേന്ദ്രനെ കണ്ടെത്താനാകുന്നില്ല.

"ഛേ, എത്രയായിട്ടും അങ്ങോട്ടോർമ്മ വരുന്നില്ല, സുഹൃത്തേ."

"വളരെയത്ഭുതം തന്നെയാണ്."

സുരേന്ദ്രൻ തറപ്പിച്ച് സുധാകരന്റെ മുഖത്തേക്ക് നോക്കിക്കൊണ്ട് പറഞ്ഞു:

"എന്റെയറിവിൽ സുധി ഒരിക്കലും ബോധംകെട്ട് മദ്യപിക്കില്ല. ശരിയല്ലേ, ഇപ്പഴും കാര്യമായി കഴിച്ചിട്ടൊന്നുമില്ല. അപ്പോ, പിന്നെ അങ്ങനത്തെ ഓർമ്മക്കുറവൊന്നുമില്ല."

"ഏയ്, അയാം വെരി നോർമ്മൽ."

സുരേന്ദ്രൻ ഒന്നും പറയാതെ അയാളുടെ നേരെ അല്പനേരം ഉറ്റു

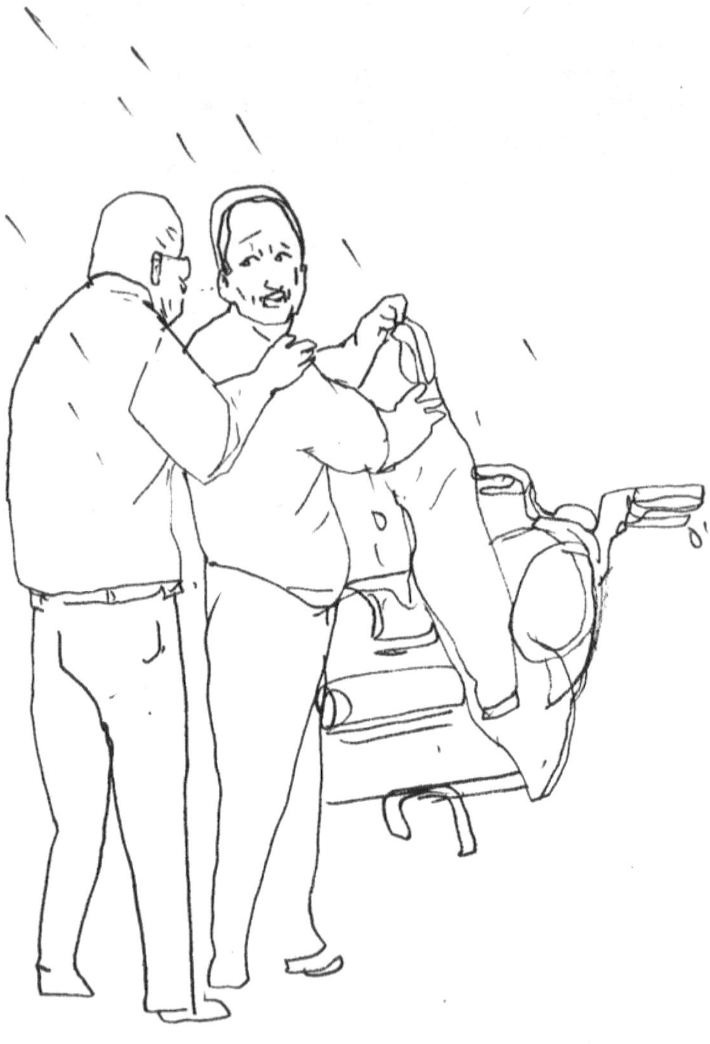

നോക്കി നിന്നു. എന്നിട്ട് ജാക്കറ്റിന്റെ സിബ് കഴുത്തറ്റംവരെ വലിച്ചിട്ടു കൊണ്ട് പറഞ്ഞു:

"ഞാനും ഈ നഗരത്തിൽ തന്നെയാണ് ജീവിക്കുന്നത്. ങ്ങളെ തിരക്കിനിടയിൽ എവിടെയോവെച്ചൊക്കെ കണ്ടിട്ടുമുണ്ട്. ഞാൻ കൈവീശിയിട്ടുമുണ്ട്. ങ്ങളെന്നെ കാണാത്തതുകൊണ്ടാണെന്ന് കരുതി. ഇതാദ്യമായാണ് നേരിട്ടിങ്ങനെ നമ്മള് തമ്മി കാണുന്നത്. ഇപ്രാവശ്യമെങ്കിലും ഞാൻ വിചാരിച്ചു.."

അയാൾ ബൈക്ക് സ്റ്റാന്റിൽനിന്നിറക്കി.

സുധാകരൻ വല്ലാതെ വിഷമിച്ചു തുടങ്ങി. എമ്പാടും സുഹൃത്തുക്കളുള്ള, ഒരു നിമിഷംകൊണ്ട് ആരും തന്റെ സുഹൃത്താകുന്ന തരം 'ഫ്രീ' സമീപനം വെച്ചുപുലർത്തുന്ന തനിക്ക് ഇങ്ങനെ സംഭവിക്കുക എന്നുപറഞ്ഞാൽ "സോറി, സുരേന്ദ്രൻ സോറി," സുധാകരൻ അയാളുടെ നേരെ കൈനീട്ടിക്കൊണ്ട് പറഞ്ഞു.

പക്ഷേ, സുരേന്ദ്രൻ അയാളുടെ കൈകൾ നീട്ടിയില്ല. പകരം, അയാൾ ബൈക്കിൽ കയറിയിരുന്ന് കിക്കറിൽ കാലുവെച്ചുകൊണ്ട് പറഞ്ഞു:

"സുഹൃത്തേ, മറക്കരുത്. ങ്ങളിപ്പോ വലിയ ആളായിരിക്കും. പക്ഷേ, ആ പഴയ കാലമൊന്നും മറക്കാനേ പാടില്ല. ആ കാലമില്ലാതെ ങ്ങള് ഒരു ചുക്കുമല്ല."

സുധാകരന്റെ നെറ്റിയിൽ ഒരു ഞരമ്പ് പൊട്ടുന്നതുപോലെ തോന്നി. പക്ഷേ, എന്തെങ്കിലും പറയാൻ കഴിയുന്നതിനു മുമ്പ് സുരേന്ദ്രന്റെ കാൽ കിക്കറിലമരുകയും വണ്ടി സ്റ്റാർട്ടാവുകയും അത് മുന്നോട്ട് കുതിക്കുകയും ചെയ്തുകഴിഞ്ഞിരുന്നു.

ആഞ്ഞു പെയ്യുന്ന മഴയ്ക്ക് മുമ്പിൽ സുധാകരൻ വിറങ്ങലിച്ചു നിന്നു. അയാൾക്ക് വല്ലാത്ത അരിശവും സങ്കടവുമൊക്കെ ഊറിവന്നു. വൈകുന്നേരത്തെ സുഖകരമായ കൂടിച്ചേരലിന്റെ ലഹരി മുഴുവൻ വിട്ടിറങ്ങിയിരുന്നു.

തുടർന്നുള്ള ദിവസങ്ങളിൽ സുധാകരൻ പലപ്പോഴും ചിന്താകുലനായി മൗനംപാലിക്കുകയും ദേഷ്യപ്പെടുകയും ഒക്കെ ചെയ്തു. എപ്പോഴും പ്രസന്നവാനായി മാത്രം കാണപ്പെടുന്ന തന്റെ ഭർത്താവിനിതെന്തുപറ്റിയെന്ന് ലതികയും തങ്ങളോട് അങ്ങേയറ്റം അനുഭാവപൂർവ്വം ഇടപെടുന്ന സുധാകരേട്ടന് എന്തുപറ്റിയെന്ന് അയാളുടെ ഡി ടി പി -എസ് ടി ഡി സ്ഥാപനത്തിലെ ജോലിക്കാരും അത്ഭുതപ്പെടുകയും വിഷമിക്കുകയും ചെയ്തു. ലതിക ചോദിച്ചിട്ടും അയാൾ ഒന്നും പറയാൻ കൂട്ടാക്കിയില്ല.

മറ്റൊരാൾക്ക് നിസ്സാരമെന്ന് തോന്നാമെങ്കിലും സുധാകരന് അന്നത്തെ ആ രാത്രിയിലെ ഇടപെടൽ മറക്കാനാവുമായിരുന്നില്ല. ജീവിതത്തിൽ മറ്റെന്തിനേക്കാളും താൻ വിലമതിക്കുന്നത് മനുഷ്യരുമായുള്ള സൗഹൃദവും കൂട്ടായ്മയുമാണ്. ഇന്നേവരെ ആരും സുധാകരൻ തലക്കനംകൊണ്ട് പഴയ കൂട്ടുകാരെ മറന്നുവെന്ന് പറഞ്ഞിട്ടില്ല. ചുമട്ടുതൊ

ഴിലാളി മുതൽ സിനിമാതാരം വരെ നീളുന്ന നഗരത്തിലെ ഏറ്റവും വലിയ സൗഹൃദവലയത്തിന്റെ ഉടമയാണ് സുധാകരനെന്നത് വിഖ്യാതവുമാണ്. എന്നിട്ടിപ്പോ, കഴിഞ്ഞ രാത്രി...

രണ്ടാമത്തെ ഇടപെടലും മഴ പെയ്തുകൊണ്ടിരുന്ന ഒരു രാത്രിയിലാണ് ഉണ്ടായത്. ഒരു അവാർഡ് ചിത്രത്തിന്റെ സെക്കന്റ് ഷോ കഴിഞ്ഞ് തീയേറ്ററിൽനിന്ന് ഇറങ്ങുമ്പോൾ, ബൈക്ക് സ്റ്റാന്റിനടുത്തേക്ക് നടക്കവെയാണ് വിളി വന്നത്.

"സുധീ..."

പെട്ടെന്ന് തിരിഞ്ഞുനോക്കിയപ്പോൾ ഓവർക്കോട്ടും തൊപ്പിയും ഒക്കെ ധരിച്ച ഒരപരിചിതൻ. സുധാകരന് വല്ലാത്ത അന്ധാളിപ്പ് അനുഭവപ്പെട്ടു. ഇത് കഴിഞ്ഞ രാത്രിയിൽ കണ്ട സുരേന്ദ്രനാണോ, ഏയ് അല്ല, അയാൾക്ക് ഇത്രയും പൊക്കമില്ല. ഇല്ലായിരുന്നുവെന്ന് തോന്നുന്നു.

"ഏയ്, ങ്ങക്ക് നമ്മളെ മനസ്സിലായില്ലാന്ന് തോന്നുന്നു. സൂക്ഷിച്ച് നോക്കീന്. ഞാൻ കബീർ, ബത്തേരിയിൽവച്ച് ങ്ങക്ക് വേണ്ടി ഒത്തിരി ഗസല് പാടിക്കേൾപ്പിച്ച കബീർ.... കാലം കൊറേയായിരിക്കണു, അല്ലേ?"

സുധാകരൻ ആകെ ഒരു ഞെട്ടലായിരുന്നു. ഏത് കബീർ? ഈശ്വരാ ഇതൊരു നിനവോ അതോ വാഴ്വോ?

"മനസ്സിലായില്ല? തമാശതന്നെ. എത്ര എത്ര രാത്രികളില്, നാടകം കളിച്ച് ക്ഷീണിച്ചുവന്ന് കിടക്കുമ്പോൾ, ങ്ങളെ നമ്മള് ഗസലുകള് പാടി രസിപ്പിച്ചിരിക്കണ്! ങ്ങള് അതൊക്കെയങ്ങ് മറക്കാ."

"സുഹൃത്തേ, സത്യമായിട്ടും എനിക്ക് നിങ്ങളെ മനസ്സിലാകുന്നില്ല. അല്ലാ, ഒന്ന് ചോദിച്ചോട്ടെ.... നിങ്ങള് ഒരു തമാശ നമ്പറിടുകയല്ലേ?" സുധാകരൻ മടിച്ചുമടിച്ചു ചോദിച്ചു.

"തമാശയോ..... ങ്ങളെന്താ ഈ പറയിന്... ങ്ങള് നമ്മളെ സുയിപ്പാക്കുകയാ..... സുധി ഇപ്പോ വല്യ കലാകാരനാന്നൊക്കെ വായിച്ചും കേട്ടും അറിയാറുണ്ട്, അപ്പഴൊക്കെ സന്തോഷവും തോന്നിയിരുന്നു. പക്ഷേങ്കില്, ങ്ങള് പഴയതൊക്കെ മറക്കാന്ന് തോന്ന്ണു." കബീറിന്റെ സ്വരം പരുഷമായിരുന്നു.

"കബീർ..... നിങ്ങള് തെറ്റിദ്ധരിച്ചിരിക്കുന്നു. സത്യമായും എവിടെയോ ഒരു പിശകുണ്ട്. അല്ലാതെ നിങ്ങള് കരുതുംപോലെ ഞാൻ ഒന്നും മറന്നുപോകുന്ന ആളല്ല." സുധാകരൻ ദൃഢമായി അയാളുടെ മുഖത്തേക്കുനോക്കി.

"അതേ ഒരു പിശകുണ്ട് ങ്ങക്ക് തന്നെ." കബീർ അയാളുടെ മോപ്പഡ് സ്റ്റാന്റിൽ നിന്നിറക്കി അതിൽ കയറിയിരുന്നു.

"സുധീ, മറക്കരുത്, പഴയകാലമൊന്നും മറക്കരുത്." കബീറിന്റെ വാക്കുകൾ അയാൾക്കൊപ്പം മഴയിലേക്ക് ഊർന്നു. പാറി വീഴുന്ന മഴയിലൂടെ കബീറും മോപ്പഡും അപ്രത്യക്ഷമായി. അയാൾ പോയിക്കഴിഞ്ഞപ്പോഴാണ് കബീറെന്നു പറയുന്ന ആ മനുഷ്യനെ ബലമായി തടഞ്ഞു നിർത്തേണ്ടതായിരുന്നെന്നും അയാളെ നഖശിഖാന്തം ചോദ്യം ചെയ്യേ

ണ്ടതായിരുന്നെന്നും സുധാകരന് തോന്നിയത്. ഇത് എന്തിന്റെ പുറപ്പാടാണ്!

കബീറിന്റെ ഇടപെടൽകൂടി കഴിഞ്ഞതോടെ സുധാകരന്റെ മനസ്സ് വല്ലാതെ കലുഷമായി. തുടർന്ന് ലതികയും ജീവനക്കാരും മാത്രമല്ല അടുത്ത സുഹൃത്തുക്കൾക്കും സുധാകരനെ എന്തോ ഒരു പ്രശ്നം അലട്ടുന്നുണ്ടെന്ന് മനസ്സിലായി. പക്ഷേ, അയാൾ ആരോടും ഒന്നും പറഞ്ഞില്ല.

പിന്നെ, ഒരാഴ്ച കഴിഞ്ഞാണ് മൂന്നാമത്തെ ഇടപെടൽ ഉണ്ടായത്. ഇത്തവണ നട്ടുച്ചനേരത്ത്, ബസ്സ്റ്റാന്റിൽവച്ച്. ഒരു ദിനേശൻ. ഓർമ്മിപ്പിക്കാൻ ശ്രമിക്കുക, പിന്നെ കുറ്റപ്പെടുത്തൽ... എല്ലാം നടന്നു. കൂടുതലെന്തെങ്കിലും ചോദിക്കാൻ കഴിയുന്നതിനുമുമ്പ് അയാൾ ഒരു എക്സ്പ്രസ് ബസിൽ ചാടിക്കയറി അകന്നു.

പിന്നെ, സുധാകരന് ഇടപെടലുകളുടെ എണ്ണവും പേരുകളുമെല്ലാം അപ്രസക്തമായി മാറി. കാരണം, ആഴ്ചയിലൊരിക്കലെങ്കിലും ജനകീയ നാടകവേദിക്കാലത്തുനിന്ന് ഒരാൾ അയാളുടെ മുമ്പിൽ അവതരിച്ചുകൊണ്ടിരുന്നു. ഓരോന്നിന്റെയും ഒടുക്കം സുധാകരൻ പഴയകാലമെല്ലാം മറന്ന തലക്കനക്കാരനായി മുദ്രകുത്തപ്പെട്ടു.

ഇത്രയേറെ അടുപ്പമുള്ള ആളുകളെ താൻ എങ്ങനെ മറക്കുന്നുവെന്നോർത്ത് സുധാകരൻ വിമ്മിട്ടപ്പെട്ടു. ഓരോരുത്തരും ഓരോ രീതികളിൽ തന്നെ സഹായിക്കുകയും സാന്ത്വനിപ്പിക്കുകയും ചെയ്ത ആളുകൾ. പക്ഷേ, എല്ലാവരെയും താൻ മറന്നിരിക്കുന്നു. വമ്പിച്ച സുഹൃദ്വലയമൊന്നൊക്കെ പറയുന്നത് വെറും പൊള്ളത്തരം. ഈ മനുഷ്യർ പറയുന്നതുപോലെ പേരും പെരുമയുമായതോടെ പഴയ കൂട്ടായ്മകളെല്ലാം നഷ്ടപ്പെട്ട് താൻ വെറും ഒരു ഊതിവീർപ്പിച്ച കുമിളയായോ?

അതോ, തനിക്കജ്ഞാതമായ ഏതോ ശക്തികൾ നടത്തുന്ന ഒരു ഗൂഢാലോചനയാണോ ഇതെല്ലാം? വെറുതെ സന്തോഷിച്ച് ജീവിക്കുന്ന തന്റെ സമനില തകർക്കാൻ നടത്തുന്ന ഗൂഢശ്രമങ്ങൾ!

ദിനംപ്രതി, സ്വയം കുറ്റപ്പെടുത്തലുകളിലും സംശയങ്ങളിലും ഊയലാടി സുധാകരൻ ക്ഷീണിതനായിക്കൊണ്ടിരുന്നു. സുഹൃത്തുക്കളുമൊത്ത് ബാറുകളിലും പുറത്തുമൊക്കെ കറങ്ങിനടക്കുന്ന വേളകൾ ഏറെ കുറഞ്ഞു. സംഭാഷണ ചതുരനായ അയാളുടെ സംസാരംതന്നെ വളരെ കുറഞ്ഞു. ഒട്ടേറെപ്പേർ ഏറെ പ്രതീക്ഷയോടെ കാത്തിരുന്ന സിനിമയിലേക്കുള്ള ശക്തമായ കുതിപ്പിനെ അയാൾ തികഞ്ഞ ഉദാസീനതയോടെ സമീപിക്കാൻ തുടങ്ങി. അതിനായി നടത്തേണ്ട യാതൊരു ഒരുക്കവും ഏറ്റെടുക്കാൻ സുധാകരൻ തയ്യാറായില്ല. ഓരോ ഇടപെടൽ കഴിയുമ്പോഴും ഇനിയെന്നാണ് അടുത്ത ഇടപെടലെന്നോർത്ത് അയാൾ ഉൽക്കണ്ഠപ്പെടുകയും ഭയചകിതനാവുകയും ചെയ്തു. ഈ നില തുടരുകയാണെങ്കിൽ തന്റെ ജീവിതം തുലഞ്ഞതുതന്നെയെന്ന് സുധാകരന് മനസ്സിലായി. ഈ ഇടപെടലുകളിൽനിന്ന് രക്ഷപ്പെടാൻ എന്താണൊരു പോംവഴി. അയാൾ തലപുകഞ്ഞാലോചിച്ചു. പക്ഷേ, ഒറ്റയ്ക്കുള്ള ഏതെ

ങ്കിലുമൊരു വേളയിൽ ഇടപെടലുകളുണ്ടാവുകയും തുടർന്ന് അയാളുടെ കുറ്റബോധം വർദ്ധിക്കുകയും ചെയ്തു. ഭാര്യ ലതിക അയാൾക്കുവേണ്ടി നടത്തിയ വഴിപാടുകൾക്കും സുഹൃത്തുക്കളുടെ സ്നേഹപൂർണ്ണമായ പെരുമാറ്റത്തിനുമൊന്നും സുധാകരനിൽ ഒരു മാറ്റവും ഉണ്ടാക്കാൻ കഴിഞ്ഞില്ല.

ഒടുക്കം, ഒരു നാൾ സുധാകരൻ തന്നെ തന്റെ പ്രശ്നത്തിന് ശാശ്വതമായ പരിഹാരം കണ്ടെത്തി.

ആയിടെമാത്രം നഗരത്തിലെത്തിയിരുന്ന ഇന്റർനെറ്റിൽ സുധാകരന്റെ സ്ഥാപനവും ഒരു കണക്ഷൻ എടുത്തിരുന്നു. ഒരു നേരംകൊല്ലി എന്ന നിലയിൽ സുധാകരൻ ആദ്യം അതിനെ സമീപിച്ചു. പക്ഷേ, ഏതാനും ദിനങ്ങൾക്കകം സുധാകരനും മനസ്സിലായി, ഇതുതന്നെ തന്റെ അഭയകേന്ദ്രം. മൗസിന്റെ അനായാസ ചലനങ്ങളിലൂടെ, സൗമ്യമായ വിരൽസ്പർശങ്ങളിലൂടെ, അപാരസ്ഥലരാശികളിലൂടെ, സമയപഥങ്ങളിലൂടെ പ്രയാണം. ഒരാളെയും കാണേണ്ട. ഒരാളോടും സംസാരിക്കേണ്ട. ഒന്നും ഓർക്കേണ്ട, ഒന്നും അനുഭവിക്കേണ്ട മഴയുടെ തണുപ്പും നനുത്ത ലഹരിയുടെ ചൂടും ചങ്ങാത്തത്തിന്റെ ചൂരും ഒന്നുമിവിടെ ആവശ്യമില്ല.

സൈബർ സ്പേസിന്റെ ആകാശഗംഗകൾക്കപ്പുറത്ത് അപ്രത്യക്ഷനായ സുധാകരനെ പിന്നീട് ആരും കണ്ടിട്ടില്ല. സുധാകരന് പിന്നീടൊരിക്കലും ഇടപെടലുകളും നേരിടേണ്ടിവന്നിട്ടില്ല.

സൈബർസ്പേസിൽ, നിത്യശാന്തി മാത്രം.

ദേശീയമൃഗം

കൊടുംവേനലിൽ, കാട്ടിലെ എല്ലാ നീർച്ചാലുകളും തടങ്ങളും കുളങ്ങളും വറ്റിവരണ്ടു. ഒരു തുള്ളി വെള്ളമില്ല. പുൽമേടുകളും ഉണങ്ങിക്കരിഞ്ഞുനിന്നു. മാനുകളും മറ്റു ചെറുമൃഗങ്ങളും മറ്റെവിടേക്കോ പോയി.

കുറെ നാൾ മുമ്പ്, തന്റെ ഒരെതിരാളിയുമായുള്ള വഴക്കിൽ, വല്ലാത്തൊരു മുറിവുണ്ടായി അവശത ബാധിച്ചിരുന്ന ഒരു വയസ്സൻ കടുവ വിശപ്പും ദാഹവുംകൊണ്ട് ആകെ വലഞ്ഞു. കാട്ടിൽനിന്നാൽ, തനിക്കിനി നാളുകൾ അധികമില്ല എന്ന് അതിനുമനസ്സിലായി.

പതുക്കെ, കടുവ കാട്ടിനു പുറത്തേക്ക് വെള്ളവും ഭക്ഷണവുംതേടി യാത്ര തുടങ്ങി.

ഒടുവിൽ കടുവ കാടിന്റെ ഓരത്തെത്തി. അപ്പുറം ഒരു മൈതാനമാണ്. അതിനപ്പുറം വീടും കൃഷിയിടങ്ങളും.

അപ്പോഴാണ് കടുവ അത് കണ്ടത്. മൈതാനത്തിന്റെ ഒരു ഭാഗത്ത് ആ ജീവി. നാലു കാലുകളും കുളമ്പുകളും കൊമ്പുകളും ചാരവും വെള്ളയും കലർന്ന നിറങ്ങളുമുള്ള ജീവി.

ആ ജീവി കടുവയെയും കണ്ടു. ജീവിയുടെ കണ്ണുകൾ മാരകമായി തിളങ്ങാൻ തുടങ്ങി. കൊമ്പുകൾ കുറെക്കൂടി നീണ്ട് മൂർച്ചയുള്ളതായി. ജീവി വായ തുറന്നു. പല്ലുകൾ ഇപ്പോൾ ദംഷ്ട്രകളായി. കുളമ്പുകളിൽനിന്ന് അരമുള്ള നഖങ്ങൾ നീണ്ടു.

കടുവ ഒന്നു പരുങ്ങി.

അപ്പോൾ കൈയിൽ ശൂലങ്ങളും നെറ്റികളിൽ വലിയ ഭസ്മക്കുറികളും കാവിവസ്ത്രങ്ങളുമായി ഒരു സംഘം ആ ജീവിയുടെ മുന്നിലേക്ക് നടന്നുവന്നു. അവർ ജീവിയെ താണുവണങ്ങി.

"ജയ് ഭാരത് മാതാ.."

അവർ അലറിവിളിച്ചു. അതുകേട്ട് ജീവി ഒന്ന് തലകുലുക്കി. വീണ്ടും കടുവയുടെനേരെ നോക്കി.

അവശേഷിക്കുന്ന പ്രാണനുമായി കടുവ കാടിനുള്ളിലേക്ക് ഓടിത്തുടങ്ങി.

"ജയ് ഭാരത് മാതാ.."

വീണ്ടും ദിഗന്തങ്ങൾ നടുങ്ങുമാറ് അലർച്ചകൾ മുഴങ്ങി.

നാറാണത്ത് ഭ്രാന്തൻ

ആരാണ് ആദ്യം കണ്ടതെന്ന് അറിഞ്ഞുകൂടാ. ആരാണ് അക്കാര്യം കവലയിൽ വന്ന് ആദ്യം പറഞ്ഞതെന്നും അറിഞ്ഞുകൂടാ. പക്ഷേ, എന്തായാലും ഒറ്റ പകൽ തികച്ച് വേണ്ടിവന്നില്ല. ഞങ്ങടെ നാട്ടിലും സമീപത്തുമൊക്കെ ഇതറിയാത്തവരായി ആരുമിപ്പോഴില്ല.

സംഭവം തുടങ്ങിയിട്ട് അധിക ദിവസങ്ങളായിട്ടുണ്ടാവില്ല. രണ്ടാഴ്ച മുമ്പ് ഒരു രാഷ്ട്രീയ കൊലപാതക കേസിലെ പ്രതികൾ ഒളിച്ചു താമസിക്കുന്നുണ്ടെന്ന വിവരം വച്ച് വെട്ടിമല മുഴുവൻ പൊലീസ് സംഘം അരിച്ചു പെറുക്കിയിരുന്നു. അതിന്റെ പിന്നാലെ ചാനലുകാരും പത്രക്കാരുമെല്ലാം. അന്നൊന്നും ഈ കക്ഷി അവിടെയില്ലായിരുന്നു.

രാവിലെ ഒരൊമ്പത് മണിയോടെ അയാൾ പരിപാടി തുടങ്ങും. വെട്ടിമലയുടെ പടിഞ്ഞാറെ ചരുവിലുള്ള കൈത്തോടിന്റെ ഓരത്ത് നിന്നാണ് തുടങ്ങുന്നത്. സുമാർ അമ്പത് കിലോയെങ്കിലും ഭാരം മതിക്കുന്ന ഒരു പാറക്കല്ല് അയാൾ അവിടെ നിന്ന് ഉരുട്ടിത്തുടങ്ങും. തുടങ്ങിയാൽ പിന്നെ ഒറ്റപിടിയാണ്. ഉച്ചയ്ക്ക് മലയുടെ ഉച്ചിയിലെത്തിച്ചിട്ടേ അടങ്ങൂ. ശരിക്കും കിഴുക്കാംപാടായ, ഒരു തണലുമില്ലാത്ത കയറ്റത്തിലൂടെയാണ് കല്ല് ഉരുട്ടിക്കയറ്റുന്നത്. ചുട്ടുപഴുത്തു കിടക്കുന്ന പാറക്കൂട്ടങ്ങളും ഞെരിഞ്ഞിൽ മുള്ളുകളും തീരെ പച്ചപ്പില്ലാത്ത ഒരുതരം കുറ്റിച്ചെടികളും നിറഞ്ഞ ആ ഭാഗത്തുകൂടി വെറുതെ കൈയുംവീശി കുന്ന് കയറുകാന്ന് പറഞ്ഞാൽ പോലും കുറച്ച് കടുപ്പമാണ്. മലയുടെ എതിർഭാഗത്തെ ചെരുവിലാണ് വലിയ മരങ്ങളും തണലുമൊക്കെയുള്ള കാട് പടർന്നു കിടക്കുന്നത്. മലയുടെ ഉച്ചിയെന്നു പറയുമ്പോ വോളിബോൾ കോർട്ടിന്റെ വലിപ്പമുള്ള ഒരു തടമാണ്. തടത്തേൽ ഒറ്റയ്ക്കൊരു കാട്ടുമരവും അതിന്റെ ചോട്ടിൽ ഏത് വറവിലും വറ്റാതെ കിടക്കുന്ന ചെറിയൊരു കുളവും.

കല്ല് ഉരുട്ടി ഉച്ചിയിലെത്തിച്ചാൽ പിന്നെ കുറേസമയം ആ കുളത്തിലെ

വെള്ളവും കുടിച്ച് മരച്ചോട്ടിൽ മയക്കം. ഉണർന്നുകഴിയുമ്പോൾ ആ കല്ലിനെ താഴേക്ക് ആഞ്ഞൊരു തള്ളലാണ്. കല്ല് കിഴുക്കാംപാട് ഉരുണ്ടുരുണ്ട് വീണ്ടും കൈത്തോടിന്റെ ഓരത്ത്. അതോടെ ഉച്ചത്തിൽ കൈകൊട്ടി നീണ്ട പൊട്ടിച്ചിരി. വെട്ടിമലയുടെ ഉച്ചിയിലൂടെ വീശുന്ന കാറ്റിന്റെ മുഴക്കവും ആ പൊട്ടിച്ചിരിയും തമ്മിൽ അല്പസമയത്തെ മത്സരം.

പുതിയ നാറാണത്ത് ഭ്രാന്തൻ!

രായിരനെല്ലൂർ മലയിലെ പറയിപെറ്റ പന്തിരുകുലാംഗമായ പഴയ നാറാണത്ത് ഭ്രാന്തന്റെ പുതിയ അവതാരം. ഇപ്പോൾ തെക്കൻദേശത്താണെന്ന് മാത്രം.

ചാനലുകാർക്കും പത്രക്കാർക്കും നല്ലൊരു കോളുതന്നെയായി. കുറച്ച് ദിവസം മുന്നേ കൊലക്കേസ് പ്രതിക്ക് വേണ്ടിയുള്ള തെരച്ചിലൊഴികെ യാതൊരു ഒച്ചപ്പാടും ഇല്ലാതെ കാലങ്ങളായി ഉറങ്ങിക്കിടന്ന ഞങ്ങളുടെ ഗ്രാമം ഇപ്പോൾ ചാനൽ-പത്ര ഫീച്ചറുകളിൽ നിറഞ്ഞു നില്ക്കുകയാണ്. ഫീച്ചറുകൾ വായിച്ചും, കണ്ടും അറിഞ്ഞ് പല സ്ഥലങ്ങളിൽ നിന്നും എത്രയെത്ര ആൾക്കാരാണ് ദിവസേന ഇങ്ങോട്ട് വരുന്നത്. അതോടെ രാഘവൻ പിള്ളേച്ചന്റെ ചായക്കടയ്ക്കും. രാജപ്പന്റെ സർബത്ത് കടയ്ക്കുമൊക്കെ ശുക്രദശയായി.

പക്ഷേ, കാര്യങ്ങളിങ്ങനെ ഉഷാറായിട്ടും ആരാണീ പുതിയ നാറാണത്ത് ഭ്രാന്തനെന്നോ എന്താണയാളുടെ ഉദ്ദേശമെന്നോ ഒരെത്തും പിടിയും ആർക്കും കിട്ടുന്നില്ല. പലരും പലതും അയാളോട് സംസാരിക്കാൻ ശ്രമിച്ചിട്ടും അയാളിൽനിന്നും ഒരു വാക്കുപോലും വീണ് കിട്ടുന്നില്ല. ഒരുവേള, ഊമയാണോയെന്നും ഞങ്ങൾ സംശയിച്ചു. എന്തായാലും ഒരിക്കലും ഒരു വാക്കും അയാൾ ഉരിയാടിയില്ല. കറുത്ത ഒറ്റമുണ്ട് മാത്രം വേഷമുള്ള, എത്രയാണ് പ്രായമെന്ന് തിട്ടപ്പെടുത്താനാവാത്ത അയാളെ ആർക്കും ഇതിനുമുമ്പ് എങ്ങും കണ്ടതായി പരിചയവുമില്ല.

നീണ്ട താടിയും മുടിയുമൊക്കെ ഉണ്ടെങ്കിലും അയാൾക്ക് മൊത്തത്തിലൊരു വൃത്തിയുണ്ടെന്നതും അതിശയമായിരുന്നു. കൈത്തോടിലെ വെള്ളത്തിൽ നിത്യവും രണ്ട് നേരം ശരിക്ക് ഉരച്ച് കുളിയും ഏതോ കാട്ടിലകൾ കൊണ്ട് പല്ല് ശുചിയാക്കലും ഒക്കെയുണ്ട്.

ഇതിനോടകം ആരൊക്കെയോ സന്ന്യാസിയെന്നും സിദ്ധനെന്നോ കരുതിയോ അതോ വെറും ദയകൊണ്ടോ ഇടയ്ക്ക് കുറച്ച് അരിയും പയറുമൊക്കെ അയാൾക്ക് കൊടുത്തു തുടങ്ങി. തോടിന്റെ കരയിൽ അയാൾ രാത്രി ഉറങ്ങുന്നിടത്ത് തന്നെ ഒരടുപ്പ് കല്ല് കൂട്ടി അയാൾ തന്നെ അതൊക്കെ പാകം ചെയ്തു.

ദിവസങ്ങൾ കടന്നുപൊയ്ക്കൊണ്ടിരുന്നു. പുതിയ നാറാണത്ത് ഭ്രാന്തൻ വെട്ടിമലയിൽ അങ്ങനെ സ്ഥിരവുമായി. ഏത് കൗതുകവാർത്തയുടേതുമെന്ന കാര്യത്തിലെന്നപോലെ ചാനലുകാരും പത്രക്കാരും ആദ്യത്തെ ആവേശം കഴിഞ്ഞതോടെ ഭ്രാന്തനെ മറന്നും തുടങ്ങി.

എങ്കിലും ഞങ്ങൾ നാട്ടുകാർക്കോ, മറ്റ് ദേശങ്ങളിൽനിന്ന് വീണ്ടും

വന്നുകൊണ്ടിരിക്കുന്ന കാണികൾക്കോ അങ്ങനങ്ങു മറക്കാൻ പറ്റുമോ? അയാളെക്കുറിച്ച് പലകഥകളും എല്ലാവരും മെനഞ്ഞു. ഒരുപക്ഷേ, ഏതോ നാട്ടിൽ ഏതോ ഭീകരകുറ്റകൃത്യം നടത്തിയിട്ട് വേഷം മാറി നടക്കുന്ന ഒരുത്തനാകാം എന്ന് കുറേപ്പേർ അഭിപ്രായപ്പെട്ടു. അതല്ല, ഏതോ ജീവിത നൈരാശ്യത്തിൽപെട്ട് മനസ്സ് തിരിഞ്ഞ് പോയ നല്ലേതെങ്കിലും കുടുംബത്തിലെ അംഗമാകാമെന്ന് മറ്റ് ചിലർ. അല്ലാ, ഇയാൾ വലിയ ജ്ഞാനിയും, പണ്ഡിതനുമാകാമെന്ന് വേറെ കുറേ പേർ. ധാരാളം ജ്ഞാനവും പാണ്ഡിത്യവുമൊക്കെ ആയപ്പോൾ ജീവിതം ഒരു മായയാണെന്ന് കണ്ടെത്തുകയും അത് പഴയ നാറാണത്ത് ഭ്രാന്തനെപ്പോലെ പുതിയകാലത്തും കല്ലുരുട്ടി കയറ്റത്തിന്റെയും താഴോട്ട് തള്ളിയിടുന്നതിന്റെയും പ്രക്രിയയിലൂടെ ലോകത്തിന് കാണിച്ച് കൊടുക്കുകയുമാണെന്ന് അവർ പറഞ്ഞു.

എന്നാൽ ഒടുവിൽ പറഞ്ഞതാണ് സത്യമെങ്കിൽ, അയാളോട് സഹതപിക്കുക മാത്രമേ വഴിയുള്ളു. കാരണം ഏതൊക്കെ ആരൊക്കെ പറഞ്ഞാലും ജീവിതം മായയാണെന്നും ഞങ്ങടെ നാട്ടുകാർ സമ്മതിക്കുകയില്ല. ഗൾഫിൽനിന്നും അമേരിക്കയിൽനിന്നും, യൂറോപ്പിൽനിന്നും ഞങ്ങടെ ചെറുപ്പക്കാർ അയച്ചുതരുന്ന പണംകൊണ്ട് വല്യ കൊട്ടാരങ്ങൾ പണിയുകയും എവിടേയും സ്ഥലം വാങ്ങിക്കൂട്ടുകയുമാണ് ഞങ്ങടെ പ്രധാന വിനോദം. ആകെ പ്രഷറും ഷുഗറും കൊളസ്ട്രോളുമൊക്കയായി, ജീവിതങ്ങൾ ആസ്വദിക്കാവുന്ന പലതും ഡോക്ടർമാരാൽ വിലക്കപ്പെട്ടവരാണെങ്കിലും ഞങ്ങൾക്ക് എത്ര കൊട്ടാരങ്ങൾ കെട്ടിയാലും പ്ലോട്ടുകൾ, വാങ്ങിക്കൂട്ടിയാലും മതിയാകില്ല. അപ്പോഴാണ് ജീവിതം മായയാണ്. സമ്പാദ്യങ്ങളിലൊന്നും വല്യ കാര്യമില്ല എന്ന് നാറാണത്ത് ഭ്രാന്തനല്ല, ദൈവം തമ്പുരാൻ വന്ന് നേരിട്ട് പറഞ്ഞാലും ഞങ്ങടെ മുമ്പിൽ ഏശാൻ പോകുന്നില്ല.

അങ്ങനെയിരിക്കവേ, അതാ പുതിയൊരു വിശേഷം. വടക്കൻ കേരളത്തിൽ നിന്ന് ഒരു പ്രൊഫസറും ശിഷ്യന്മാരും ഇവിടെ എത്തിയിരിക്കുന്നു. അവർ ഞങ്ങടെ ഭ്രാന്തനെക്കുറിച്ച് ഒരു ശാസ്ത്രീയ ഗവേഷണം നടത്തുകയാണത്രേ. എന്നുവച്ചാൽ, വെട്ടിമലയിലെ ഭ്രാന്തൻ പണ്ടത്തെ നാറാണത്ത് ഭ്രാന്തന്റെ താവഴിയിൽ പെടുന്ന ഒരാളാണെന്ന് സ്ഥാപിക്കാനുള്ള ശ്രമമാണ്. പറയിപെറ്റ പന്തിരുകുലത്തിന്റെ വള്ളുവനാട്ടിലെ ഇപ്പോഴത്തെ പിൻഗാമികളുടെ ഡി. എൻ. എ.യും ഇയാളുടെ ഡി. എൻ. എയും തമ്മിൽ പരിശോധിച്ച് പൊരുത്തം കണ്ടെത്തുക എന്നതാണ് അതിലെ പ്രധാന ഇനം. അങ്ങനെ സ്ഥാപിക്കാനായാൽ, അത് ഫോക്ക്ലോർ പഠനത്തിലും ഐതിഹാസികചരിത്ര പഠനത്തിലുമൊക്കെ വലിയ ഒരു സംഭവമാകുമത്രേ.

പ്രൊഫസറും സംഘവും അടുത്തുള്ള ടൗണിലെ ഹോട്ടൽ മുറിയെടുത്ത് ശ്രമം തുടങ്ങി. പക്ഷേ, ദിവസങ്ങൾ കഴിഞ്ഞിട്ടും ഒരു ചെറിയ എന്നാൽ സുപ്രധാനമായ കാര്യം മാത്രം നടക്കുന്നില്ല. ഭ്രാന്തൻ തന്റെ ശരീരത്തിൽനിന്നും ഒരുതുള്ളി രക്തമെങ്കിലും നല്കാൻ തയ്യാറായാൽ

മാത്രമേ ഇപ്പറഞ്ഞ ഡി.എൻ.എ പഠനം നടക്കൂ. എത്രമേൽ കിണഞ്ഞ് പരിശ്രമിച്ചിട്ടും പ്രൊഫസർക്ക് ഭ്രാന്തന്റെ ശരീരത്തിൽനിന്നും രക്തമെടുക്കാൻ സാധിക്കുന്നില്ല. ഭ്രാന്തൻ തന്റെ ഒരു രോമത്തിൽ തൊടാൻ പോലും ആരെയും അനുവദിച്ചില്ല.

ഭ്രാന്തൻ രാത്രിയിൽ ഉറങ്ങിക്കിടക്കുമ്പോൾ രക്തമെടുക്കാൻ നടത്തിയ ശ്രമവും പാഴിലായി. ഗാഢനിദ്രയിലായിരുന്നെങ്കിലും ഒരന്യസാന്നിദ്ധ്യം എത്രയോ ദൂരെ നിന്നോ അയാൾ മണത്തറിഞ്ഞു. സിറിഞ്ചുമായി വന്നവൻ ജീവനുംകൊണ്ടോടി.

ഇത് മാത്രവുമല്ല, ഭ്രാന്തനെ ഒരു പരീക്ഷണവസ്തുവാക്കാൻ പാടില്ല. അത് മനുഷ്യാവകാശ ലംഘനമാണ് എന്ന വാദവുമായി ബോധിസത്യൻ എന്ന മനുഷ്യാവകാശ പ്രവർത്തകനും കൂട്ടരും രംഗത്തെത്തി. ബോധിസത്യനും പ്രൊഫസറും സെമിനാറുകളിലും ചാനൽ ചർച്ചകളിലും വീറോടെ ഏറ്റുമുട്ടി. എന്തായാലും ഭ്രാന്തൻ സഹകരിക്കുകയില്ല എന്ന് വന്നതോടെ ഒരുനാൾ പ്രൊഫസർ നിരാശയോടെ തന്റെ ഗവേഷണശ്രമം അവസാനിപ്പിച്ച് സ്ഥലംവിട്ടു.

വീണ്ടും ഭ്രാന്തൻ സ്വസ്ഥമായി തന്റെ കല്ലുരുട്ടലും ഇറക്കവുമായി നാളുകൾ പോക്കി. പക്ഷേ, അധികനാൾ നീണ്ടില്ല.

ഒരു ദിവസം രാവിലെ വെട്ടിമലയുടെ ചുവട്ടിൽ മണിയടിച്ചും മന്ത്രോച്ചാരണങ്ങളും കേട്ടാണ് ഞങ്ങളുണർന്നത്. കൈത്തോടിന്റെ കരയിൽ, ഭ്രാന്തൻ സ്ഥിരമായി കിടന്നുറങ്ങുന്നിടത്ത് പൂജ നടക്കുകയാണ്. വേഗം തന്നെ ഞങ്ങളറിഞ്ഞു അതേ, അതൊരു പുണ്യസ്ഥലമാണ്., അവിടെ ഒരമ്പലം ഉയരാൻ പോകുകയാണ്. ഭഗവതി, വെട്ടിമല ഭ്രാന്തന് അവിടെ വച്ച് ദർശനം നല്കിയത്രേ.

അങ്ങനെയൊരു ദർശനത്തെക്കുറിച്ച് എങ്ങനെ പുറത്തറിഞ്ഞു എന്നൊരു ചോദ്യം ആരോ ഉന്നയിച്ചു. ഒന്നും മിണ്ടാത്ത ഭ്രാന്തൻ അങ്ങനെ പറഞ്ഞോ! ആ ചോദ്യം ഉന്നയിച്ചവന് അന്ന് രാത്രിതന്നെ ഇരുട്ടടി കിട്ടി ആശുപത്രിയിലാക്കേണ്ടി വന്നതോടെ പിന്നങ്ങനൊരു ചോദ്യം എങ്ങുനിന്നും ഉയർന്നില്ല.

അതിവേഗമാണ് നല്ലൊരമ്പലം അവിടെ പൊങ്ങിയത്. നല്ല നടവരവുള്ള അമ്പലം.

പക്ഷേ, ഇതിനിടെ മറ്റൊന്ന് സംഭവിച്ചിരിക്കുന്നു. ഭ്രാന്തൻ അവിടെ നിന്ന് മാറി വെട്ടിമലയുടെ ചുവട്ടിലെ മറ്റൊരുഭാഗത്ത് തന്റെ പൊറുതി തുടങ്ങി. ഇപ്പോൾ കല്ലുരുട്ടി കയറ്റവും അവിടെനിന്നാണ്. ഭ്രാന്തൻ അമ്പലത്തിൽനിന്നും ഉയരുന്ന കതിനാകൾക്കും കോളാമ്പി ശബ്ദങ്ങൾക്കുമെതിരെ കാതുകൾ കൊട്ടിയടച്ച് തന്റെ പ്രിയപ്പെട്ട കല്ലുമായി മലയുടെ ഉച്ചിയിലേക്കും താഴ്വാരത്തേക്കും നിത്യവും കാലുകൾ നീട്ടിവച്ചു.

കുറേ നാളുകൾകൂടി അങ്ങനെ പോയി. അപ്പോഴതാ പുതിയൊരു വിശേഷം. അമ്പലം സ്ഥാപിക്കുന്നതിൽ പ്രമുഖനും ഒരു കോൺട്രാക്ടറുമായ രാജശേഖരകൈമൾ വെട്ടിമല മൊത്തമായി കൈക്കലാക്കിയിരി

ക്കുന്നു. വെട്ടിമലയിൽ വൻ സാദ്ധ്യതയുള്ള പാറമടകൾ കൈമൾ തുറക്കുകയാണ്. ഒപ്പം കൈമളിന്റെയും കൂട്ടാളികളുടെയും കമ്പനി അവിടെ എതിർചരിവിൽ ഒരു ആഡംബര റിസോർട്ട്വില്ല പദ്ധതിയും തുടങ്ങുന്നു.

കേട്ടതൊന്നും തെറ്റായിരുന്നില്ല. ജെ.സി.ബികളും എസ്കലേറ്ററുകളും ടിപ്പറുകളും വെട്ടിമലയിലേക്ക് ഉരുണ്ട് തുടങ്ങി. ഭ്രാന്തൻ കല്ല് ഉരുട്ടിക്കയറ്റുന്ന ചരിവിൽ റിസോർട്ട്-വില്ലകളും പണി തുടങ്ങി.

പണികൾ തുടങ്ങിയിട്ടും ആദ്യം കുറേ നാളുകൾ ഭ്രാന്തനെ അവിടെ കണ്ടിരുന്നു.

പക്ഷേ, ഒരു പുലരിയിൽ വെട്ടിമല കണ്ണ് തുറന്നപ്പോൾ ഭ്രാന്തനെ അവിടെയെങ്ങും കാണാനില്ലായിരുന്നു. ചാരം മൂടിക്കിടക്കുന്ന അടുപ്പ് കല്ലുകൾ മാത്രം അവിടെയുണ്ട്. എവിടെയോ ചുറ്റിത്തിരിഞ്ഞ് അടുത്ത ദിവസം തന്നെ അയാൾ അവിടേക്ക് തിരിച്ചെത്തുമെന്ന് എല്ലാവരും പ്രതീക്ഷിച്ചു.

എന്നാൽ അത് സംഭവിച്ചില്ല. ദിവസങ്ങൾ കടന്നുപോകവെ, ഞങ്ങൾ മനസ്സിലാക്കി, ഭ്രാന്തൻ വെട്ടിമലയും ഞങ്ങളുടെ നാടും വിട്ട് പോയിരിക്കുന്നു. ഇനി ഒരിക്കലും തിരിച്ചുവരവിലാത്തവിധം! അങ്ങനെതന്നെ ഞങ്ങൾ വിശ്വസിച്ചു.

ഇനി തിരിച്ചുവന്നാൽ കല്ല് ഉരുട്ടിക്കയറ്റാൻ, അതിന് വെട്ടിമല ബാക്കിയുണ്ടാകുമോ എന്ന് ആരോ ചോദിച്ചതിന് ഉത്തരമില്ലായിരുന്നു.

ങ്ഹാ, വളരെ വിചിത്രമായ ഒരു കാര്യവുമുണ്ടായിരുന്നു. ഭ്രാന്തൻ പോയതോടെ, ആ കല്ലും കാണാതായിരുന്നു. കാണാതായതിന്റെ തലേന്നും കല്ല് ഉരുട്ടിക്കയറ്റുന്നതും താഴേക്ക് ഉരുട്ടുന്നതും പലരും കണ്ടതാണ്. ഭ്രാന്തൻ ആ കല്ല് കൂടെ കൊണ്ടുപോയെന്നോ! അത് തികച്ചും അസംഭവ്യമായിത്തോന്നുന്നു.

അങ്ങനെയെങ്കിൽ പിന്നെ കല്ലെവിടെ?

അതിനും ആർക്കും ഉത്തരമില്ലായിരുന്നു.

പിന്നൊരു വിശേഷം കൂടി. ഭ്രാന്തൻ പോയി ഏതാനും ദിവസം കഴിഞ്ഞതും വെട്ടിമലയുടെ ഉച്ചിയിലെ കുളം നിശ്ശേഷം വറ്റി. അന്നോളം ഉണ്ടായിട്ടില്ലാത്ത സംഭവമാണ്. പിന്നീടൊരിക്കലും ആ കുളത്തിലേക്കുള്ള ഉറവക്കണ്ണികൾ ചുരന്നില്ല.

കുളം വറ്റിയതിന്റെ പിറ്റേന്ന് തന്നെ ഒരൂക്കൻ ഇടിമിന്നൽ വെട്ടിമലയുടെ ഉച്ചിയിലേക്ക് വെട്ടിപ്പൊളിഞ്ഞു അതത്രയും ആ ഒറ്റ മരത്തിന് മേലെ ആഴ്ന്നിറങ്ങി. നിമിഷങ്ങൾക്കകം അത് പഴയ സന്തോഷവതിയായ മരത്തിന്റെ ഒരു പ്രേതം മാത്രമായി തീർന്നു.

അമ്പലവും പാറമടകളും റിസോർട്ടുകളുമെല്ലാം ഉഷാറായി നീങ്ങുകയാണ്....

ഇപ്പോൾ നിത്യവും ഞങ്ങളിൽ കുറേപ്പേരെയെങ്കിലും ടി.വി വാർത്തകളിലും പത്രത്തിലും ശ്രദ്ധിക്കും. എവിടെയെങ്കിലും ഒരു മലയിൽ ഭ്രാന്തൻ കല്ലുരുട്ടി കയറ്റുന്നുണ്ടോ, താഴേക്കുരുട്ടുന്നുണ്ടോ.

അങ്ങനെയൊന്ന് എവിടെയും സംഭവിക്കുന്നതായി അറിയുന്നില്ല.

കഴുതപ്പുലികളുടെ ചിരി

ബഹുമാനപ്പെട്ട പത്രാധിപർ,

ഇതൊരു കുറ്റപത്രമാണ്. എന്റെ തെറ്റിന് ഞാൻതന്നെ തയ്യാറാക്കിയ കുറ്റപത്രം. ഞാൻ ചെയ്ത കുറ്റം ലോകത്തൊരു പൊലീസും കോടതിയും കുറ്റമായി അംഗീകരിക്കില്ല. അതുകൊണ്ടാണീ ഈ കുറ്റപത്രം സ്വയം തയ്യാറാക്കി ഞാൻ താങ്കളുടെ വാരികയിലേക്ക് ഒരു കത്തായി അയയ്ക്കുന്നത്. എന്റെ കത്തിന് നീളം അധികമുണ്ടെങ്കിലും വായനക്കാരുടെ കത്തുകൾ പംക്തിയിൽ ഈ കത്ത് ദയവായി പ്രസിദ്ധീകരിക്കുമെന്ന് വിശ്വസിക്കട്ടെ.

ഞാൻ ഒരിക്കൽ ഒരു ചിരി ചിരിച്ചു. അതാണ് ഞാൻ ചെയ്ത തെറ്റ്. പക്ഷേ, ആ ചിരി തീർത്തും അധാർമ്മികമായിരുന്നു എന്ന് ഞാൻ മനസ്സിലാക്കുന്നത് അടുത്തിടെ മാത്രമാണ്. ആയിരത്തിത്തൊള്ളായിരത്തി എഴുപത്തേഴ് ഒടുക്കത്തിലോ എഴുപത്തിയെട്ട് തുടക്കത്തിലോ ആയിരുന്നു കുറ്റം സംഭവിച്ചത്.

ഈ കത്തിനൊപ്പമുള്ള ഫോട്ടോഗ്രാഫ് കാണുന്നുണ്ടല്ലോ. ശരിക്കു പറഞ്ഞാൽ, ഒരു വാരികയിൽ വന്ന ഫോട്ടോഗ്രാഫിന്റെ ഫോട്ടോസ്റ്റാറ്റ് കോപ്പി. ഫോട്ടോസ്റ്റാറ്റ് ആയതിനാൽ, അത്രയ്ക്ക് കാഴ്ചാസുഖം ഇല്ലെങ്കിലും ദൃശ്യം വളരെ വ്യക്തമാണല്ലോ.

മേലേപ്പറഞ്ഞ കാലയളവിൽ, കോഴിക്കോട് ജില്ലാ മജിസ്ട്രേറ്റ് കോടതിയിൽനിന്നുള്ള രംഗമാണിത്. ചുണ്ടത്ത് സിഗരറ്റ് പുകച്ചു നില്ക്കുന്നയാൾ പുലിക്കോടൻ നാരായണൻ, കൂടെനിന്ന് ചിരിക്കുന്നവർ സ്പെഷ്യൽ ആംഡ് പൊലീസിലെ പൊലീസുകാരാണ്. രാജൻ കേസിലെ ഒൻപത് പ്രതികളെയും ആദ്യമായി കോടതിയിൽ ഹാജരാക്കിയ വേളയിൽ ചെറുപ്പക്കാരനായ ഒരു പത്രഫോട്ടോഗ്രാഫർ ക്യാമറയിൽ പകർത്തിയ ദൃശ്യങ്ങളിലൊന്നാണിത്. ഫോട്ടോഗ്രാഫർ ഈ ചിത്രമെടു

ക്കുമ്പോൾതന്നെയാണ് ഞാനും ചിരിച്ചത്. പക്ഷേ, ഞാൻ ചിത്രത്തിലില്ല.

അന്ന് ഞാനൊരു പൊലീസുകാരനാണ്. സ്പെഷ്യൽ ഒന്നുമല്ല, സാദാ പൊലീസ്. വടകരയിൽ പണിയായിരിക്കുന്ന കാലം. അവിടത്തെ സബ്ജയിലിൽനിന്നുള്ള രണ്ട് പ്രതികളെയുംകൂട്ടി വേറൊരു പൊലീസുകാരനൊപ്പം കോടതിയിലെത്തിയതായിരുന്നു.

രാവിലെ ഒരു ഒൻപത് ഒൻപതേകാലായിക്കാണും സമയം. അപ്പോഴാണ് നാട്ടിലെമ്പാടും കോളിളക്കമായിക്കഴിഞ്ഞിരുന്ന രാജൻ കേസിലെ പ്രതികളെ കോടതിയിൽ പ്രത്യേക പൊലീസ് സംരക്ഷണയോടെ എത്തിച്ചത്. ജയറാം പടിക്കൽ സാറും മധുസൂദനൻ സാറും പോലെയുള്ള ഉന്നതോദ്യോഗസ്ഥരും ഉൾപ്പെടുന്ന പ്രതിക്കൂട്ടം. പുലിക്കോടൻ നാരായണൻ അന്ന് കോഴിക്കോട് എസ് ഐ ആണ്.

അന്ന് ഇവരെ കോടതിയിൽ ഹാജരാക്കുമെന്നൊന്നും എനിക്കറിയില്ലായിരുന്നു. പെട്ടെന്നാണ് വണ്ടികൾ വന്ന് ഇവരോരുത്തരും കോടതി വരാന്തയിലേക്ക് സ്പെഷ്യൽ ആംഡ് പൊലീസുകാരുടെ സംരക്ഷണയോടെ പ്രവേശിക്കുന്നത് കണ്ടത്. പൊലീസ് വണ്ടികൾ കോടതി വളപ്പിൽ പാഞ്ഞുവന്നു നിന്നതും ആ ചെറുപ്പക്കാരൻ ഫോട്ടോഗ്രാഫർ (അയാളുടെ പേര് ഞാനിപ്പോൾ കൃത്യമായി ഓർക്കുന്നില്ല, ഏതോ പൊതുവാളാണെന്നു മാത്രമറിയാം.) എവിടെനിന്നോ പൊട്ടിവീണതുപോലെ അവിടെ വന്നു. അന്ന് അയാളല്ലാതെ വേറൊരു ഫോട്ടോഗ്രാഫറും അവിടെയെത്തിയിരുന്നുമില്ല.

വണ്ടിയിൽനിന്ന് ആദ്യമിറങ്ങിയ പടിക്കൽ സാറിന്റെ പടം അയാൾ എടുത്തതും ആരും ഞടുങ്ങുംവിധം അങ്ങേരുടെ ആക്രോശമുയർന്നു. "ഹൂ ദ ബ്ലഡി.." എന്നുപറഞ്ഞ് ഇംഗ്ലീഷിലെന്തോ പ്രയോഗം. മധുസൂദനൻ സാറും നീരസപ്പെട്ടു എന്നാണെന്റെ ഓർമ്മ. മറ്റുള്ളവരും ക്രുദ്ധഭാവത്തോടെതന്നെയാണ് തങ്ങളുടെ പടമെടുക്കാൻ വന്ന ഫോട്ടോ ഗ്രാഫറോടു പ്രതികരിച്ചത്.

എന്നാൽ പുലിക്കോടൻമാത്രം വ്യത്യസ്തനായി. അയാൾ ഫോട്ടോഗ്രാഫറെ കണ്ടതും അവിടെയൊന്നു നിന്നു. പിന്നെ ഫോട്ടോഗ്രാഫറുടെ നേരെ വക്രിച്ചൊരു ചിരിയോടെ പാന്റ്സിന്റെ പോക്കറ്റിൽനിന്ന് ഒരു സ്റ്റേറ്റ് എക്സ്പ്രസ് സിഗരറ്റ് (ആ ബ്രാൻഡ് ഞാൻ വ്യക്തമായി ഓർക്കുന്നു) പാക്കറ്റെടുത്ത്, അതിൽനിന്നൊരെണ്ണം ചുണ്ടത്ത് വച്ച്, സിഗരറ്റ് ലൈറ്ററിൽനിന്ന് അതിന് തീ പിടിപ്പിച്ചു. എന്നിട്ട് ഫോട്ടോഗ്രാഫറോട് അയാളുടെ പേരു വിളിച്ചിട്ട് (അവർ തമ്മിൽ തൊഴിൽമേഖലയിലുള്ള സ്വാഭാവികമായ മുൻപരിചയം ഉണ്ടായിരുന്നെന്നു തോന്നുന്നു.) ഇങ്ങനെ പറഞ്ഞു.

"എങ്കില് ഇതൊന്ന് പടംപിടിക്ക്."

ഫോട്ടോഗ്രാഫർ ഒരുനിമിഷം അമ്പരന്നതായി തോന്നി. ബാക്കി പ്രതികളെല്ലാം പത്രഫോട്ടോഗ്രാഫറുടെ മുന്നിൽ അങ്ങേയറ്റം അസ്വസ്ഥരായപ്പോൾ, ഇയാൾ മാത്രം തെല്ലും കൂസലില്ലാതെ തന്റെ ഫോട്ടോ ഇന്ന

രാജൻ പൊതുവാൾ പകർത്തിയ ചിത്രം

പോസിലെടുക്കാൻ സന്തോഷപൂർവ്വം പറയുന്നത്. അസാധാരണംതന്നെയാണല്ലോ.

ഈ ഫോട്ടോയിൽ കാണുംപോലെ പുലിക്കോടൻ ചെറുതായി ഒന്ന് ചിരിച്ച് സിഗരറ്റ് പുക പറപ്പിച്ച് ഉഗ്രൻ സ്റ്റൈലിലങ്ങനെ നിന്നു. പുലിക്കോടന്റെ കൂടെയുണ്ടായിരുന്ന സ്പെഷ്യൽ പൊലീസുകാർ അപ്പോൾ അങ്ങേരുടെ നില്പും ഭാവവും ആസ്വദിച്ച് നന്നായി ചിരിച്ചു. ഈ സമയത്തെല്ലാം ഞാൻ ഫോട്ടോഗ്രാഫറുടെ തൊട്ടുപിന്നിൽ നില്ക്കുകയായിരുന്നു. ഫോട്ടോ ഗ്രാഫറുടെ മുന്നിലുള്ള പുലിക്കോടൻസാറിന്റെ ഗംഭീര ഭാവത്തിലുള്ള നില്പും അത് ആസ്വദിച്ചുള്ള സ്പെഷ്യലുകാരുടെ ചിരിയും കണ്ട എനിക്കും അപ്പോൾ ആ ആസ്വാദനത്തിലും ചിരിയിലും പങ്കുചേരാതിരിക്കാനാവില്ലായിരുന്നു.

ഫോട്ടോഗ്രാഫർ ആ രംഗം ക്യാമറയിലാക്കി, നിമിഷങ്ങൾക്കകം എല്ലാവരും അവിടെനിന്ന് പിരിയുകയും ചെയ്തു. പുലിക്കോടൻ ഫോട്ടോഗ്രാഫറുടെ മുമ്പിൽ സിഗരറ്റ് വലിച്ചുനില്ക്കുന്നത് കണ്ടപ്പോൾ എനിക്കും ഒരു സിഗരറ്റ് വലിക്കണമെന്ന് അതിയായ ആഗ്രഹം ഉണ്ടായി. എന്നാൽ ഡ്യൂട്ടി സമയത്ത്, അതും കോടതിവളപ്പിൽ, അതെളുപ്പം നടപ്പുള്ള കാര്യമല്ലല്ലോ. അതിനാൽ കുറച്ചു സമയം കഴിഞ്ഞ് റോഡിലേക്കിറങ്ങി ഒരു സിഗരറ്റ് വാങ്ങി വലിച്ച് ഞാനൊന്നുഷാറായി. കുറച്ചു മുമ്പേ ചിരിച്ച ചിരിയുടെ രസം, അപ്പോൾ ഞാൻ വീണ്ടും അനുഭവിച്ചു.

ഒക്കെ ശരി, ഇതിൽ എവിടെയാണ് ഞാൻ ആദ്യമേ പറഞ്ഞ തെറ്റെന്ന് താങ്കൾക്ക് തോന്നുന്നുണ്ടാവും. ഞാൻ അത് വഴിയേ വിശദമാക്കാം.

ആ ഫോട്ടോയെടുക്കുന്ന കാലത്ത്, എനിക്ക് സുമാർ മുപ്പത് വയസ്സായിട്ടുണ്ടാവും. ഏതാനും ദിവസങ്ങൾക്കുള്ളിൽ കോടതിവളപ്പിലെ ആ രംഗമെല്ലാം എന്റെ മനസ്സിൽനിന്ന് ഒഴിഞ്ഞുപോയി. കണ്ണൂർ-കോഴിക്കോട് അതിർത്തിയിലുള്ള ഭാര്യയും മൂന്നുകുട്ടികളുമടങ്ങുന്ന എന്റെ കുടുംബത്തെ പുലർത്തുന്ന ബദ്ധപ്പാടുകളും പൊലീസ് പണിയുടെ പൊല്ലാപ്പുകളുമൊക്കെയായി ജീവിതം മുമ്പോട്ടുനീങ്ങി; പ്രത്യേകിച്ച് വിശേഷങ്ങളൊന്നുമില്ലാതെ.

എന്നാൽ ഏതാണ്ട് അഞ്ചുവർഷങ്ങൾ കഴിഞ്ഞപ്പോൾ, എന്റെ ജീവിതത്തിൽ ചില ദിശാമാറ്റങ്ങളുണ്ടായി. ഒരു ഡോക്ടർക്കും യാതൊരു കാരണമോ, പരിഹാരമോ കണ്ടെത്താനാവാതെ, ദേഹമാസകലം ചൊറിഞ്ഞ് വ്രണങ്ങളാകുന്ന ഒരു ത്വക്‌രോഗം എനിക്ക് പിടിപെട്ടു. അതി ഭീകരമായിരുന്നു എന്റെ അവസ്ഥ. ജോലിചെയ്യാനോ പുറത്തിറങ്ങാനോ പോലുമാകാത്ത അവസ്ഥയായി, മറ്റു മാർഗ്ഗങ്ങളൊന്നുമില്ലാതെ ഞാൻ വോളന്ററി റിട്ടയർമെന്റ് വാങ്ങി നാട്ടിലെത്തി. അവിടെ കുടുംബവകയായുള്ള പുരയിടത്തിൽ എന്റെ ഭാര്യയുടെ സാമർത്ഥ്യത്തിൽ നടത്തിവന്ന കൃഷിയിൽനിന്നുള്ള ലേശം ആദായവും അവളുടെ തയ്യൽപ്പണികൾകൊണ്ടുള്ള വരുമാനവുമൊക്കെ ചേർത്ത് കുടുംബച്ചെലവുകൾ തട്ടിമുട്ടി

അരിഷ്ടിച്ചു നീങ്ങി. അക്കാലമത്രയും ഞാനെന്റെ പഴയവീടിന്റെ ഇരുളടഞ്ഞ ഒരു മുറിയിൽ, ഏറെ സമയവും കഴിച്ചുകൂട്ടി. പലവിധ ചികിത്സകൾ നടത്തി ഒരു ഫലവുമില്ലാത്തതിനാലും ധാരാളം പണം ആ വഴി നഷ്ടപ്പെട്ടതിനാലും പ്രത്യേകിച്ച് ചികിത്സയൊന്നുമില്ലാതെ എന്റെ ദുർവ്വിധിക്ക് കീഴടങ്ങി ജീവിച്ച നാളുകളായിരുന്നു അത്. നാലഞ്ചു വർഷങ്ങളങ്ങനെ കടന്നുപോയി.

അങ്ങനെയിരിക്കെ വീണ്ടും ഒരു മാറ്റം സംഭവിച്ചു. ഒരു നാൾ എവിടെനിന്നോ ഒരു ലാടവൈദ്യൻ വീട്ടിൽവന്നു. എന്റെ അവസ്ഥ മനസ്സിലാക്കിയ അയാൾ തൊടിയിലും അപ്പുറത്തെ കാട്ടുപൊന്തകളിലുമൊക്കെ പോയി ശേഖരിച്ച ഏതൊക്കെയോ ചെടികളുടെ ഭാഗങ്ങളും തന്റെ പൊക്കണത്തിലുള്ള ചില മരുന്നുകളും ചേർത്ത് രണ്ട് ഔഷധക്കൂട്ടുകളുണ്ടാക്കി എനിക്കുതന്നു. രണ്ടാഴ്ച ആ മരുന്നുകൾ ഇന്നവിധം സേവിക്കണമെന്ന് നിർദ്ദേശിച്ചിട്ട് അയാൾ പോയി. ആദ്യം അത് കഴിക്കാൻ എനിക്ക് മടിയായിരുന്നെങ്കിലും പിന്നെ എനിക്കിനി പ്രത്യേകിച്ചൊന്നും നഷ്ടപ്പെടാനില്ല എന്ന വിശ്വാസത്തിൽ ഞാനതു കഴിച്ചു.

ഒരത്ഭുതമാണ് സംഭവിച്ചത്. മരുന്നു സേവിച്ചുതുടങ്ങി ഒരാഴ്ച പിന്നിട്ടപ്പോഴേക്ക് എന്റെ രോഗം കാര്യമായി കുറഞ്ഞു. രണ്ടാഴ്ച കഴിഞ്ഞതും എല്ലാം പൂർണ്ണമായി മാറി. വ്രണങ്ങളെല്ലാം കരിഞ്ഞ് എന്റെ തൊലി പഴയ അവസ്ഥയിലായി. ജീവിതത്തിലെ ഏറ്റവും ആനന്ദകരമായ നാളുകൾ.

എന്നാൽ ഒരു മാസത്തിനകം വിധി മറ്റൊരു ക്രൂരത എനിക്കായി കരുതിവച്ചിരുന്നു. എന്റെ ഭാര്യ പെട്ടെന്നൊരു പനി വന്ന് മൂർച്ഛിച്ച് ഏതാനും ദിവസങ്ങൾക്കകം മരിച്ചു. അതോടെ ഏറെക്കാലമായി കുടുംബകാര്യങ്ങളിൽനിന്നെല്ലാം വിട്ടുനിന്നിരുന്ന ഞാൻ വീണ്ടും കുടുംബത്തിന്റെ ഉത്തരവാദിത്വം ഏറ്റെടുത്തു തുടങ്ങി. മുതിർന്നുവരുന്ന രണ്ട് ആൺകുട്ടികളും ഒരു പെൺകുട്ടിയും അവരുടെ വിദ്യാഭ്യാസച്ചെലവുകൾ, മറ്റ് കുടുംബച്ചെലവുകൾ എല്ലാം. കൃഷിയും എന്റെ പരിമിതമായ പെൻഷനും അങ്ങാടിയിൽ തുടങ്ങിയ ഒരാനാദി പീടിക വഴിയായും ഞാൻ എങ്ങനെയൊക്കെയോ നടത്തി. അസുഖം പിന്നീട് എന്നെ അലട്ടിയതേയില്ല.

ഇതിനിടെ മറ്റൊരു പ്രധാന കാര്യം പറയാനുണ്ട്. ഞാൻ കൗമാരം മുതല്ക്കേ അസാധാരണമാംവിധ ലൈംഗികാസക്തിയുള്ളയാളാണ്. വിവാഹത്തിന് മുമ്പേതന്നെ അയൽപക്കങ്ങളിലുള്ള ചേച്ചിമാരുമായും ചില നാടൻ വേശ്യകളുമൊക്കെയായി പലവട്ടം ശാരീരികമായി ബന്ധപ്പെട്ടിട്ടുണ്ട്. വിവാഹശേഷവും തരംകിട്ടുമ്പോഴൊക്കെ പല പെണ്ണുങ്ങളുമായി വേശ്യകളുൾപ്പെടെ, ബന്ധപ്പെട്ട് എന്റെ ലൈംഗിക തൃഷ്ണകളെ തൃപ്തിപ്പെടുത്തിയിരുന്നു. എന്നാൽ രോഗപീഡയുടെ കാലത്തും ഭാര്യയുടെ മരണശേഷം കുറെക്കാലവും ഞാൻ എന്റെ ആസക്തികളെ അടക്കിനിർത്തിയിരുന്നു. പക്ഷേ, ഏറെക്കഴിയുന്നതിനു മുമ്പേതന്നെ എനിക്ക് എന്റെ സ്വതസിദ്ധമായ ആസക്തികളുടെ ശമനത്തിനായുള്ള വഴികൾ

തേടേണ്ടിവന്നു. അങ്ങനെ വല്ലപ്പോഴും എന്റെ പുതിയ പരിമിത സാഹചര്യങ്ങൾക്കിടയിൽ സ്ത്രീകളുമായി ബന്ധപ്പെട്ടു. എന്നാൽ ഒരു വിവാഹം വീണ്ടും നടത്തുന്നതിൽ എനിക്ക് പല കാരണങ്ങൾകൊണ്ടും താല്പര്യവുമില്ലായിരുന്നു.

ഒരിക്കൽ അഞ്ചരക്കണ്ടി എന്ന സ്ഥലത്ത് ഒരു വീട്ടിൽ ഞാൻ വേറെ ചിലരുമൊത്ത് അതീവ ലൈംഗികതല്പരകളായ രണ്ടു പെണ്ണുങ്ങളുടെ കൂടെ കളികളിലേർപ്പെട്ടിരിക്കയായിരുന്നു. പക്ഷേ, ആരോ ഒറ്റുകൊടുത്ത് ഞങ്ങൾ നാലാണുങ്ങളെയും രണ്ടു പെണ്ണുങ്ങളെയും പൊലീസ് അവിടെനിന്ന് അറസ്റ്റുചെയ്തു. ഒരു രാഷ്ട്രീയപ്പാർട്ടിയുടെ പ്രാദേശിക നേതാവിന്റെ ഉടമസ്ഥതയിലുള്ള വീടായിരുന്നു. ഇത്തരം കേസുകളിൽ നമ്മുടെ നാട്ടിൽ പതിവുള്ളതുപോലെ രാഷ്ട്രീയ മുതലെടുപ്പുകളും അതിന് കൂട്ടുനില്ക്കുന്ന പത്രങ്ങളും ചേർന്നപ്പോൾ അത് സാമാന്യം നല്ലൊരു പെൺവാണിഭ പീഡനക്കേസായി. എന്നാൽ ഏതൊക്കെയോ രാഷ്ട്രീയ തിരിമറികൾ കൊണ്ടുതന്നെ, പൊലീസും പത്രങ്ങളും വാണിഭ പീഡനക്കേസിനെ വേഗം കൈയൊഴിഞ്ഞു. അതോടെ ഇമ്മോറൽ ട്രാഫിക് കേസിനു നിയമപ്രകാരമുള്ള പിഴ അടച്ച് ഞാനുൾപ്പെടെയുള്ള പ്രതികൾ കേസിൽനിന്ന് ഊരിപ്പോരുകയും ചെയ്തു. കേസ് അവിടെ തീർന്നു.

പക്ഷേ, എന്റെ ജീവിതത്തിലെ മറ്റെല്ലാ ദുരന്തങ്ങൾക്കും മേലെയായിരുന്നു ഈ സംഭവം. ഇപ്പോഴും ഞാനനുഭവിച്ചുകൊണ്ടിരിക്കുന്ന അപമാനം വാക്കുകളിൽ വിവരിക്കാനാവില്ല. എന്റെ മക്കളുടെ മുമ്പിൽ, ബന്ധുക്കളുടെ ഇടയിൽ, നാട്ടുകാരുടെ മുമ്പിൽ ഞാനൊരു നികൃഷ്ടജീവിയാണിന്ന്. ഈ സംഭവത്തെ തുടർന്നുള്ള എന്റെ ജീവിതാവസ്ഥയുടെ വിശദാംശങ്ങൾ ഇവിടെ ഒഴിവാക്കുകയാണ്.

ആ വീട്ടിൽ റെയ്ഡ് നടത്തിയ നിമിഷംമുതൽ, ഞാനും കൂട്ടുപ്രതികളും ലോകത്തിലെ കൊടുംഭീകരന്മാരെന്നവണ്ണമാണ് പൊലീസ് പെരുമാറിയത്. വീട്ടിൽവെച്ചുതന്നെ ടി വി ചാനലുകാർക്കും പത്രക്കാർക്കുമെല്ലാം യഥേഷ്ടം ഞങ്ങളുടെ പടമെടുക്കാനുള്ള അവസരം പൊലീസും ഒറ്റുചെയ്തുകൊടുത്തവരും ഒരുക്കിയിരുന്നു.

ഇവിടെ എന്റെ ഒരു നിലപാട് പറഞ്ഞുകൊള്ളട്ടെ. വിവാഹബന്ധത്തിനപ്പുറവും പ്രായപൂർത്തിയായ ആണും പെണ്ണും പരസ്പര സമ്മതത്തോടെ, പണംവച്ചായാലും അല്ലാതെയും, ശാരീരികബന്ധത്തിലേർപ്പെടുന്നതിൽ യാതൊരു തെറ്റും ഒരിക്കലും എനിക്കനുഭവപ്പെട്ടിട്ടില്ല. ഇമ്മോറൽ ട്രാഫിക് പോലുള്ള നിയമങ്ങൾതന്നെ പൊളിക്കണമെന്നാണ് എന്റെ അഭിപ്രായം. കൂട്ടത്തിൽ പറയട്ടെ, ഈശ്വര കൃപയാൽ എന്റെ പൊലീസ് ജീവിതത്തിൽ ഒരിക്കൽപ്പോലും വ്യഭിചാര റെയ്ഡിന് എനിക്ക് കൂട്ടുനില്ക്കേണ്ടിവന്നിട്ടില്ല.

ചില പത്രങ്ങളിൽ അച്ചടിച്ചുവന്ന ഫോട്ടോകൾ കണ്ടപ്പോഴാണ് ഞാൻ എന്റെ മുമ്പിൽത്തന്നെ എത്രത്തോളം അധമനായിപ്പോയെന്ന് മനസ്സിലാക്കുന്നത്. ഏതോ അസാധാരണ ഓപ്പറേഷൻ നടത്തിയ ഉന്മത്തഭാവത്തിൽ അധികാരഗർവ്വോടെ നിരന്നുനില്ക്കുന്ന നാലു പൊലീ

സുകാർ. അവർക്കുമുമ്പിൽ തലകുനിഞ്ഞ് ലോകത്തിന്റെ സകല പാപ ഭാരവും വഹിക്കുന്നത് തങ്ങളാണെന്ന മട്ടിൽ തകർന്നുതരിപ്പണമായി നില്ക്കുന്ന ഞാനുൾപ്പെടെയുള്ള നാല് ആണുങ്ങളും മുഖം സാരികൊണ്ട് മറച്ചുനില്ക്കുന്ന രണ്ട് പെണ്ണുങ്ങളും. ഓരോ മനുഷ്യന്റെയും ഏറ്റവും പ്രാഥമികമായതും നന്നായി ആസ്വദിക്കേണ്ടതുമായ ഒരു ചോദനയുടെ പേരിൽ, യാതൊരു കുറ്റബോധവും പാപബോധവും തോന്നാനേ പാടല്ലാത്ത ഞാൻ ആ ഫോട്ടോയിൽ ലോകത്തിലെ ഏറ്റവും വലിയ കുറ്റവാളിയായി നില്ക്കുകയാണ്. ആ ഫോട്ടോ കണ്ടിട്ടുള്ള ഓരോ പത്രവായനക്കാരന്റെ മനസ്സിലും ഞാനെന്ന കുറ്റവാളിയെ അങ്ങേയറ്റം മൂർച്ചയോടെ വരഞ്ഞിടാവുന്ന വിധത്തിലുള്ള ഫോട്ടോ. യഥാർത്ഥത്തിൽ, ഈ ഫോട്ടോയാണ് എന്നെ ഏറ്റവുമധികം തളർത്തിക്കളഞ്ഞത്.

ഏതാണ്ട് ഒരു മാസം കഴിഞ്ഞാണ് ഞാനൊരു വാരികയിൽ ഇപ്പോൾ ഈ കത്തിന്റെകൂടെ വച്ചിരിക്കുന്ന ഫോട്ടോ കണ്ടത്. രാജന്റെ അച്ഛൻ ഈച്ചരവാര്യർ മരിച്ചപ്പോൾ വന്ന ലേഖനത്തിന്റെ കൂടെ പ്രസിദ്ധീകരിച്ച ഇരുപത്തിയെട്ടു വർഷങ്ങൾക്കപ്പുറം എടുത്ത ആ ഫോട്ടോ. അതു കണ്ടതും ഇതാദ്യമായി ഒരിടിമിന്നൽ വെട്ടിയതുപോലെ എന്റെ കണ്ണുകൾ ഇരുപത്തിയെട്ടു വർഷങ്ങൾക്കപ്പുറം ഞാനന്നു ചെയ്ത തെറ്റിലേക്കു വെട്ടിത്തുറന്നു.

ഒരേസമയം, പത്രങ്ങളിൽവന്ന കുറ്റവാളിയായി നില്ക്കുന്ന എന്റെ ഫോട്ടോയും എന്റെ രൂപം പ്രത്യക്ഷപ്പെടാത്ത എന്നാൽ യഥാർത്ഥത്തിൽ എന്റെ തെറ്റിന്റെ പങ്കാളിത്തമുള്ള ആ ഫോട്ടോയും മാറിമാറി എന്റെ മനസ്സിൽ തെളിഞ്ഞുവന്നു.

ഞാനയച്ചുതന്ന ഈ ഫോട്ടോയിൽ പുലിക്കോടനെ ശ്രദ്ധിക്കുക. പുലിക്കോടൻ നാരായണൻ എന്നാൽ ജനങ്ങൾക്കിടയിൽ പൊലീസധികാരത്തിന്റെ ഏറ്റവും കഠിനവും മൂർത്തവുമായ ഒരു രൂപമായിരുന്നു. ആ പേരു കേട്ടാൽത്തന്നെ പലരും ഞെട്ടിവിറയ്ക്കുംവിധമുള്ള ഒരു പ്രതിച്ഛായയാണ് അങ്ങോർക്കന്നുണ്ടായിരുന്നത്. അടിയന്തരാവസ്ഥക്കാലത്തിന്റെ ഭരണകൂട ഭീകരത ആ പരിവേഷത്തെ കൂടുതൽ ഭയാനകമാക്കിയിരിക്കണം.

രാജൻ എന്ന എഞ്ചിനീയറിങ് വിദ്യാർത്ഥി പൊലീസ് കസ്റ്റഡിയിൽ ദുരൂഹമായി അപ്രത്യക്ഷമായ കേസ് വെളിപ്പെട്ടുവരുമ്പോൾ പുലിക്കോടന്റെ ഇത്തരത്തിലുള്ള പ്രതിച്ഛായ മൂർദ്ധന്യത്തിലാണ്. രാജനെ പൈശാചികമായി പീഡിപ്പിച്ച് കൊലപ്പെടുത്തിയ പൊലീസ് സംഘത്തിലൊരാളെന്ന ആരോപണം പുലിക്കോടനുമേൽ ശക്തമായി നില്ക്കുന്ന കാലത്താണ് ഈ ഫോട്ടോ എടുക്കുന്നത്. തീർച്ചയായും പിന്നീട് കോടതി പുലിക്കോടനെ കുറ്റവിമുക്തനാക്കിയിട്ടുണ്ട്. പിന്നീട് ഈച്ചരവാര്യർ എഴുതിയ ഓർമ്മക്കുറിപ്പുകളിൽ പല സാക്ഷികളും പുലിക്കോടൻ നാരായണൻ ബൂട്സിട്ട കാലുകൾകൊണ്ട് രാജന്റെ വയറ്റിൽ ചവിട്ടിക്കൊല്ലുന്നതിനുമുമ്പ്, രാജൻ ജീവനുവേണ്ടി യാചിച്ചു എന്നെഴുതിയത്, അടുത്തിടെ ഞാൻ വായിച്ചു. എന്നാൽ നമ്മുടെ നീതിന്യായ വ്യവസ്ഥ

അങ്ങോർ നിരപരാധി എന്നു പ്രഖ്യാപിച്ചിട്ടുണ്ട്.

പക്ഷേ, വീണ്ടും ഓർക്കുക. ഈ ഫോട്ടോ എടുക്കുന്ന സമയം, പുലിക്കോടൻ ഒരു കൊടിയ കുറ്റത്തിലെ പ്രതിയാണ്. എന്നാൽ ഫോട്ടോയിൽ എന്തിനെയും വെല്ലുന്ന, സാധാരണക്കിടയിൽ കിടിലം ജനിപ്പിക്കുന്ന തന്റെ അധികാരത്തിന് യാതൊതുവിധ ഇളക്കവും തട്ടാത്ത പൊലീസുകാരനായാണ് കാണപ്പെടുന്നത്. നിഷ്കളങ്കനായ ഒരു ചെറുപ്പക്കാരന്റെ ചോരയുടെ നിലവിളിയുയരുന്ന, ആ ചെറുപ്പക്കാരനെ ഓമനിച്ചുവളർത്തിയ ഒരു കുടുംബത്തിന്റെ ദീനവിലാപമുയരുന്ന കേസിലെ പ്രതിയാണെന്നതൊന്നും ആ അധികാരിയെ തെല്ലും ഉലയ്ക്കുന്നില്ല.

അങ്ങോരുടെ വേഷവിധാനങ്ങളും പോസും ശ്രദ്ധിക്കുക. അന്നത്തെ നടപ്പിലുള്ള ഏറ്റവും ഫാഷനിലുള്ള പാൻസും ഷർട്ടുമാണ് പുലിക്കോടൻ ധരിച്ചിരിക്കുന്നത്. അന്നത്തെ കത്തിനില്ക്കുന്ന താരങ്ങളിലൊരാളായ സുകുമാരനെ ഓർമ്മിപ്പിക്കുന്ന നില്പും ഭാവവും.

സുകുമാരനായിരുന്നല്ലോ, അന്നത്തെ പൗരുഷത്തിന്റെ ഏറ്റവും ശക്തമായ പ്രതിബിംബം. പുലിക്കോടനും പൗരുഷം ജനിപ്പിച്ചുതന്നെയാണ് നില്ക്കുന്നത്. എനിക്കുതോന്നുന്നു, ആ പരിസരത്തെങ്ങാനും ഒരു പെണ്ണ് നില്പുണ്ടായിരുന്നെങ്കിൽ അവൾ ചൂളിപ്പോകുമായിരുന്ന തരം പൗരുഷം. പെണ്ണെന്ന വാക്കുതന്നെ ഈ ഫോട്ടോയുടെ രംഗപരിധിയിൽ, തികഞ്ഞ അശ്ലീലമായിരിക്കും. അത്രയ്ക്ക് അധികാരത്തിന്റെ ആണത്തം കൊടിപൊക്കി നില്ക്കുകയാണിവിടെ.

അതേസമയം ചട്ടിത്തൊപ്പിക്കാരായ സ്പെഷ്യലുകാരെ നോക്കുക. ചട്ടിത്തൊപ്പി, വീതുളി, നിക്കർ എന്നിങ്ങനെ വേഷവിധാനംകൊണ്ടുതന്നെ തീർത്തും അപഹാസ്യരായ വിനീതവിധേയർ. ചിത്രത്തിലില്ലാത്ത ഞാനും അങ്ങനെതന്നെ. ചട്ടിത്തൊപ്പിക്കുപകരം കൂടുതൽ പരിഹാസ്യമായ കൂർമ്പൻ തൊപ്പിയാണെന്നുമാത്രം.

ഞങ്ങളുടെ മുമ്പിൽ പുലിക്കോടൻസാർ ഞങ്ങൾക്കൊരിക്കലും ആയിത്തീരാനാവാത്ത ഒരതിമാനുഷനാണ്. ഞാനുൾപ്പെടുന്ന പൊലീസിന്റെ അധികാരത്തെ വെല്ലുവിളിക്കുന്ന എന്തിനെയും പോടാ പുല്ലേ എന്ന മട്ടിൽ നേരിടുന്ന ആ ചങ്കൂറ്റം കണ്ട് ഞങ്ങളങ്ങ് ആസ്വദിച്ചു ചിരിച്ചു. വിനീത വിധേയരുടെ ചിരി. എന്നാൽ അത് എത്രയോ നീതിമാന്മാരുടെയും നിരപരാധികളുടെയും ചുടുചോരയെ ബലികൊടുക്കുന്ന അധികാരത്തിന്റെ മദഗന്ധത്തിൽ ഉന്മത്തരായ വിധേയരുടെ ചിരിയായിരുന്നു. ചീയുന്ന ശവങ്ങളുടെ നാറ്റമുള്ള ചിരി. ഞാനിത് തിരിച്ചറിയുന്നുത് ഇപ്പോൾ മാത്രം. ഇതാണെന്റെ കുറ്റപത്രം. ഈ കുറ്റത്തിനുള്ള ശിക്ഷ എന്താണെന്ന് എനിക്കറിഞ്ഞുകൂടാ. ശിക്ഷ വിധിക്കാൻ ആരെങ്കിലും ഉണ്ടോ എന്നും അറിഞ്ഞുകൂടാ. പക്ഷേ, ലോകം എന്റെ കുറ്റം അറിയണം ഈ കുറ്റപത്രം താങ്കളുടെ വാരികയിൽ പ്രസിദ്ധീകരിക്കുമെന്ന വിശ്വാസത്തോടെ.

ചിരുകുന്നു വീട്ടിൽ
സത്യൻദാമോദരൻ, ഞെരിപ്പൊയിൽ.

വാരികയിൽ ഈ കത്ത് പ്രസിദ്ധീകരിച്ചതിനുശേഷം പ്രതികരണമായി വന്ന വായനക്കാരുടെ കത്തുകളിൽ ചിലത് ചുവടെ ചേർക്കുന്നു.

സംസ്കൃതിക്കുനേരെയുള്ള വെല്ലുവിളി:

വളരെ ഉന്നതനിലവാരം പുലർത്തുന്ന ഈ ആഴ്ചപ്പതിപ്പിൽ ഇങ്ങനെയൊരു പടപ്പ് വന്നതിൽ അങ്ങേയറ്റം അമർഷത്തോടെയും വേദനയോടെയുമാണ് ഇതെഴുതുന്നത്. സത്യൻ എന്ന ആ 'കുറ്റപത്ര'ക്കാരന് ഒരേയൊരു തെറ്റേ പ്രശ്നമുള്ളൂ.

അയാളുടെ 'ചിരി.' വ്യഭിചാരം ചെയ്യുന്നതിൽ അയാൾക്ക് കുറ്റബോധമേയില്ല. ലൈംഗികാച്ചടക്കമില്ലായ്മയെ മഹത്വവല്ക്കരിക്കുന്ന ഈ പഴയ പൊലീസുകാരൻ നമ്മുടെ മഹത്തായ സംസ്കൃതിക്ക് ഒരു വെല്ലുവിളി തന്നെയാണ്. ഭാര്യയും ഭർത്താവും തമ്മിലല്ലാതെ മറ്റ് യാതൊരു വിധ ലൈംഗികബന്ധങ്ങളും പാടില്ലെന്ന നമ്മുടെ നാടിന്റെ സദാചാര സംഹിതയെ തൃണസമാനം അവഗണിക്കുന്ന ഇയാളുടെ അക്ഷരങ്ങൾക്ക് ആഴ്ചപ്പതിപ്പിനെ മലീമസമാക്കാൻ അവസരം കൊടുത്തതിൽ ഒരു വായനക്കാരൻ എന്ന നിലയിൽ ശക്തമായ പ്രതിഷേധം അറിയിക്കുന്നു.

പാലശേരിൽ ഉണ്ണിക്കൃഷ്ണൻ,
ദീപം, തൃപ്പൂണിത്തുറ.

കുറ്റപത്രത്തിന്റെ നവലിബറൽ അജണ്ട:

ലൈംഗിക അരാജകത്വത്തിലൂടെ മൂന്നാംലോകരാഷ്ട്രങ്ങളെ തകർത്ത് തങ്ങളുടെ കൈപ്പിടിയിലാക്കുക എന്ന നവലിബറൽ മുതലാളിത്ത അജണ്ടയുടെ ഭാഗം തന്നെയാണ് സത്യൻദാമോദരന്റെ കുറ്റപത്രം. തീർച്ചയായും ഇന്ന് നമ്മുടെ നാടിനെ ഗ്രസിച്ചുകൊണ്ടിരിക്കുന്ന സെക്സ് ടൂറിസത്തിന് സാധൂകരണം നല്കുന്ന തത്ത്വസംഹിതയാണ് കുറ്റപത്രക്കാരൻ മുമ്പോട്ടുവയ്ക്കുന്നത്.

ലൈംഗിക സ്വാതന്ത്ര്യം വളരെ സ്വാഭാവികമെന്ന് ചിന്തിച്ച് പ്രവർത്തിക്കുന്ന കുറ്റപത്രക്കാരൻ നളിനി ജമീലയെപ്പോലുള്ള ലൈംഗിക ടൂറിസം പ്രചാരകരുടെ ഗണത്തിൽപ്പെടുന്നു. അരക്കെട്ടിന്റെ വിശപ്പ് വയറിന്റെ വിശപ്പിനുമേലെ പ്രതിഷ്ഠിക്കുന്ന അമേരിക്കൻ നിർമ്മിത നവലിബറൽ അജണ്ടകളെ എത്രയും ശക്തമായി പ്രതിരോധിക്കേണ്ടതിന്റെ ആവശ്യകത സത്യൻദാമോദരന്റെ വാക്കുകൾ വ്യക്തമാക്കുന്നുണ്ട്.

ഇതോടൊപ്പം വ്യാജമായ ഒരു 'കുറ്റ'ത്തിന്റെ മറവിൽ യഥാർത്ഥ കുറ്റം ഒളിച്ചുവയ്ക്കാനുള്ള കുറ്റപത്രക്കാരന്റെ ശ്രമം പൊളിച്ചുകാട്ടേണ്ടതുമുണ്ട്.

അജ്മൽ ഹുസൈൻ,
ഫറോക്ക്, കോഴിക്കോട്.

നിധി

ഇത് ഏതാണ്ട് അറുപത് വർഷംമുമ്പ് ഞാനൊരു കൗമാരപ്രായക്കാരനായിരുന്നപ്പോൾ ഞങ്ങളുടെ ഗ്രാമത്തിൽ നടന്ന സംഭവമാണ്. പക്ഷേ, അത് ഇക്കാലത്തും ഇവിടെ സംഭവിക്കാവുന്നതേയുള്ളൂ. അതുമല്ല, ഇനി ഒൻപത് വർഷം കഴിഞ്ഞാലും സംഭവിക്കുകയുമാകാം.

ഒരു മലയടിവാരത്തുള്ള ഗ്രാമമാണ്. ഇപ്പോഴും പുതിയ കാലത്തിന്റെ ആഡംബരപൂർണ്ണമായ പുരോഗതിയൊന്നും കാര്യമായി ഇവിടെ കടന്നുവന്നിട്ടില്ല. അക്കാലത്താണെങ്കിൽ തീരെയുമില്ല. ഇപ്പോഴും ഗ്രാമത്തിന്റെ അങ്ങാടിയിൽ ഒരു പലചരക്ക് കടയും ഒരു ചായക്കടയും ഒരു ക്ഷൗരക്കടയും പിന്നെ അല്ലറ ചില്ലറ മറ്റ് നാലഞ്ച് കടകളുമാണുള്ളത്. വ്യവസായശാലകളോ അതേപോലെയുള്ള സംരംഭങ്ങളോ ഒന്നുമില്ലാതെ, ആളുകൾ ചെറിയ കച്ചവടങ്ങളിലും കൈത്തൊഴിലുകളിലും കൃഷിയിലും ഏർപ്പെട്ട് ജീവിക്കുന്നു. പണത്തിന്റെ ഒഴുക്ക് വളരെക്കുറവാണ്. ആളുകൾ മിക്കപ്പോഴും മുണ്ടുമുറുക്കിയുടുത്തും അപൂർവ്വമായി മാത്രം ഒന്നയച്ചുടുത്തും ജീവിച്ചുവന്നു.

കാര്യങ്ങൾ ഇങ്ങനെയൊക്കെയായിരുന്നെങ്കിലും ആളുകൾ ഒരുവിധമൊക്കെ സന്തോഷമുള്ളവരായിരുന്നു. ഇല്ലായ്മയിലും അവർ പരസ്പരം സഹായിച്ചു. മിക്കവരും തമ്മിൽ പരസ്പരം ഒരു വിശ്വാസമുണ്ടായിരുന്നു.

അങ്ങനെ ഏറക്കുറെ സമാധാനപരമായി ജീവിതം മുന്നോട്ടുപോകവെയാണ് എവിടെനിന്നെന്നറിഞ്ഞില്ല, ഒരു വാർത്ത കേൾക്കാൻ തുടങ്ങിയത്. ഞങ്ങളുടെ ഗ്രാമത്തിൽ, ഭൂമിക്കടിയിൽ ഒരു വലിയ നിധിശേഖരം മറഞ്ഞ് കിടക്കുന്നുണ്ട് എന്നായിരുന്നു ആ വാർത്ത.

പണ്ട് ഈ പ്രദേശമാകെ കുറച്ചകലെയുള്ള വളരെ പ്രതാപം നിറഞ്ഞ ഒരു കോവിലകംവക ഭരണത്തിൻ കീഴിലായിരുന്നു. കോവിലകത്തും

കോവിലകത്തിന് കീഴിലുള്ള പ്രധാന ക്ഷേത്രത്തിലും ധാരാളം പൊന്നും രത്നക്കല്ലുകളും പണവും ഉണ്ടായിരുന്നു. ആ സമയത്താണ് ടിപ്പുവിന്റെ പടയോട്ടം നടക്കുന്നത്. പടയോട്ടം ഭയന്ന്, കോവിലകംകാര് ആ ധനശേഖരമത്രയും, ഇവിടെയുള്ള ചില ഗുഹാ മാർഗ്ഗങ്ങൾ കൂടുതൽ തുരന്ന് അതിൽ ഭദ്രമായി കൊണ്ടുവന്നു വെച്ചു. അതിനൊക്കെ വിശ്വസ്തരായ കാവൽക്കാരെയും ഏർപ്പെടുത്തി.

പടയോട്ടം കഴിഞ്ഞു. ടിപ്പുവിനെ പേടിക്കേണ്ട കാലവും കഴിഞ്ഞു. പക്ഷേ, അപ്പോഴേക്ക് മറ്റ് ചില അനർത്ഥങ്ങൾ സംഭവിച്ച് ആ നിധിശേഖരം ഇവിടെവെക്കാൻ ഏർപ്പാടാക്കിയ തമ്പുരാനും അനന്തരാവകാശികളും വിശ്വസ്തരായ കോവിലകം സേവകരുമെല്ലാം മരണപ്പെട്ടു. ഇവിടെയുണ്ടായിരുന്ന കാവൽക്കാരും എങ്ങോട്ടോ പോയി. ഇതിനെത്തുടർന്നു നിധിശേഖരമെടുക്കാൻ തുഹകളിലും തുരങ്കങ്ങളിലും കയറാൻ ശ്രമിച്ച മറ്റ് പലർക്കും ജീവാപായം തന്നെ ഉണ്ടായി. പിന്നെ കാലക്രമേണ, ആ തുരങ്കങ്ങളും ഗുഹാമാർഗ്ഗങ്ങളും അടഞ്ഞുപോയി. അതൊക്കെ കൃത്യമായി എവിടെയാണെന്ന് തന്നെ ആർക്കും തിട്ടമില്ലാതായി.

ഇതെല്ലാമാണ് ഞങ്ങൾ കേട്ട് തുടങ്ങിയ കഥകൾ. എന്തായാലും ഒരു കാര്യം സത്യമായിരുന്നു. തെല്ലപ്പുറത്തുള്ള മലയുടെ ചുവട്ടിൽ ചില ഗുഹകളുടെ അറ്റങ്ങൾ കാണാനുണ്ട്. പക്ഷേ, ഗുഹകളുടെ വായ്ഭാഗത്തിനപ്പുറം പിന്നീടങ്ങോട്ട് കടക്കാനാവാത്തവിധം അടഞ്ഞുകിടക്കുകയാണ്.അല്ലെങ്കിൽ ഗുഹ ഇപ്പോൾ അവിടെ വരെയേ ഉള്ളൂ.

എന്നാൽ കേട്ട കഥകളുടെ നിജാവസ്ഥ എന്ത് തന്നെയായിരുന്നാലും മിക്കവരും അത് വിശ്വസിച്ച് തുടങ്ങുകയായിരുന്നു. വിശ്വാസം മറ്റൊരാശയായി വളർന്നതും അതിവേഗമാണ്.

പലരുടെയും പുരയിടങ്ങൾക്കിടയിലും വീടുകൾക്കിടയിലും തന്നെ ആ പഴയ ഗുഹാമാർഗ്ഗങ്ങളും തുരങ്കങ്ങളും ഉണ്ടായിരിക്കും. അവയ്ക്കുള്ളിൽ നിധിയും. അങ്ങനെയെങ്കിൽ അത് കുഴിച്ചെടുത്താൽ, അതിന്റെ അവകാശം ആ പുരയിടത്തിന്റെ ഉടമസ്ഥനാണ്. ധന ഐശ്വര്യങ്ങളുടെ ഒരു അത്ഭുതവഴിയാണ് തുറന്നു കിട്ടുന്നത്.

പക്ഷേ, ഇത് അത്ര എളുപ്പമുള്ള കാര്യമല്ല. തന്നെയുമല്ല കുഴിച്ച് നിധി കണ്ടെത്തിയാൽ അതിന് സർക്കാരോ മറ്റോ അവകാശം ഉന്നയിക്കാനുള്ള സാദ്ധ്യതയും ഉണ്ടെന്നിരിക്കേ, വളരെ രഹസ്യമായി വേണം കുഴിക്കൽ നടത്താൻ. അയൽക്കാർപോലും അറിയരുത്.

എന്നാൽ താമസം വിനാ വാർത്തകൾ കേട്ടു തുടങ്ങി. മേലെന്നെ ഗോവിന്ദന് പറമ്പ് കുഴിച്ച് നിധി കിട്ടി. കല്ലിന്റേകത്തെ കുഞ്ഞിരാമന് പറമ്പ് കുഴിച്ച് നിധി കിട്ടി, മീത്തലെ ശങ്കരന് പറമ്പ് കുഴിച്ച് നിധി കിട്ടി.... പട്ടിക നീളുകയായിരുന്നു. രാത്രികാലങ്ങളിൽ ആരും കാണാതെയാണത്രെ കുഴിക്കൽ നടത്തുന്നത്. മാത്രവുമല്ല, നിധി കിട്ടിക്കഴിഞ്ഞാൽ ഓരോ വീട്ടുക്കാരും കുഴിക്കലിന്റെ ഒരടയാളവും പുരയിടത്തിൽ ശേഷിപ്പിക്കാത്തവിധം പുരയിടത്തെ പഴയസ്ഥിതിയിലാക്കുകയും ചെയ്യും.

ചിലയിടത്ത്, പൊതുവഴികൾ തന്നെ ഇങ്ങനെ കുഴിക്കപ്പെട്ടുവെന്നും കേട്ടു.

അല്പം കഴിഞ്ഞപ്പോൾ മറ്റൊന്ന് സംഭവിച്ചു. നിധി കിട്ടിയവർ തങ്ങൾക്ക് നിധി കിട്ടിയെന്ന് മറ്റുള്ളവർ അറിയുന്നതരം ഒരടയാളവും തങ്ങളുടെ ജീവിതത്തിൽ ഉണ്ടാകാൻ പാടില്ല എന്ന രീതിയിലാണ് പെരുമാറുന്നത് എന്ന് കേൾക്കാൻ തുടങ്ങി. മാത്രവുമല്ല, അങ്ങനെയുള്ളവർ പഴയതിനേക്കാൾ സാമ്പത്തിക ഞെരുക്കം ഭാവിക്കുകയും ചെയ്യുന്നുണ്ട് എന്ന് ആളുകൾ അടക്കം പറഞ്ഞു.

ഇതോടെ സാമ്പത്തികമായി ഒരു കുടുംബം വല്ലാതെ ബുദ്ധിമുട്ടുന്നു എന്ന് കണ്ടാൽ, അവർ നിധി കിട്ടിയവരാണെന്ന് മറ്റുള്ളവർ ഉറപ്പിച്ച് പറയാൻ തുടങ്ങി. മുന്നേ, അങ്ങനെയുള്ളവരെ ആരെങ്കിലും സഹായിക്കാൻ തയ്യാറായിരുന്നു. പക്ഷേ, ഇപ്പോൾ ആരും അവരെ ആശ്വസിപ്പിക്കാൻപോലും ശ്രമിച്ചില്ല.

കാര്യങ്ങൾ ഇത്രയുമെത്തിയതോടെ, ആർക്കും പരസ്പരം വിശ്വാസമില്ലാത്ത ഒരവസ്ഥ ഉടലെടുക്കുകയായിരുന്നു. ഓരോരുത്തരും മറ്റുള്ളവന് നിധികിട്ടിയെന്ന വിശ്വാസത്തിൽ അപരനോട് അസൂയപ്പെടുകയും വിദ്വേഷം പുലർത്തുകയും ചെയ്തു. ചിലയിടങ്ങളിൽ അയല്ക്കാരൻ തങ്ങളുടെ പുരയിടത്തിൽ രഹസ്യമായി കുഴിച്ചുവെന്ന് അടുത്ത വീട്ടുകാർ സംശയിച്ചു. അതിന്റെ പേരിൽ വാക്കുതർക്കവും അടികലശലുകളും നടന്നു. ഇതോടെ ഗ്രാമത്തിൽ ജീവിതം ദുസ്സഹമായിത്തുടങ്ങി.

എന്റെ അച്ഛൻ ഒരു തുന്നൽക്കാരനായിരുന്നു. മുമ്പ് വളരെ തുച്ഛമായ പുരയിടമേ ഉണ്ടായിരുന്നുവെങ്കിലും തുന്നൽപ്പണികൊണ്ട് ഒരുവിധം കാര്യങ്ങൾ മുന്നോട്ടുപോയിരുന്നു. എന്നാൽ, പുതിയ അവസ്ഥയിൽ തങ്ങൾക്ക് നിധികിട്ടിയെന്ന് മറ്റുള്ളവർ വിചാരിക്കും എന്ന് ഭയന്ന് ആളുകൾ പുതിയ കുപ്പായങ്ങൾ തുന്നിക്കാൻ വരാതായി. ഇതുതന്നെയായിരുന്നു മറ്റോരോ തൊഴിലുകളിലേർപ്പെട്ടിരുന്നവരുടെ അവസ്ഥയും.

കാര്യങ്ങൾ കൈവിട്ട് പോകുകയായിരുന്നു. അപ്പോഴാണ്, ദൂരെ രാജ്യതലസ്ഥാനത്തുനിന്ന് ഒരു ചരിത്ര പുരാവസ്തു ഗവേഷകനും അയാളുടെ സംഘവും ഇവിടേക്കുവന്നത്. ഞങ്ങളുടെ ഗ്രാമത്തിലെ നിധിശേഖരത്തിന്റെ വാർത്ത അറിഞ്ഞതിനെത്തുടർന്ന് സർക്കാർ അവരെ ഇവിടേക്ക് നിയോഗിച്ചതായിരുന്നു.

ഗവേഷക സംഘത്തിന് ഖനനം നടത്താൻ കുറെ സഹായികളെ വേണമായിരുന്നു. കൃത്യം പണം കൂലിയായി അന്നന്നു കിട്ടുന്ന കാര്യമായതുകൊണ്ട്, ഞങ്ങളുടെ ആളുകൾ അങ്ങനെ സഹായികളാകാൻ പരസ്പരം മത്സരിച്ചു. ഇക്കൂട്ടത്തിൽ, വലിയ നിധികൾ കിട്ടിയെന്ന് മറ്റുള്ളവർ പറഞ്ഞ പലരും ഉണ്ടായിരുന്നു. എന്തായാലും ഞാനും ആ സഹായ സംഘത്തിൽ കയറിപ്പറ്റി.

തുടർന്ന്, എന്തൊക്കെയോ അനുമാനങ്ങൾ വച്ചുകൊണ്ട് ഗവേഷകസംഘം പലയിടത്തും ഖനനം നടത്തി. മലയുടെ ചുവട്ടിലുള്ള ഗുഹാമാർഗ്ഗങ്ങളിലും തുരക്കലും കുഴിക്കലും നടന്നു. പക്ഷേ, ഒരിടത്തുനിന്നും

നിധിശേഖരത്തിന്റേയോ ഭൂമിക്കടിയിൽ ഉണ്ടെന്നു കേട്ട തുരങ്കങ്ങളുടെയോ യാതൊരടയാളവും കാണാനായില്ല. മാത്രവുമല്ല ഒരിടത്തും നേരത്തേ എന്തെങ്കിലും കുഴിക്കൽ നടത്തിയതായി ഒരു സൂചനയുമില്ലായിരുന്നു.

എനിക്കാണെങ്കിൽ വേറൊരു കാര്യമായിരുന്നു ഏറ്റവും അത്ഭുതകരമായി തോന്നിയത്. എത്ര സൂക്ഷ്മമായി, എന്തെല്ലാം ഉപകരണങ്ങളുടെ സഹായത്തോടെയാണ് ഗവേഷക സംഘം ഈ ഖനനം നടത്തുന്നത്. ആ സ്ഥാനത്താണ് ഇവിടെയുള്ളവർ വെറുംകൈയോടെ കുഴിക്കൽ നടത്തി നിധിശേഖരം കണ്ടെത്തിയ വാർത്തകൾ പ്രചരിക്കുന്നത്.

ഒരുനാൾ ഗവേഷകസംഘം അക്കാര്യം പ്രഖ്യാപിച്ചു. ഇനി ഇവിടെ ഖനനം നടത്തേണ്ട കാര്യമൊന്നുമില്ല. ഇവിടെ നിധിശേഖരവും തുരങ്കങ്ങളുമുണ്ടായിരുന്നു എന്നുള്ളത് ആരുടെയോ കെട്ടുകഥകൾമാത്രം. ഇനിയെങ്കിലും ആരും അതൊക്കെ വിശ്വസിച്ച് ഓരോ മണ്ടത്തരങ്ങൾ കാട്ടിക്കൂട്ടരുത്.

അങ്ങനെ ഗവേഷകസംഘം തിരിച്ചുപോയി. ആദ്യമൊക്കെ പലർക്കും ഇതുൾക്കൊള്ളാൻ ബുദ്ധിമുട്ടായിരുന്നു. തങ്ങളിത്രയുംനാൾ പറഞ്ഞതും വിശ്വസിച്ചതും അസൂയപ്പെട്ടതും ദ്രോഹിച്ചതും എല്ലാം വെറുതെയായി എന്നുവന്നാൽ....

പക്ഷേ, താമസിയാതെ എല്ലാവരും സത്യം അംഗീകരിച്ചു. അതോടെ ഞങ്ങൾക്ക് വീണ്ടും ഞങ്ങളുടെ പഴയ ജീവിതം തിരിച്ചുകിട്ടുകയായിരുന്നു. സമൃദ്ധിയില്ലെങ്കിലും ദാരിദ്ര്യമില്ലാത്ത ജീവിതം. പരസ്പരം വിശ്വാസവും സഹകരണവുമുള്ള കൊച്ചുജീവിതങ്ങൾ ഗ്രാമത്തിൽ വീണ്ടും തളിർത്തുതുടങ്ങി.

ഇപ്പോൾ ഇതൊക്കെ എന്റെ പ്രായക്കാർക്കറിയാം. പുതിയ തലമുറയൊന്നും കേട്ടിട്ടേയില്ലാത്ത കഥകൾ.

പക്ഷേ, എനിക്ക് ഭയമുണ്ട്. ഇക്കാലത്തും നിധിശേഖരത്തെപ്പറ്റിയുള്ള വാർത്തകൾ എവിടെനിന്നെങ്കിലും വീശിത്തുടങ്ങാവുന്നതേയുള്ളൂ. അങ്ങനെയെങ്കിൽ....പണ്ടെത്തതിനേക്കാൾ വഷളായ കാര്യങ്ങൾ നടക്കും. നിധിയുടെ പേരിൽ രക്തച്ചൊരിച്ചിൽ തന്നെ നടന്നെന്നുവരും. ജീവനുപോലും വിലയില്ലാതാകും.

അങ്ങാടിയിൽ ഈ തുന്നൽക്കടയിലിരുന്ന് പുതിയ കാലത്തെ അടുത്തറിയുമ്പോൾ അങ്ങനെ ഭയന്നല്ലേ പറ്റൂ.

ഈശ്വരാ, നിധിയെന്ന ഒരു വാക്കുപോലും ആരുടെയും നാവിൽനിന്ന് പുറപ്പെടാതിരിക്കട്ടെ.

കമ്യൂണിസം 2.0

നല്ല പാരമ്പര്യമുള്ള പ്ലാത്തോട്ടം കുടുംബത്തിലെ കൊച്ചനാ, ആവശ്യത്തിന് ഭൂസ്വത്തും മല്ലപ്പള്ളി ടൗണിലെ കെട്ടിടങ്ങളിൽനിന്നുള്ള വാടകവരുമാനോം ഒക്കെയുണ്ട്. പക്ഷേ, ജോണിക്കുട്ടിക്ക് കല്യാണാലോചന വരുമ്പോൾ പെങ്കൊച്ചുങ്ങളൊന്നും അടുക്കുന്നില്ല. കാണാൻ സാമാന്യം തരക്കേടില്ല എന്നതും സഹായത്തിനെത്തുന്നില്ല.

കഷ്ടി പ്രീഡിഗ്രീം യാതൊരു തൊഴിലുമില്ലാത്തവനും എന്നാണ് കല്യാണക്കമ്പോളത്തിൽ ജോണിക്കുട്ടിയുടെ നിലവാരം.

പ്രായം കടന്നുപോകുന്നു. തന്റെ പ്രായത്തിലുള്ളവരും ഒരുമിച്ചു പഠിച്ചു കളിച്ചു വളർന്നവരുമെല്ലാം കുടുംബസ്ഥരായിക്കഴിഞ്ഞു. പലരും ഗൾഫിലും അമേരിക്കേലുമൊക്കെയാണ്. അതൊന്നും അല്ല, ഇനി എന്തെങ്കിലും പഠിക്കാനോ വല്ലവന്റേം കാല്ക്കീഴിൽക്കിടക്കുന്ന ഒരു തൊഴില് ചെയ്യാനോ വയ്യ. ജീവിക്കാൻ അതിന്റെയൊന്നും ആവശ്യോമില്ല. പക്ഷേ, കല്യാണം!

ഒരു ദിവസം ജോണിക്കുട്ടി വാതിലും ജനലുമെല്ലാം അടച്ചു തന്റെ മുറിയിലിരുന്നു ചിന്തിക്കാൻതുടങ്ങി. അഗാധമായ ധ്യാനം തന്നെ.

ധ്യാനത്തിന്റെ അഞ്ചാം ദിവസം അവനു വെളിപാടുണ്ടായി. ജോണിക്കുട്ടി ആർത്തുവിളിച്ചു. ലോകത്തിലിന്നുവരെ ആരും ചിന്തിച്ചിട്ടില്ലാത്ത ഒരു തൊഴിൽ താൻ കണ്ടെത്തിയിരിക്കുന്നു. അതേ സമയം മറ്റൊരു തൊഴിൽപോലെയും സാദ്ധ്യതയില്ലാത്ത തൊഴിൽ. എന്നാൽ ലോകം മുഴുവനും പടർന്നുകിടക്കുന്ന തൊഴിൽ....

ജോണിക്കുട്ടി തന്റെ അടുത്ത ചില കൂട്ടുകാരോട് വിവരം പറഞ്ഞു. കേട്ടവർ വാ പൊളിച്ച് നിന്നുപോയി.

അപാര തൊഴില് തന്നെ....

ഇതായിരുന്നു തൊഴിൽ. ഫെയ്സ്ബുക്കിൽ നമ്മൾ അഹോരാത്രം പോസ്റ്റുന്നു, ലൈക്കുന്നു, കമന്റുന്നു, ഷെയറുന്നു, മെസ്സേജുന്നു.... അങ്ങനെ അങ്ങനെ ഇന്ന് ലോകത്തിലെ ഏറ്റവും ഭീമൻ കമ്പനിയായ ഫെയ്സ്ബുക്കെന്ന് പറയുന്നത് നമ്മുടെ ഈ പണികളാണ്. ചുരുക്കം പറഞ്ഞാല്, ലോകത്തിലെ ഏറ്റവും വലിയ കോർപ്പറേറ്റ് കമ്പനീടെ ജോലിക്കാരാണ് നമ്മളെല്ലാം. ശമ്പളമില്ല, പക്ഷേ, ഒന്നാംതരം അന്തസ്സുള്ള കോർപ്പറേറ്റ് ജോലിയല്ലിയോ...ഏ....

ജോണിക്കുട്ടി വാങ്ങിച്ചുകൊടുത്ത കള്ളുംകുടിച്ച്, പറോട്ടയും ബീഫും ചവച്ചിട്ട് കൂട്ടുകാർ തലകുലുക്കി. പക്ഷേ, ഇതൊന്നും കല്യാണച്ചന്തയിൽ തീരെ വിലപ്പോയില്ല. "ജോണിക്കുട്ടിക്ക് വട്ടാണ്." ഇതൊക്കെ കേട്ട പെമ്പിള്ളാരും അവളുമാരുടെ തന്ത, തള്ളമാരും പറഞ്ഞു.

ജോണിക്കുട്ടി പതറിയില്ല. കല്യാണം, പോ പുല്ല്. ഇപ്പോൾ അതിനേക്കാളൊക്കെ വലിയ ഒരു ആശയത്തിന്റെ പിന്നാലെയാണ് അവൻ.

ആർക്കും ഒരു പൈസ ശമ്പളം കൊടുക്കാതെ പണിയെടുക്കുന്ന ആ ഫെയ്സ്ബുക്ക് പരിപാടിക്കെതിരെയുള്ള യുദ്ധത്തിലാണ് ജോണിക്കുട്ടിയിപ്പോൾ. കോടാനുകോടി ജീവനക്കാർ കടുത്ത ചൂഷണത്തിനു വിധേയമാകുകയല്ലേ. അതിനാൽ നമ്മൾ ഈ ചൂഷണത്തിനെതിരെ സംഘടിക്കണം... പൊരുതണം.... ഓരോ പോസ്റ്റിനു ലൈക്കിനും കമന്റിനും ഷെയറിനും മെസ്സേജിനും നമുക്ക് പൈസ കിട്ടണം. ജോണിക്കുട്ടി സുഹൃദ്സദസ്സിൽ ശബ്ദമുയർത്തി.

സുഹൃത്തുകൾ വീണ്ടും വാ പൊളിച്ചു.

ജോണിക്കുട്ടി ഫെയ്സ്ബുക്കിനെതിരെയുള്ള പോരാട്ടത്തിനായി നിരന്തരം പോസ്റ്റുകളിട്ടു. മെസ്സേജുകളിട്ടു. ഒരുപക്ഷേ, ഇതെല്ലാം മലയാളത്തിലായതുകൊണ്ടാവാം, വേണ്ടപ്പെട്ട അധികാരികൾ തങ്ങൾക്കെതിരെയുള്ള ഈ സമരത്തെക്കുറിച്ച് ഒന്നുമറിഞ്ഞില്ല.

എന്നാൽ, അതിനിടെ ജോണിക്കുട്ടിക്ക് മറ്റൊരു വെളിപാടുണ്ടായി. താൻ ഇങ്ങനെ തുടരെ പോസ്റ്റുകളും മെസ്സേജുകളും ചെയ്താൽ അതും കമ്പനിക്കുതന്നെ വെറുതേ പണിയെടുത്ത് കൊടുക്കുകയല്ലേ.... അങ്ങനെയെങ്കിൽ ഫെയ്സ്ബുക്കിൽ നിന്നു വിട്ടുനിന്നു വേണം സമരം നടത്തേണ്ടത്. ആ നിലയ്ക്ക് ഏതെങ്കിലും പത്രമാസികകളിൽ കുറിപ്പുകളെഴുതിയോ ലഘുലേഖകൾ എഴുതി പ്രസിദ്ധീകരിച്ചോ സുഹൃദ്സംഘങ്ങൾ വഴിയോ സമരത്തിനായുള്ള ആശയ പ്രചാരണം നടത്തണം.

അങ്ങനെയാണ് ജോണിക്കുട്ടി അവൻപോലുമറിയാതെ ഒരാക്ടിവിസ്റ്റും ചിന്തകനുമൊക്കെയായത്. ഇതൊക്കെ കേട്ടറിഞ്ഞ നാട്ടുകാരിൽ ചിലർ ഇങ്ങനെയും പറഞ്ഞു:

"പണ്ട് പ്ലാത്തോട്ടത്തിക്കാരുടെ കൂട്ടത്തിൽ ഇക്രോൻ എന്നൊരു കമ്യൂണിസ്റ്റുണ്ടായിരുന്നതാ. ജോണിക്കുട്ടിയൊക്കെ ഒണ്ടാകുന്നതിനും മുന്നേ മരിച്ചുപോയി. ഇത് ഇക്രോന്റെ ആത്മാവാ."

ജോണിക്കുട്ടി എഴുതിയ ലഘുലേഖ ഇങ്ങനെ തുടങ്ങുന്നു:

"സർവ്വലോക ഫെയ്സ്ബുക്ക് പോസ്റ്റ്, ലൈക്ക്, കമന്റ്, ഷെയർ, മെസ്സേജ് തൊഴിലാളികളേ, നിങ്ങൾ സംഘടിക്കുവിൻ. നിങ്ങൾക്ക് നഷ്ടപ്പെടാനുള്ളത് കുറെ പോസ്റ്റുകളും ലൈക്കുകളും കമന്റുകളും ഷെയറുകളും മാത്രം.. എന്നാൽ നേടുവാനുള്ളതോ, നിങ്ങൾക്ക് നിങ്ങളുടെ മൂല്യം വിലമതിക്കപ്പെടുന്ന ഒരു വലിയ ലോകവും..."

അത്ഭുതമെന്നേ പറയേണ്ടൂ. ജോണിക്കുട്ടി എഴുതിയ ആ ലഘുലേഖ സാവധാനം എമ്പാടും പലവഴിക്കായി പ്രചരിക്കാൻ തുടങ്ങി. പലയിടത്തുംനിന്ന് ആളുകൾ ജോണിക്കുട്ടിയെ ഫോൺവിളിച്ചും ഇ-മെയിൽ വഴിയും തപാൽമാർഗ്ഗമായുമൊക്കെ ബന്ധപ്പെട്ട് ഈ സമരത്തെക്കുറിച്ച് ആരാഞ്ഞു. ഫെയ്സ്ബുക്ക് വഴിയായും എന്തിന് വാട്ട്സാപ്പ് വഴിയായിപ്പോലുമുള്ള ആശയവിനിമയങ്ങൾ സമരക്കാർ പൂർണ്ണമായും ഒഴിവാക്കി.

എന്നാൽ, ഇതുകൊണ്ട് ഫെയ്സ്ബുക്കിന് വല്ലതും സംഭവിക്കുമോ! ഫെയ്സ്ബുക്ക് നാൾക്കുനാൾ ലോകമെവിടെയും വളർന്നുകൊണ്ടുമിരുന്നു. ഒപ്പം അവിടവിടെയായി സമരക്കാരും.

കാലം കടന്നുപോവുകയായിരുന്നു. ഇപ്പോൾ വർഷം 2051. ജോണിക്കുട്ടി വാർദ്ധക്യത്തിന്റെ പടിവാതില്ക്കലെത്തിയിരിക്കുന്നു. 2017 ൽ ജോണിക്കുട്ടി തുടങ്ങിവച്ച പോരാട്ടം, പ്രസ്ഥാനം ഇപ്പോഴും മുന്നോട്ടു പോകുന്നുണ്ട്. ഫെയ്സ്ബുക്കുള്ള കാലത്തോളം ഈ പ്രസ്ഥാനവും നിലനില്ക്കുമല്ലോ. പോരാട്ടംകൊണ്ട് യാതൊരു ഫലവും ഇതേവരെ ഉണ്ടായിട്ടില്ലെന്ന് പ്രത്യേകം പറയേണ്ടതുമില്ലല്ലോ.

എന്നാൽ കാലം കടന്നുപോകുമ്പോൾ ചരിത്രമെന്നൊരു സംഗതി രൂപപ്പെടുമല്ലോ. ആ ചരിത്രം ചില സംഗതികളൊക്കെ രേഖപ്പെടുത്താറുണ്ട്.

അങ്ങനെയാണ്, ചരിത്രം ജോണിക്കുട്ടി പണ്ടെഴുതിവച്ച ആ ലഘുലേഖയെ 'രണ്ടാം കമ്യൂണിസ്റ്റ് മാനിഫെസ്റ്റോ' എന്നുവിളിച്ചത്. ജോണിക്കുട്ടിയുടെ പ്രസ്ഥാനത്തെയും പോരാട്ടത്തെയും രണ്ടാം കമ്യൂണിസം എന്ന് ചരിത്രം ജ്ഞാനസ്നാനവും ചെയ്തു.

1848 ൽ ആരംഭിച്ച കമ്യൂണിസം ലോകത്ത് പലയിടത്തും വിജയിച്ച് അധികാരത്തിലെത്തി. അങ്ങനെ വന്ന ഭരണകൂടങ്ങൾ എല്ലാം തന്നെ തകർന്നുതരിപ്പണമായി. പക്ഷേ, ജോണിക്കുട്ടിയുടെ കമ്യൂണിസം ഒരിക്കലും വിജയിക്കാത്തതിനാൽ അത് പരാജയപ്പെടുകയുമില്ല. അധികാരം കിട്ടിയാലല്ലേ ഏതു പ്രസ്ഥാനവും തകരുകയുള്ളൂ.

ഈ കമ്യൂണിസം എന്നും പോരാടിക്കൊണ്ടേയിരിക്കും. ഫെയ്സ്ബുക്കുള്ള കാലത്തോളം.

ചരിത്രം അവസാനിക്കുന്നില്ല....

മാന്യമായ ചില ഇടങ്ങൾ

ഇന്നത്തെ യുവതലമുറ പ്രതികരണമില്ലാത്ത തലമുറയാണ്. സാമൂഹിക തിന്മകളോട് പൊരുതാതെ, പ്രതികരിക്കാതെ നിഷ്ക്രിയമായ ഈ തലമുറയെ പേർത്ത് നമുക്ക് സഹതപിക്കാനേ കഴിയൂ.

എത്ര മറക്കാൻ ശ്രമിച്ചിട്ടും സ്വപ്നേഷിന്റെ ചെവിയിൽ ആ വാക്കുകൾ ഓളംവെട്ടുകയാണ്. ഇന്നലെ വൈകുന്നേരം ടൗൺഹാളിനടുത്തുകൂടി ബൈക്കിൽ സഞ്ചരിക്കുമ്പോൾ, മൊബൈൽഫോണിൽവന്ന ഒരു വിളിയെത്തുടർന്ന് ബൈക്ക് സൈഡാക്കി നിർത്തി സംസാരിക്കവെയാണ് ആ വാക്കുകൾ കേട്ടത്. അപ്പോൾത്തന്നെ ബൈക്ക് നിർത്തിയിട്ട്, ആരാണിങ്ങനെ തട്ടിവിടുന്നതെന്നറിയാൻ അവൻ ഹാളിന്റെ വരാന്തയിലേക്ക് ചെന്നു. അപ്പോൾ കണ്ടു, പ്രമുഖ സാഹിത്യകാരനും സാമൂഹ്യപ്രവർത്തകനുമായ കെ സി വത്സൻ മാഷാണ് പ്രസംഗിക്കുന്നത്. മൂപ്പര് പഴയ നക്സലാണോ ഗാന്ധിയനാണോ എന്ന് സ്വപ്നേഷിന് തീർച്ചയില്ലായിരുന്നെങ്കിലും വലിയ സാംസ്കാരിക നായകനാണെന്നറിയാം.

പ്രതികരണമില്ലാത്ത തലമുറപോലും! വത്സൻ മാഷിന് തന്നെപ്പോലെയുള്ള ചെറുപ്പക്കാരെപ്പറ്റി ഒന്നുമറിഞ്ഞുകൂടാ.

ദാ, ഇന്നത്തെ ദിവസം ഈ പത്തുമണിക്കകംതന്നെ താൻ അഞ്ച് മൊബൈൽ പ്രതികരണങ്ങളും പന്ത്രണ്ട് ഇ-മെയിൽ പ്രതികരണങ്ങളും അയച്ചുകഴിഞ്ഞതേയുള്ളൂ. അത്യാവശ്യം ചെയ്തുതീർക്കേണ്ട ജോലികളുടെ കടുത്ത സമ്മർദ്ദത്തിനിടയിലാണ് താനിങ്ങനെ പ്രതികരണങ്ങൾ നടത്തിക്കൊണ്ടിരിക്കുന്നത്. ടെക് പാർക്കിലെ വിശാലമായ ക്യാംപസിലുള്ള ഗോൾഡൻ ഒറാക്കിൾ എന്ന ഈ അന്താരാഷ്ട്ര ഐ ടി കമ്പനിയുടെ ഓരോ നിമിഷത്തിനും കോടാനുകോടികളുടെ വിലയാണ്. വിലമതിക്കാനാവാത്ത ആ സമയത്തിന്റെ സൂചിമുനയിൽ നിന്നുകൊണ്ടാണ്

താൻ ഓരോ ദിവസവും സജീവമായ സാമൂഹ്യ പ്രതികരണങ്ങൾ നടത്തിക്കൊണ്ടിരിക്കുന്നത്.

റൊണാൾഡോ ബിപാഷ ബസുവിനെ ചുംബിച്ചത് ഭാരതീയ സംസ്കാരത്തിന് യോജിച്ചതോ, ഇന്ത്യൻ ക്രിക്കറ്റ് ടീം ഇനി കുറെക്കാലത്തേക്ക് കളിയിൽനിന്ന് മാറിനില്ക്കണോ, അമിതാഭ്ബച്ചൻ കർഷകഭൂമി അനധികൃതമായി കൈവശപ്പെടുത്തിയിരിക്കുന്നുണ്ടെന്ന് കരുതുന്നുവോ, വി എസ് അച്യുതാനന്ദൻ ഭൂമി കൈവശംവച്ചിരിക്കുന്നവർക്കെതിരെ നടത്തുന്ന നടപടികൾ ഫലപ്രദമെന്ന് തോന്നുന്നുവോ, ഭൗമതാപനം വർദ്ധിപ്പിക്കുന്നതിൽ അമേരിക്ക മുഖ്യ കുറ്റവാളിയെന്ന് ചിന്തിക്കുന്നുവോ തുടങ്ങി സംസ്ഥാന, രാജ്യ, രാജ്യാന്തരമായ എത്രയോ വിഷയങ്ങളിലാണ് വിവിധ ടെലിവിഷൻ ചാനലുകളും വെബ്സൈറ്റുകളും ബ്ലോഗുകളും നടത്തുന്ന സംവാദങ്ങളിൽ താൻ ജാഗ്രതയോടെ പ്രതികരണം നടത്തുന്നത്. താൻ മാത്രമല്ലാതെ ടെക്പാർക്കിലെ തന്നെ എത്രയോ ചെറുപ്പക്കാർ ഇതേപോലെ സജീവമായി സാമൂഹ്യബോധം പ്രകടിപ്പിക്കുന്നവരാണ്.

എന്നാൽ, ഇത് വല്ലതും ആ വത്സൻമാഷോ മൂപ്പരുടെ തലമുറക്കാരോ അറിയുന്നുണ്ടോ. അവർക്ക് നെറ്റും മൊബൈലും ഒക്കെ തുറന്നുതരുന്ന പ്രതികരണങ്ങളുടെ ലോകം അറിഞ്ഞുകൂടല്ലോ. തെരുവുകളിൽ പൊലീസിന്റെ മർദ്ദനമേറ്റുള്ള സമരങ്ങളും കുറെ ജയിൽജീവിതവുമൊക്കെ ഉണ്ടെങ്കിലേ സാമൂഹിക പ്രതികരണം നടത്താനാവൂ എന്നു പറഞ്ഞാൽ എന്തൊരു മണ്ടത്തരമാണ്.

ഈശ്വരാ, ഓരോന്നു ചിന്തിച്ചിരുന്നാൽ സമയമങ്ങുപായും. സ്വപ്നേഷ് രണ്ടുകൈകളും വലിച്ചൊന്നു കുടഞ്ഞു, തലേന്നു രാത്രി രണ്ടു മണിവരെ നെറ്റിൽ കറങ്ങിക്കൊണ്ടിരുന്നതിന്റെ ഉറക്കമിളപ്പ് ശരീരത്തിൽനിന്നും മനസ്സിൽനിന്നും വലിച്ചെറിയാൻ ശ്രമിച്ചു. കമ്പ്യൂട്ടർ മോണിറ്ററിൽ മിഴികൾ നട്ടു. ഉച്ചയ്ക്ക് പന്ത്രണ്ട് മണിക്കകം തീർക്കാൻ പിടിപ്പത് പണിയുണ്ട്. പറഞ്ഞ സമയത്തിനകം പണിതീർത്തില്ലെങ്കിൽ കമ്പനി ആസ്ഥാനമായ അറ്റ്ലാന്റയിൽനിന്ന് നെറ്റിലൂടെതന്നെ പാഞ്ഞുവരുന്ന സന്ദേശം ശീതീകരിച്ച ഈ ക്യൂബിക്കിളിലിരിക്കവെ തന്നെ, നരകാഗ്നിയുടെ ചൂട് എന്തെന്ന് തന്നെ അറിയിച്ചിരിക്കും.

ഉച്ചയ്ക്ക്, തെല്ലൊന്ന് പണി അയഞ്ഞപ്പോൾ തന്റെ സ്വകാര്യ ഇ-മെയിൽ പരിശോധിച്ചപ്പോഴാണ് സ്വപ്നേഷ് അത് കണ്ടത്. അടുത്തയിടെ ഏർപ്പെടുത്തിയ ഹെൽമറ്റ് കർശനമാക്കുന്ന നിബന്ധനയ്ക്കെതിരെ പ്രതിഷേധിക്കാൻ, ആഭ്യന്തരമന്ത്രിയുടെയും ഗതാഗതമന്ത്രിയുടെയും ഓഫീസ് വെബ്സൈറ്റുകളിലേക്ക് പ്രതികരണം നടത്തണമെന്ന് ആവശ്യപ്പെട്ടുകൊണ്ടുള്ള ഇ-മെയിൽ.

ഹോ! ഇതു തീർച്ചയായും തന്നെ ബാധിക്കുന്ന വിഷയവുമാണ്. നിരന്തരമായി ശല്യം ചെയ്യുന്ന കഴുത്തുവേദന കാരണം ഹെൽമറ്റ് വെച്ചുകൊണ്ട് ബൈക്ക് ഓടിക്കുന്നത് വല്ലാതെ ദുസ്സഹമായിട്ടുണ്ട്. പക്ഷേ,

നിയമം അനുസരിച്ചല്ലേ പറ്റൂ. വേദന കടിച്ചുപിടിച്ചു ഹെൽമറ്റ് വെച്ചു കൊണ്ടു ബൈക്ക് ഓടിക്കുകതന്നെ.

പക്ഷേ, പ്രതിഷേധിക്കണമല്ലോ. നിമിഷങ്ങൾക്കകം തന്നെ സ്വപ്നേഷ് ഹെൽമറ്റ് നിയമത്തിനെതിരെയുള്ള തന്റെ കടുത്ത പ്രതിഷേധം രണ്ട് മന്ത്രിമാരുടെയും വെബ്സൈറ്റുകളിലേക്ക് തൊടുത്തു വിട്ടു.

പിറ്റേന്ന് രാവിലെ സ്വപ്നേഷ് കമ്പനിയിലേക്ക് വരുമ്പോൾ, കണ്ടു. എസ് പി ഓഫീസിന് മുമ്പിലുള്ള നിരത്തിൽ ഏതാണ്ട് ഒരു കി.മീ. വരുന്ന ഇരുചക്രവാഹനക്കാരുടെ ഒരു വാഹനജാഥ. ആരും ഹെൽമറ്റ് ധരിച്ചിട്ടില്ല. ഹെൽമറ്റിനെതിരെയുള്ള പ്രതിഷേധജാഥയാണ്. ജാഥ മൂലമുണ്ടായ ഗതാതഗതക്കുരുക്കിൽപ്പെട്ട് സ്വപ്നേഷ് ബൈക്ക് നിർത്തിയിട്ടു. ഈശ്വരാ, ഈ നശിച്ച ജാഥകാരണം ഇന്ന് കമ്പനിയിലെത്താൻ വൈകുമല്ലോ, ഇന്നാണെങ്കിൽ പ്രധാനപ്പെട്ട ടീം മീറ്റിങ് വച്ചിരിക്കുകയാണ്. ടീം മീറ്റിങ്ങിൽ താമസിച്ച് എത്തുക എന്ന് പറഞ്ഞാൽ ടീം നേതാവിന്റെയും മേലധികാരികളുടെയും ചീത്ത വയറ് നിറയെ കേൾക്കേണ്ടിവരും.

ഇരുചക്രവാഹനജാഥ ഇപ്പോൾ എസ് പി ഓഫീസ് പരിസരത്തേക്ക് കടന്നു കയറാനുള്ള ശ്രമാണ്. പക്ഷേ, പൊലീസ് ബാരിക്കേഡുകളുയർത്തി ജാഥ തടയുന്നുണ്ട്.

നിമിഷങ്ങൾക്കകം തന്നെ അടി പൊട്ടി. പൊലീസിന്റെ ലാത്തിച്ചാർജും ആരൊക്കെയോ വലിച്ചെറിയുന്ന കല്ലുകളുമൊക്കെയായി നിരത്ത് ടി വി വാർത്തകളിൽ പലപ്പോഴും കാണുന്ന സമരരംഗങ്ങളിലൊന്നായി മാറുന്നത് സ്വപ്നേഷ് സുരക്ഷിതമായ അകലത്തിൽനിന്ന് നോക്കി കണ്ടു.

ജാഥക്കാരുടെ ആവശ്യത്തോട് യോജിപ്പാണെങ്കിലും, ആ സമരരീതിയോട് സ്വപ്നേഷിന് യോജിക്കാനേ ആയില്ല. ഛെ! എന്തിനാണിങ്ങനെ ഇത്ര പ്രാകൃതമായ സമരരീതികളിലേർപ്പെടുന്നത്! നെറ്റിന്റെയും സൈബറിന്റെയും ഇക്കാലത്ത് ഇങ്ങനത്തെ സമരാഭാസങ്ങൾ നടത്തുക എന്നു പറഞ്ഞാൽ കഷ്ടം തന്നെ.

പൊലീസ് സമരത്തെ അടിച്ചൊതുക്കി, ഗതാഗതക്കുരുക്ക് ഇല്ലാതാക്കിയതും സ്വപ്നേഷ് ഭ്രാന്തമായ വേഗത്തിൽ കമ്പനിയിലേക്ക് കുതിച്ചു.

കഷ്ടിച്ച് തടി രക്ഷപ്പെടുത്തി, ടീം മീറ്റിങ് അവസാനിച്ച് ഒന്ന് ദീർഘനിശ്വാസം വിട്ടപ്പോഴാണ് സ്വപ്നേഷ് ആ വിവരമറിഞ്ഞത്. ടെക്പാർക്കിൽ തങ്ങൾക്ക് തൊട്ടടുത്തുള്ള കമ്പനിയിലെ ഒരുപറ്റം ജോലിക്കാരെ പെട്ടെന്നു കാര്യക്ഷമതയുടെ പേര് പറഞ്ഞ് പിരിച്ചുവിട്ടിരിക്കുന്നു. സ്വപ്നേഷിന് പരിചയമുള്ള ചിലരും അക്കൂട്ടത്തിലുണ്ടായിരുന്നു.

പിരിച്ചുവിടപ്പെട്ടവരിൽ ചിലർ, കമ്പനി മേലധികാരികളുടെ ഏകാധിപത്യപരവും മനുഷ്യത്വഹീനവുമായ നടപടിക്കെതിരെ ശക്തമായ സമരം സംഘടിപ്പിക്കണമെന്ന അഭിപ്രായക്കാരായിരുന്നു. കമ്പനി ഓഫീസിന് മുന്നിൽ ധർണ്ണ, സത്യഗ്രഹം തുടങ്ങിയ സമരമാർഗ്ഗങ്ങൾ അവർ മുന്നോട്ടുവച്ചു. ടെക്പാർക്കിലെ കാന്റീനിലിരുന്ന് അവർ, പാർക്കിലെ മറ്റ്

കമ്പനികളിലെ ജീവനക്കാരോടും തങ്ങളോട് അനുഭാവം പുലർത്തി, നാമമാത്രമായെങ്കിലും തങ്ങളുടെ സമരത്തിൽ പങ്ക് ചേരണമെന്ന് അഭ്യർത്ഥിച്ചു. ഐ ടി വകുപ്പ് കൈകാര്യം ചെയ്യുന്ന മുഖ്യമന്ത്രിയുടെ ഓഫീസിലേക്ക് ഐ ടി കമ്പനികളിലെ ജീവനക്കാരുടെ അവസ്ഥകളിലേക്ക് അദ്ദേഹത്തിന്റെ ശ്രദ്ധ ക്ഷണിക്കാൻ ഒരു പ്രകടനം നടത്തുന്നതിനെപ്പറ്റിയും അവർ സംസാരിച്ചു.

സ്വപ്നേഷിന് കൂടുതൽ പരിചയമുള്ള സത്യജിത്ത് ഇങ്ങനെയൊക്കെ പറഞ്ഞപ്പോൾ, അവനാകെ ചളിപ്പ് തോന്നി. തങ്ങളെപ്പോലെ നിലയും വിലയുമുള്ള ഐ ടി പ്രൊഫഷണലുകൾ, ഇടയ്ക്കൊക്കെ ടി വി വാർത്തകളിൽ കാണാറുള്ള ചില ഫാക്ടറി തൊഴിലാളികളുടെ സമരംപോലെയൊക്കെ സമരിക്കാൻ തുടങ്ങിയാൽ, അതെന്തൊരു ബോറൻ പരിപാടിയായിരിക്കും. അതിനാൽ ആ വക പരിപാടികൾക്കൊന്നും ഇറങ്ങരുത്. പകരം നെറ്റിൽക്കൂടിയുള്ള പ്രതിഷേധ പ്രചരണം അഴിച്ചുവിടുകയാണ് ചെയ്യേണ്ടതെന്ന് സ്വപ്നേഷ് സത്യജിത്തിനെ ഉപദേശിച്ചു. പക്ഷേ, സത്യജിത്ത് പലരും കേൾക്കെത്തന്നെ "പോടാ മൈരേ" എന്ന് ചീത്ത പറഞ്ഞ് ഓടിച്ചത് എന്തിനാണെന്ന് അവന് എത്ര ആലോചിച്ചിട്ടും പിടികിട്ടിയില്ല.

അടുത്ത ദിവസങ്ങളിൽ സത്യജിത്തും കൂടെ പിരിച്ച് വിടപ്പെട്ട ഏതാനും പേരും ടെക്പാർക്കിൽ സത്യഗ്രഹസമരത്തിനിരിക്കുകയും മുദ്രാവാക്യങ്ങൾ മുഴക്കുകയും ചെയ്തുവെങ്കിലും പൊലീസ് വന്ന് വേഗം തന്നെ അവരെ പാർക്കിന്റെ വളപ്പിൽനിന്ന് പുറത്താക്കി. പിരിച്ചുവിടപ്പെട്ടവരിൽത്തന്നെ ഭൂരിഭാഗവും മറ്റ് കമ്പനികളിലുള്ളവരാരും തന്നെയും സമരത്തിനൊപ്പം കൂടാത്തതിനാൽ, സമരം പൊളിയുകയുംചെയ്തു.

ഏതാനും ആഴ്ചകൾക്കുള്ളിൽ, സ്വപ്നേഷിന്റെ കമ്പനിയിലും അത് സംഭവിച്ചു. 'റൈറ്റ് സൈസിങ്' എന്ന ഓമനപ്പേരിൽ ഗോൾഡൻ ഓറക്കിൾ കമ്പനി അതിന്റെ നല്ലൊരു ശതമാനം ജീവനക്കാരെ വെട്ടിക്കുറയ്ക്കാൻ തീരുമാനിച്ചുകൊണ്ടുള്ള അറിയിപ്പ് വന്നു. പിരിച്ചുവിടപ്പെടുന്നവരിൽ സ്വപ്നേഷും ഉണ്ടായിരുന്നു.

ഏറെക്കാലമായി തന്റെ ജീവിതമത്രയും സമർപ്പിച്ചിരുന്ന കമ്പനിയിലെ ക്യൂബിക്കിൾനെയും അതിലുള്ള കമ്പ്യൂട്ടറിനെയും അവസാനമായി വേദനയോടെ ഒന്നു നോക്കിയിട്ട് സ്വപ്നേഷ് അവിടെനിന്നിറങ്ങി. ഇവിടെ കിട്ടിയിരുന്നത്ര ഉയർന്ന ശമ്പളവും ആനുകൂല്യങ്ങളും ഇനി മറ്റെവിടെയെങ്കിലും കിട്ടുക എന്നത് അസാദ്ധ്യമാണെന്ന അറിവും ആ വേദനയ്ക്ക് ആക്കംകൂട്ടി.

എന്നാൽ ആ വേദന സ്വപ്നേഷിന്റെയും പിരിച്ചുവിടപ്പെട്ട സഹപ്രവർത്തകരുടെയും പ്രതിഷേധിക്കാനുള്ള ആവേശത്തെ ആളിക്കത്തിച്ചു. തങ്ങളുടെ കമ്പനിയുടെയും സംസ്ഥാന-കേന്ദ്ര ഭരണകൂടങ്ങളുടെയും വെബ്സൈറ്റുകളിലേക്കും മെയിൽ ബോക്സുകളിലേക്കും അവർ തുരുതുരാ പ്രതിഷേധ ഇ-മെയിൽ എയ്തുകൊണ്ടിരുന്നു. അതിവിശാല

മായ സൈബർയൂഥങ്ങളിൽ, സ്വപ്നേഷിന്റെയും സഹജീവികളുടെയും പ്രതിഷേധ ബ്ലോഗുകളും മെയിലുകളും തീമഴയായി പെയ്തുകൊണ്ടിരുന്നു.

ടെക്പാർക്കിന്റെ നയനാനന്ദമാംവിധം വകുപ്പുകളും പൂന്തോട്ടങ്ങളും ശില്പചാതുര്യമുള്ള കെട്ടിടങ്ങളും നിറഞ്ഞ ക്യാമ്പസാകട്ടെ, അപ്പോഴും ഒട്ടും മലിനപ്പെടാതെ തന്നെ നിലകൊണ്ടു. സമരപ്പന്തലുകളും മുദ്രാവാക്യം വിളികളും മുദ്രാവാക്യമെഴുതിയ ഉയർന്ന പലകകളും ഒരിക്കലും കടന്നുവരാതെ ടെക്പാർക്ക് അതിന്റെ മാന്യതപുലർത്തുകതന്നെ ചെയ്തു.

ഇടയ്ക്കൊക്കെ തനിക്കന്യമായിക്കഴിഞ്ഞ ടെക്പാർക്കിന് മുമ്പിലൂടെ കടന്നുപോകുമ്പോൾ അതൊരു മാന്യത തന്നെയാണോ എന്ന് സ്വപ്നേഷ് സംശയിച്ചെങ്കിലും ആ സംശയം പ്രാകൃതമാണെന്ന് അവൻതന്നെ തിരുത്തിക്കൊണ്ടിരുന്നു.

രണ്ടാംവരവ്

ഇരുപത്തിയെട്ട് വർഷങ്ങൾ എത്ര സുഖകരമായി കടന്നുപോയി. മഞ്ഞും മഴയും കാറ്റും തലോടിയുള്ള സുഖനിദ്ര, ശാന്തമായ ഉറക്കം. പക്ഷേ, ആ ശാന്തിയത്രയും അവസാനിച്ചിരിക്കുകയാണ്.

അന്ന് ആ സായാഹ്നത്തിൽ വെടിയേറ്റുമരിച്ചതിനേക്കാൾ ക്രൂരമായ, അസഹ്യമായ ദുരന്തമാണ് ഞാനിപ്പോൾ ഏറ്റുവാങ്ങിക്കൊണ്ടിരിക്കുന്ന ചുരുങ്ങിയ ദിവസങ്ങൾക്കുള്ളിൽ ഞാൻ ഈ നാട് കണ്ടതിൽവച്ചേറ്റവും വലിയ പൈങ്കിളി നായകനായിരിക്കുകയാണ്. പൈങ്കിളി ഫീച്ചറെഴുത്തുകാർക്കും കഥാകാരന്മാർക്കും ഞാൻ ഇന്നൊരു സുവർണ്ണതാരമാണ്. എന്റെ വിപ്ലവം ഇന്നൊരു വെറും പൈങ്കിളി തുടർക്കഥ മാത്രം.

വിപ്ലവകാരികളെ പരിചയപ്പെട്ടതിന്റെ പേരിൽ പൊലീസ് ചോദ്യം ചെയ്തപ്പോൾ ഭയന്ന് മലമൂത്രവിസർജ്ജനം നടത്തിയെന്നത് മാത്രം വിപ്ലവുമായി ബന്ധമുള്ള കുറേ അർശോരോഗികൾക്കും ഞാൻ ഇന്ന് വിലക്കപ്പെട്ടവനാണ്. എന്നെക്കുറിച്ചുള്ള അവരുടെ സ്മരണകൾ ഇന്ന് ചന്തയിൽ ചൂടപ്പമാണ്.

തിരുനെല്ലിയുടെ വീരപുത്രനെക്കുറിച്ച് സചിത്രജീവചരിത്രങ്ങൾ എത്രയെണ്ണമാണെന്നോ ഇറങ്ങുന്നത്! സൂപ്പർതാരം വേഷമിടുന്ന അഭ്രപാളികളിലെ തിരുനെല്ലിയുടെ ചുണക്കുട്ടിയുടെ അവതാരങ്ങൾ വേറെ! സാക്ഷാൽ ആദിവാസിത്തരുണികൾ തന്നെ കാഴ്ചവയ്ക്കുന്ന സമൂഹനൃത്തങ്ങൾ ഈ ചിത്രങ്ങളുടെ ഹൈലൈറ്റാണ്. ഈശ്വരാ, (ഞാനങ്ങനെ വിളിച്ചുപോകുന്നു.) ആ പൊലീസുകാരൻ എന്നിലേക്ക് പായിച്ച വെടിയുണ്ടകൾ ഇതിനേക്കാൾ എത്രയോ മൃദുലമായിരുന്നു.

ങേ... വലിയ ഒരാരവം കേൾക്കുന്നല്ലോ... ഒരു വലിയ ജനക്കൂട്ടം ഇങ്ങോട്ട് വരികയാണെന്ന് തോന്നുന്നു..... ഉച്ചത്തിലുള്ള അലർച്ചകൾ....

മുദ്രാവാക്യങ്ങൾ.... അവർ അടുത്തെത്തിക്കഴിഞ്ഞു. ഇപ്പോൾ അവർ എന്റെ വിനീതമായ ശയ്യാഗേഹത്തിന് തൊട്ടുമുമ്പിൽ.

"എടാ, പെരുംവിപ്ലവകാരി. നിനക്ക് ഞങ്ങളെ അറിയാമോ! ഞങ്ങൾ ഈ നാട്ടിലെ അസംഖ്യം തൊഴിലില്ലാത്ത, മേൽഗതിയില്ലാത്ത ചെറുപ്പക്കാരാണ്. നിന്റെ രണ്ടാം വരവോടെ ഈ മലയാളനാട്ടിലാകെ നീ മാത്രമാണ് ഒരേയൊരു വിഷയം. മുമ്പേ തന്നെ, ഇവിടത്തെ പെരിയോർക്കൊന്നും ഞങ്ങളൊരു വിഷയമേയല്ല. എന്നാൽ നിനക്കുവേണ്ടി മുതലക്കണ്ണീർപൊഴിക്കാൻ, രോമാഞ്ചം കൊള്ളാൻ എത്രവേണമെങ്കിലും വലിയ ആൾക്കാർ. അതിനാൽ ഞങ്ങൾ തീരുമാനിച്ചു, ദാ ഈ നില്ക്കുന്ന വലിയ മന്ത്രവാദി നിന്നെ ആഭിചാരം ചെയ്ത് എന്നെന്നേക്കുമായി ഈ നില്ക്കുന്ന കാഞ്ഞിരമരത്തിൽ തറയ്ക്കും. പിന്നെ തന്റെ പ്രശ്നമെങ്കിലും ഞങ്ങൾക്ക് ഉണ്ടാവില്ലല്ലോ."

കാവിവസ്ത്രമണിഞ്ഞ ഒരു വൃദ്ധൻ അടുത്തുവരുന്നു. അയാളുടെ കണ്ണുകളിൽ ചോര തണുത്തുറഞ്ഞ് കിടക്കുന്നു. ക്രൗര്യം അയാളുടെ കൂട്ടു പുരികങ്ങളിൽ ഫണം വിടർത്തിയാടുന്നു. എനിക്ക് ചുറ്റും ഇരുൾ അതിവേഗം വീഴുന്നു.

അവകാശികൾ

അങ്ങനെ മരണശേഷം അയാളും മൃതരുടെ ലോകത്തെത്തി. ഭൂമിയിലെ ഏറ്റവും ക്രൂരനും അധികാരദുര ഉള്ളവനുമായ ഭരണാധികാരികളിൽ ഒരാളായിരുന്നു അയാൾ. മൃതിയുടെ ലോകത്തെ ശാന്തിയും സമാധാനവും അയാളെ തെല്ലും സ്വസ്ഥനാക്കിയില്ല. മരിച്ചുകഴിഞ്ഞാൽ എല്ലാവരും ഒന്നുപോലെ എന്ന സങ്കല്പം അയാൾക്ക് ഉൾക്കൊള്ളാൻ കഴിഞ്ഞില്ല. എപ്രകാരം തനിക്ക് ജീവിതകാലത്തുണ്ടായിരുന്ന പ്രതാപം കുറെയെങ്കിലും തിരികെപ്പിടിക്കാൻ കഴിയുമെന്ന തീവ്രചിന്ത അയാളെ ഒരുനാൾ ആ പ്രധാന തിരിച്ചറിവിലേക്ക് എത്തിച്ചു.

ഭൂമിയിലിപ്പോൾ ജീവിച്ചിരിക്കുന്ന മനുഷ്യരുടെ എണ്ണം മനുഷ്യകുലം ഉണ്ടായശേഷം പിറന്നു മരിച്ച മനുഷ്യരുടേതിനേക്കാൾ തുലോം കുറവാണെന്ന വെളിപാടായിരുന്നു അത്. അങ്ങനെയെങ്കിൽ ഈ ഭൂമി പരേതർ ഭരിക്കും താൻ അവരുടെ നേതാവുമാകും. എത്രയുംവേഗം പരേതരുടെ സൈന്യത്തെക്കൊണ്ട് ഭൂമി പിടിച്ചടക്കാനായുള്ള ഒരു കലാപം സംഘടിപ്പിക്കാൻ അയാൾ ഉത്സാഹിച്ചു തുടങ്ങി. കുറെയേറെ പരേതാന്മാക്കളെ ഇതിലേക്കായി അയാൾക്കു കൂട്ടും കിട്ടി.

എന്നാൽ ഈ ശ്രമങ്ങൾ മുന്നോട്ടുപോകവെ, വേറൊരു കൂട്ടം പരേതരുടെ സംഘം അയാൾക്കും അനുചരർക്കും മുമ്പിലെത്തി. ഭൂമിയിലിന്നോളം ഉടലെടുത്ത് ചത്തടിഞ്ഞ എല്ലാ സസ്യ, പക്ഷി, മൃഗാദികളുടെയും കൂട്ടമായിരുന്നു അത്. ആ സംഘം പറഞ്ഞു. "നോക്കൂ, നിങ്ങൾ മരിച്ച മനുഷ്യരേക്കാൾ എണ്ണത്തിൽ എത്രയോ അധികമാണ് ഞങ്ങൾ. മാത്രവുമല്ല, നിങ്ങളേക്കാൾ ഞങ്ങളുടെ ഫോസിലുകൾ ദ്രവിച്ച് മണ്ണിൽച്ചേർന്ന് ഈ ഭൂമിക്ക് എത്രയോ മടങ്ങ് ഗുണം ചെയ്തിരിക്കുന്നു, എന്നിട്ടും ഞങ്ങൾ ആരോടും ഒന്നും ആവശ്യപ്പെടുന്നില്ലല്ലോ. പ്രിയ സഹോദരരേ, ദയവായി

നിങ്ങൾ ഇയാൾ പറയുന്നതുകേട്ട് നമ്മുടെ ലോകത്തുള്ള സമാധാനത്തിന്റെ ഉറക്കം കളയരുത്."

പിന്നെ വൈകിയില്ല, പരേതാത്മാക്കൾ അയാളെ തങ്ങളുടെ കൂട്ടായ്മയിൽനിന്ന് പുറത്താക്കി. പരേതർ വീണ്ടും തങ്ങൾക്ക് അവകാശപ്പെട്ട സന്തോഷവും ശാന്തിയും നിറഞ്ഞ ഉറക്കത്തിലേക്ക് പിൻവാങ്ങി.

പ്രതിബിംബം

ഉണർന്ന് മുഖം കഴുകി ഭിത്തിയിലെ കണ്ണാടിയിൽ നോക്കിയ അയാൾ ഞെട്ടി. ഇതേത് മുഖമാണ് കണ്ണാടിയിൽ കാണുന്നത്! ഇന്നലെ രാത്രി ഉറങ്ങാൻ പോകുംമുമ്പ് വരെ കണ്ട തന്റെ മുഖമല്ല. ശാന്തവും അല്പം ദൈന്യത തോന്നുന്നതുമായ മുഖത്തിന് പകരം ക്രൗര്യം മുറ്റി നില്ക്കുന്ന, പരമപുച്ഛം കണ്ണുകളിൽ നിറഞ്ഞുനില്ക്കുന്ന മറ്റൊരു മുഖം.

അയാൾ മുഖം വീണ്ടും വീണ്ടും കഴുകി. കണ്ണാടി കഴുകിത്തുടച്ചു. ഇല്ല, ഇപ്പോഴും പുതിയ മുഖം മാത്രം. വേവലാതിയോടെ അയാൾ വേറെ കണ്ണാടികൾ പരതി. അപ്പോഴും പുതിയ മുഖംതന്നെ.

അപ്പോഴയാളറിഞ്ഞു, തനിക്കുമാത്രമല്ല, ഈ പട്ടണത്തിലെല്ലാവർക്കും ഇപ്പോൾ കണ്ണാടിയിൽ ഒരേ മുഖമായിരിക്കുന്നു. പിന്നീടറിഞ്ഞു, ഈ രാജ്യത്തെ ജനങ്ങൾക്കെല്ലാംതന്നെ ഇന്നു രാവിലെ മുതൽ ഒറ്റ മുഖംമാത്രം. കുട്ടികൾക്കും മുതിർന്നവർക്കും സ്ത്രീകൾക്കുമെല്ലാം കണ്ണാടിയിൽ ഒരേ പ്രതിബിംബം.

എന്നാൽ, കണ്ണാടിയിലെ ഈ പ്രതിച്ഛായയയുടെ യഥാർത്ഥ ഉടമ എവിടെയെന്ന് മാത്രം ആർക്കുംകാണാൻ കഴിഞ്ഞില്ല. പക്ഷേ, രാജ്യത്തിന്റെ പരമോന്നത ഭരണകേന്ദ്രത്തിൽ ആ മനുഷ്യൻ ജീവിക്കുന്നുണ്ടായിരുന്നു.

എന്നാൽ, അയാൾക്ക് തന്റെ മുഖത്തിന്റെ പ്രതിബിംബം കണ്ണാടിയിൽ കാണാനേ കഴിഞ്ഞില്ല. പക്ഷേ, കോടിക്കണക്കിന് തന്റെ പ്രതിച്ഛായകൾ കണ്ണാടികളിൽ പതിയുന്നുണ്ടെന്ന് അയാൾക്കറിയാമായിരുന്നു. ഏറ്റവും ശക്തരായവരും ജനങ്ങൾ പേടിക്കുന്നവരുമായ ഭരണാധികാരികൾക്കെല്ലാം ഇങ്ങനെ തന്നെയായിരിക്കുമെന്നും.

പുണ്യവാളൻ പറഞ്ഞു....
അത്ഭുതങ്ങളുടെ കാലം കഴിഞ്ഞിരിക്കുന്നു!

രണ്ടായിരത്തിരണ്ട് ജനുവരി പതിനാറ് രാവിലെ ഒരു സിഗരറ്റും പുകച്ച് അപ്പിയിടാനിരിക്കുമ്പോഴാണ് തങ്കച്ചന് അതു സംഭവിക്കുന്നത്.

അതെന്നു പറഞ്ഞാൽ, ഏതാണ്ട് പതിനേഴ്-പതിനെട്ട് വയസ്സുമുതൽ അയാളുടെ സന്തതസഹചാരിയായ അത്ഭുതവിശ്വാസത്തിന്റെ നഷ്ടം. പെട്ടെന്ന് പ്രാണവായു ചോർന്നുപോകുന്നതുപോലെയാണ് തങ്കച്ചന് അനുഭവപ്പെട്ടത്. അയ്യോ, ഇനി എന്റെ ജീവിതത്തിൽ അത്ഭുതകരമായി ഒന്നും സംഭവിക്കുന്നില്ല. ഇനി മരിക്കുന്നിടംവരെ ഇങ്ങനങ്ങ് ഉണങ്ങിവരണ്ട് കഷ്ടപ്പാടും പങ്കപ്പാടുമായുള്ള ജീവിതംമാത്രം. തന്റെ ജീവിതത്തിൽ അത്ഭുതങ്ങൾ സംഭവിക്കാനുള്ള കാലം ഇതാ കഴിഞ്ഞിരിക്കുന്നു.

ഇന്നലെവരെ തങ്കച്ചൻ എന്ന മുപ്പത്തിയെട്ടുകാരൻ ചെറുപ്പക്കാരന്റെ ശുഷ്കമായ ജീവിതത്തിന് ഇടയ്ക്കിടെ നിറംകൊടുക്കുന്ന ഒരു പ്രതീക്ഷയുണ്ടായിരുന്നു. ഇന്നല്ലെങ്കിൽ നാളെ അത്ഭുതകരമായ ഏതോ ഒരു ഇടപെടലുണ്ടായി തന്റെ ജീവിതമപ്പാടെ മാറ്റിമറിക്കപ്പെടും. സമ്പദ്സമൃദ്ധിയും ഐശ്വര്യവും താനേയിങ്ങ് ഒഴുകിയെത്തും. താൻ എന്ന ടി സി തങ്കച്ചൻ വെറുതെയങ്ങ് നിന്നുകൊടുത്താൽ മതി.

അത്ഭുതകരമായ ഇടപെടൽ പല രീതികളിൽ സംഭവിക്കാം. തങ്കച്ചൻ തന്റെ പീടികയിലിരിക്കുമ്പോൾ ഒരു സിനിമാ സംവിധായകൻ കാറിൽ എന്തോ കാര്യത്തിനായി ഈ വഴി വരുന്നു. ഒരു സിഗരറ്റു വാങ്ങാനായി അയാൾ കാർ നിർത്തി കടയിൽ കയറുന്നു. സംവിധായകന് തങ്കച്ചന്റെ മുഖവും ശരീരവും പെരുമാറ്റവുമെല്ലാം എന്തോ പ്രത്യേകതയുള്ളതായി തോന്നുന്നു. അയാളുടെ അടുത്ത സിനിമയിലെ പ്രധാന വേഷം ചെയ്യാനുള്ള നടനുവേണ്ടിയുള്ള അന്വേഷണത്തിലുമാണയാൾ. സംവിധായകന്റെ മനസ്സു പറയുന്നു. ഹാ, ഇതാ ഞാൻ തേടിനടന്ന മുഖം,

ശരീരം.

അങ്ങനെ തങ്കച്ചൻ നിമിഷനേരംകൊണ്ട് വെള്ളിത്തിരയുടെ മാന്ത്രിക ലോകത്തെത്തുകയായി.

അല്ലെങ്കിൽ പള്ളിവകയോ വായനശാല-ക്ലബ് വകയോ നാടകം കളിക്കുവാൻ തങ്കച്ചന് ആരെങ്കിലും നല്ലൊരു വേഷം കൊടുക്കുന്നു. യാദൃച്ഛികമായി ഏതോ സിനിമാസംവിധായകനോ നിർമ്മാതാവോ(തീർച്ചയായും യാദൃച്ഛികമായിത്തന്നെയാവണം; കാരണം ഈ പാറത്താഴത്തും ചുറ്റുവട്ടത്തുമുള്ള ഏരിയയിലെങ്ങും സംവിധായകനോ നിർമ്മാതാവോ പോയിട്ട് ഒരു ലൈറ്റ് ബോയിപോലും ഇല്ലാത്ത പാഴ്ഭൂമിയാണ്) അത് കാണാനിടവന്ന് അത്യധികം ഇഷ്ടപ്പെടുന്നു. പിന്നെ തന്നെ സിനിമയിലേക്കു വിളിക്കുന്നു.

ഇതുമല്ലെങ്കിൽ തങ്കച്ചൻ പങ്കെടുത്ത ഒരു കല്യാണത്തിന്റെ വീഡിയോ എങ്ങനെയോ ഒരു സിനിമാക്കാരൻ കാണാനിടയായി. ഇഷ്ടപ്പെട്ട് സിനിമയിലേക്ക് ക്ഷണിക്കുന്നു (പല പ്രശസ്ത നടീനടന്മാരും ഇങ്ങനെ കണ്ടെത്തപ്പെട്ടിട്ടുണ്ടെന്ന് തങ്കച്ചൻ ചലച്ചിത്രവാരികകളിൽ വായിച്ചിട്ടുണ്ട്).

മറ്റൊന്ന്, തങ്കച്ചന്റെ ഭാര്യ ആലീസിന്റെ അകന്ന ബന്ധങ്ങളിൽ അമേരിക്കയിലും ഗൾഫിലുമൊക്കെയുള്ള സമ്പന്നരായ ചിലരിലൊരാൾ വല്ലാത്തൊരു വാത്സല്യം തോന്നിയിട്ട് അമേരിക്കയിലോ ഗൾഫിലോ തങ്കച്ചന്റെ

പ്രീഡിഗ്രി ഫെയൽ എന്ന യോഗ്യതയ്ക്കുതകുന്ന എമ്പിടി ശമ്പളമുള്ള ഒരു ജോലി തയ്യാറാക്കി കൊടുക്കുന്നു. തങ്കച്ചനും ആലീസും മൂന്നു മക്കളും പിന്നീട് ആ പറുദീസകളിൽ മദിച്ചങ്ങു ജീവിക്കുന്നു.

അല്ലെങ്കിൽ വളരെ സാധാരണമായ ഒരു അത്ഭുതപ്രതീക്ഷ. ഒരു ബംബർ ലോട്ടറിയടിക്കൽ. നികുതിയും കഴിഞ്ഞ് ഒരമ്പതു ലക്ഷമെങ്കിലും കിട്ടുന്നയിനം.

പാറത്താഴത്ത് എന്ന ഓണംകേറാമൂലയിലെ ചെറിയൊരു പീടിക മുറിയിൽ പലവ്യഞ്ജനക്കട മുതലാളിയായും തൊഴിലാളിയായുമൊക്കെ ജീവിച്ചുവരവെ, ഇങ്ങനെയുള്ള സ്വപ്നങ്ങളിൽ ഒന്നല്ലെങ്കിൽ മറ്റൊന്ന് നിത്യവും തങ്കച്ചനെ സന്ദർശിച്ച് അനുഗ്രഹിച്ചിരുന്നു. തങ്കച്ചന്റെ അപ്പൻ തോമാച്ചൻ എത്രയോ കാലമായി നടത്തിവന്നിരുന്ന കടയായിരുന്നു. കൊച്ചുന്നാളുമുതലേ തങ്കച്ചൻ കുഞ്ഞുമുതലാളിയായി കടയിൽ വിരാജിക്കാറുണ്ടായിരുന്നു.

അക്കാലത്ത് തോമാച്ചൻ പാറത്താഴത്തുകാർക്ക് ശരിക്കും മുതലാളിയും തങ്കച്ചൻ കുഞ്ഞുമുതലാളിയുമായിരുന്നു. പാറത്താഴത്ത് സിറ്റിയിൽ അന്ന് ആകെ നാലോ അഞ്ചോ കടകളല്ലേയുള്ളൂ. ഒരു ബാർബർഷോപ്പ്, ചായക്കട, നാരങ്ങയും സർബത്തും കിട്ടുന്ന ഒരു മാറ്റപ്പീടിക. ഇത്രയുമൊക്കെത്തന്നെ.

തോമാച്ചന്റെ കടയിലൂടെയാണ് പാറത്താഴത്ത് ആദ്യമായി ബബിൾഗം, സിഗരറ്റ്, മിഠായി തുടങ്ങിയ സാധനങ്ങൾ അവതരിക്കുന്നത്. അന്ന് പാറത്താഴത്തെ ചെറുവാല്യക്കാർക്ക് തോമാച്ചന്റെ കട ആദരവോടെ സമീപിക്കേണ്ട ഒരു സ്ഥാപനമായിരുന്നു. തങ്കച്ചൻ ആ പത്രാസൊക്കെ ആസ്വദിച്ചുതന്നെയാണ് തന്റെ ബാല്യവും കൗമാരത്തിലേറിയ കാലവും കഴിഞ്ഞത്. വലിയ ആർഭാടങ്ങളൊന്നുമില്ലെങ്കിലും നിത്യവും പോത്തിറച്ചിയും മീനുംകൂട്ടിയുള്ള ഊണും ആഴ്ചയിലൊരിക്കൽ അടുത്ത പട്ടണമായ മല്ലപ്പള്ളിയിലെ മോഹനാ ടാക്കീസിൽ സിനിമ കാണാൻ പോക്കും അറ്റ്ലസ് സൈക്കിൾ സവാരിയുമൊക്കെയായുള്ള ജീവിതം.

സാമാന്യം നല്ല ആരോഗ്യവും ഒത്ത ശരീരവും ഉണ്ടായിരുന്ന തങ്കച്ചൻ ഹൈസ്കൂളിൽ വോളിബോൾ താരമായപ്പോഴേക്കും ആ പത്രാസ് അകമ്പടി സേവിച്ചു. ആദ്യമായി പാറത്താഴത്ത് ക്യാൻവാസ് ഷൂവും വെള്ള ബനിയനും ഷോർട്സും ധരിച്ച് കളിക്കളത്തിലിറങ്ങിയത് തങ്കച്ചനായിരുന്നു. തുരുത്തിക്കാട് കോളേജിൽ പ്രീഡിഗ്രിക്കു ചേർന്നപ്പോൾ കോളേജ് ടീമിലും പാറത്താഴത്ത് പുതുതായി രുപംകൊണ്ട കോസ്മോസ് ക്ലബ്ബിലും തങ്കച്ചൻ വിലസി.

പീടികമുറിയുടെ ജീർണ്ണതയാൽ വീർപ്പുമുട്ടുമ്പോൾ തങ്കച്ചൻ ആ പ്രതാപകാലങ്ങൾ അയവിറക്കാറുണ്ട്. വെള്ളബനിയനും ഷോർട്സും ക്യാൻവാസ് ഷൂസും അണിഞ്ഞ് കോർട്ടിൽ പറന്നുകളിക്കുന്ന തങ്കച്ചൻ. ബനിയന്റെ വെട്ടിലൂടെ നന്നായി പുറത്തുകാണുന്ന നെഞ്ചിലെ കറുത്ത രോമരാജിക്കുമേൽ, പന്തിനായി ഉയർന്നു ചാടുമ്പോൾ ആടിത്തിമിർക്കുന്ന

ഏഴു പവന്റെ സ്വർണ്ണമാല. കോർട്ടുകൾക്കപ്പുറം തിട്ടകളിന്മേൽ കയറി നിന്നു കളികാണുന്ന എത്രയോ സുന്ദരിപ്പെണ്ണുങ്ങളുടെ നോട്ടം കൊതിയോടെ തന്റെ മേൽ വീഴുന്നത് തങ്കച്ചൻ ആസ്വദിച്ചിരിക്കുന്നു.

എത്രയെത്ര മിന്നുന്ന പ്രകടനങ്ങൾ. കീഴ്വായ്പൂര് ഹൈലാന്റേഴ്സിനെതിരെ സ്വന്തം സർവ്വീസുകൾകൊണ്ടു മാത്രം നേടിയ ഗെയിം. ഹോ, അതുപോലൊന്ന് മല്ലപ്പള്ളിക്കാർ അതിനുമുമ്പും പിമ്പും കണ്ടിട്ടില്ല.

കോർട്ടിലെ പ്രകടനങ്ങൾപോലെതന്നെ നാട്ടിലെ ചില്ലറ നാടകപരിപാടികളിലെ വേഷങ്ങൾ. തങ്കച്ചന്റെ അഭിനയം കണ്ട് പലരും അവനോട് പറഞ്ഞു, നിനക്ക് ഒരു സിനിമാ ഗ്ലാമറൊക്കെയുണ്ടല്ലോടാ. അത്തരം വാക്കുകൾ കേട്ട് തങ്കച്ചൻ പൂർണ്ണനിർവൃതി നേടി.

ഗ്ലാമറും കളികളുമായി നടന്ന തങ്കച്ചൻ പഠനം നന്നായി ഉഴപ്പി. പ്രീഡിഗ്രി തോറ്റു. ആയിടെത്തന്നെയായിരുന്നു ഹൃദയസ്തംഭനംമൂലമുള്ള തോമാച്ചന്റെ പെട്ടെന്നുള്ള മരണം.

തങ്കച്ചൻ നിനച്ചിരിക്കാതെ ഉത്തരവാദിത്വങ്ങൾ ചുമലിലേറുകയായിരുന്നു. രണ്ടു സഹോദരിമാരെ കെട്ടിക്കണം, കട നടത്തണം.

അവന്റെ വോളിബോൾ കളിയൊക്കെ നിന്നുതുടങ്ങി. അഭിനയവും.

പാറത്താഴത്തെ ഷൈനിങ്താരം പലചരക്കുകടയിലെ വ്യഞ്ജനങ്ങളുടെയും പറ്റുപടിക്കണക്കുകളുടെയും മാത്രം ചങ്ങാതിയായി മാറുകയായിരുന്നു,

സഹോദരിമാരുടെ കല്യാണങ്ങളോടെ ഉള്ള ഭൂമിയിൽ പകുതിയിലധികവും അന്യരുടെ കൈയിലായി. പിന്നെ സ്വന്തം കല്യാണം. പണ്ട് കണ്ണെറിഞ്ഞതും പ്രേമലേഖനം തന്നതുമായ സുന്ദരികളാരുമല്ല. തടിയൂരിൽനിന്ന് ആലീസ് എന്നൊരു സാധാരണ പെണ്ണ്.

മൂന്നു മക്കളുടെ വരവ്. മൂന്നും പെണ്ണ്, ഒന്നിന് വിട്ടുമാറാത്ത ആസ്ത്മയും. ഇനിയൊരു കുട്ടികൂടി പിറന്നാൽ സഹിക്കാനാവാത്തവിധം ദുരിതമയമായ ജീവിതം.

പണ്ട് പാന്റ്സ് മാത്രം ധരിച്ചിരുന്ന തങ്കച്ചന് ഇപ്പോൾ മുണ്ടുമാത്രമായി.

വർഷങ്ങൾ കഴിയവെ തങ്കച്ചന്റെ കട പാറത്താഴത്ത് ഏറ്റവും പിന്നാക്കം നില്ക്കുന്ന ഒന്നായി മാറുകയായിരുന്നു. മല്ലപ്പള്ളിയൊക്കെ വലിയ പട്ടണമാകുകയും വൻകിട കടകളും സൂപ്പർമാർട്ടുകളും മാർജിൻ ഫ്രീ ഷോപ്പുകളും ചൈനീസ് ഷോപ്പുകളും എമ്പാടും വരികയും ചെയ്തതോടെ.

പാറത്താഴത്ത് തങ്കച്ചന്റെ താരനിർഭരമായ ചെറുപ്പകാലം ഓർക്കുന്നവർതന്നെ ചുരുക്കമായി. തങ്കച്ചന്റെ വലിയൊരു സങ്കടവും ഇതായിരുന്നു. പുതുപുത്തൻ പരിഷ്കാരവും ട്രൗസറുകളും കുപ്പായങ്ങളും ഇട്ടുനടക്കുന്ന പിള്ളേർക്കൊന്നും തങ്കച്ചൻ എന്ന പാറത്താഴത്തെ ആദ്യ ചെത്തുകക്ഷിയെക്കുറിച്ച് ഒരറിവുമില്ല. അവരുടെ മുമ്പിൽ തങ്കച്ചൻ പൊട്ടി

പ്പൊളിഞ്ഞിരിക്കുന്ന ഒരു പഴയ പലചരക്കുകടയിലെ പ്രാരാബ്ധക്കാരൻ വ്യാപാരി.

ഇന്നിപ്പോൾ രണ്ടായിരത്തിരണ്ട് ജനുവരി പതിനാറിന് കടയിൽ നിശ്ചേഷ്ടനായി ഇരിക്കുമ്പോൾ തങ്കച്ചൻ ഓരോ നിമിഷവും അറിഞ്ഞു. ഇനി ഒരിക്കലുംതന്നെ അത്ഭുതങ്ങൾ വരാൻ പോകുന്നില്ല. അത്ഭുതങ്ങൾ സംഭവിക്കുമെന്ന് പ്രതീക്ഷ പാടേ മനസ്സിൽനിന്നൊഴിഞ്ഞു പോയിരിക്കുന്നു. നരച്ചുതുടങ്ങിയ തലമുടിയും താടിയും അയഞ്ഞുതുടങ്ങിയ ശരീരപേശികളും ഇനിയുമെന്തെങ്കിലും അത്ഭുതത്തിനു വഴി തുറക്കില്ല.

എത്രയോ കാലമായി അട്ടിയിട്ടുകിടക്കുന്ന മുറിയിലെ തട്ടുകളിലുള്ള പൊടിയും ചുമരുകളിൽ പണ്ടെന്നോ തൂക്കിയിട്ടിരിക്കുന്ന വക്കും മൂലയും നഷ്ടപ്പെട്ട പരസ്യകലണ്ടറുകളിലെ ദ്രവിച്ച സുന്ദരിമാരും എത്രയോ കാലമായി തട്ടുകളിൽ മാറ്റമില്ലാതെ തുടരുന്ന കപ്പുകളും സോസറുകളും ചില കളിപ്പാട്ടങ്ങളും തങ്കച്ചന് ഇന്ന് ആദ്യമായി കണ്ണിനു മുമ്പിൽ അവയുടെ തനിമയിൽ പ്രത്യക്ഷമായി. ഇന്നലെ വരെ ഇതൊക്കെ തങ്കച്ചൻ കണ്ടിരുന്നുവെങ്കിലും അവയൊക്കെ ഇത്ര വൃത്തികെട്ടതാണെന്ന് ഇന്നാണ് ആദ്യമായി മനസ്സിലാക്കുന്നത്.

വൈകുന്നേരംവരെ തങ്കച്ചൻ കടിച്ചുപിടിച്ചാണ് കടയിൽ സമയം കഴിച്ചുകൂട്ടിയത്. വെയിലാറിത്തുടങ്ങിയതോടെ തങ്കച്ചന്റെ കടയുടെ മുമ്പിലിട്ടിരിക്കുന്ന ബഞ്ചിലെ പതിവ് ഇരിപ്പുസെറ്റ് വന്നുചേർന്നു. നാലഞ്ചു പേരുണ്ട് പതിവുകാർ. അൻപതിനടുത്ത് പ്രായമുള്ള, പ്രത്യേകിച്ച് ജോലിയൊന്നും ഇല്ലാത്ത യോഗ്യന്മാർ. അവർ വന്നുകഴിഞ്ഞാൽ രാഷ്ട്രീയവും പരദൂഷണവും നാട്ടുവിശേഷവുമൊക്കെയായി സമയംപോക്കാൻ ഹരമുണ്ട്.

ഇന്നീ വൈകുന്നേരം തങ്കച്ചൻ പതിവിൽ കവിഞ്ഞ ആശ്വാസത്തോടെയാണ് സംഘത്തിന്റെ വരവിനെ നോക്കിയത്.

പതിവിൽ അല്പനേരംകൂടി കഴിഞ്ഞാണ് വിശ്വനാഥക്കുറുപ്പ് വന്നത്. പൊടി ഇടതുപക്ഷരാഷ്ട്രീയ പ്രവർത്തനമുള്ള കക്ഷിയാണ് കുറുപ്പ്. തങ്കച്ചന്റെ താരദിനങ്ങളിൽ ഏറെ താല്പര്യം പ്രകടിപ്പിക്കുകയും ഇപ്പോഴും ഇടയ്ക്കിടെ അതൊക്കെ ഓർത്ത് വല്ലവരോടും പറയുന്ന ആളുമാണ്. അതുകൊണ്ടുതന്നെ തങ്കച്ചന് അയാളോട് ഒരു പ്രത്യേക മമതയുണ്ട്.

വന്നപാടെ കുറുപ്പ് ചോദിച്ചു: “എടോ, വാർത്ത അറിഞ്ഞോ?”

തങ്കച്ചനും മറ്റുള്ളവരും ആകാംക്ഷയോടെ കുറുപ്പിനെ നോക്കി. “എന്തു വാർത്ത?”

കുറുപ്പ് വായിലെ വെറ്റമുറുക്ക് ഒന്നു നീട്ടിതുപ്പിയിട്ടു പറഞ്ഞു “ഞാനിപ്പോ ദാ, ടീവീല് കേട്ടേച്ചും വരുകാ. നമ്മുടെ മുഖ്യമന്ത്രി പ്രഖ്യാപിച്ചിരിക്കുന്നു, സർക്കാർ സെറ്റപ്പെല്ലാം പടിപടിയായി വെട്ടിക്കുറയ്ക്കാൻ പോവുകയാണ്. സർക്കാരിൽനിന്നും പഴയതുപോലെ സേവനങ്ങളൊന്നും പ്രതീക്ഷിച്ചിട്ട് കാര്യമില്ല. ഇനി സോഷ്യലിസംകൊണ്ട് എന്തെങ്കിലും

അത്ഭുതങ്ങൾ ഉണ്ടാകുമെന്ന പ്രതീക്ഷയേ വേണ്ട. ഇനിയങ്ങോട്ട് സ്വകാര്യവല്ക്കരണം മാത്രം. അതിലൂടെ മത്സരത്തിൽ ജയിക്കുന്നവന് മാത്രം രക്ഷ എന്നൊക്കെ."

പതിവ് സെറ്റിൽപെട്ട ബേബിച്ചന് അത് വിശ്വസിക്കാനായില്ല: "അങ്ങേര് ഇങ്ങനെ മാറുമോ! എക്കാലവും സോഷ്യലിസത്തില് വിശ്വസിച്ച്, സ്വകാര്യകുത്തക പാർട്ടികൾക്കെതിരെ പടനയിച്ച് രംഗത്ത് വന്ന അന്തോണീസ് പുണ്യവാളനിതെന്തുപറ്റി?"

വികാരാവേശത്തോടെ പറഞ്ഞു: "അതേ, ഇപ്പോ പുണ്യവാളൻ തന്നെയാണ് അത്ഭുതങ്ങളൊന്നും ഇനി സംഭവിക്കില്ല എന്ന് പറഞ്ഞിരിക്കുന്നത്. സത്യത്തില് സോഷ്യലിസമെന്നും കമ്യൂണിസമെന്നുമൊക്കെ പറഞ്ഞാല് ഒരത്ഭുതംതന്നെയാണ്. അങ്ങോട്ടും ഇങ്ങോട്ടും സദാ പാരവയ്ക്കുന്ന മനുഷ്യന്മാരെല്ലാം നന്മയ്ക്കായി ജീവിക്കുക എന്ന അത്ഭുതം. അത് സംഭവിക്കണമെങ്കില് അത്ഭുതങ്ങളില് വിശ്വസിക്കാനുള്ള ഒരു മനസ്സ് വേണം. ശരിക്കും പള്ളീലും അമ്പലത്തിലുമൊക്കെ വിശ്വാസത്തോടെ പോകുന്നത് പോലുള്ള ഒരു മതവിശ്വാസം. പക്ഷേ, ഇപ്പോ പുണ്യവാളൻ തന്നെ വിശ്വാസമില്ലാന്ന് പ്രഖ്യാപിച്ചു കഴിഞ്ഞിരിക്കുന്നു. പിന്നെന്തു പറയാൻ!"

പെട്ടെന്ന് തങ്കച്ചന് വിളിച്ച് പറയണമെന്നു തോന്നി. അയ്യോ കുറുപ്പച്ചാ, ഇന്നുതന്നെയാണല്ലോ എനിക്കും അത്ഭുതങ്ങളിൽ വിശ്വാസം നഷ്ടപ്പെട്ടത്. ഇതെന്ത് മറിമായം! പക്ഷേ, തങ്കച്ചൻ സ്വയം നിയന്ത്രിച്ചു. ഇതൊക്കെ നാലാളറിയാൻ കൊള്ളാവുന്ന കാര്യം വല്ലതുമാണോ? ഛെ, നാണക്കേട്.

അന്നു രാത്രി തങ്കച്ചൻ കട്ടിലിലേക്ക് ചായുമ്പോൾ മനസ്സുകൊണ്ടും ശരീരംകൊണ്ടും താൻ വല്ലാതെ ക്ഷീണിതനാണെന്ന് അറിഞ്ഞു. അതിനാൽ നന്നായി പെയ്തുതീർന്ന ഒരു മഴയുടെ കുളിര് മുറിയിൽ ഉണ്ടായിരുന്നിട്ടും ആലീസ് തന്റെ ശരീരത്തോട് ഇക്കിളിപ്പെട്ട് ഒട്ടിച്ചേർന്ന് കിടന്നിട്ടും അയാൾ നിശ്ചലനായി കിടന്നു. ആലീസിന്റെ അപകടസമയമാണിത്. നിരോധ് ഒന്നുപോലും സ്റ്റോക്കിരിപ്പില്ല എന്നെല്ലാം പറഞ്ഞ് അയാൾ ഒഴിഞ്ഞുമാറി.

എന്നാൽ രാത്രിയിലെപ്പോഴോ അത് സംഭവിച്ചു. തങ്കച്ചന്റെ പൗരുഷം ഉറക്കത്തിനിടയിൽ എപ്പോഴോ താനേ വിജൃംഭിച്ചു. ആലീസിന്റെ നൈറ്റി തുടകൾക്ക് മുകളിലേക്ക് തെറുത്തുവയ്ക്കപ്പെട്ടു. ലിംഗം അതീവ കരുത്തോടെ അവളുടെ ഉള്ളിലേക്ക് പ്രവേശിച്ചു.

ലിംഗം ഒരു പേമാരിയിലേക്കു പൊട്ടിത്തെറിച്ചു. പേമാരി നിശ്ശേഷം തീർന്നിട്ടും തങ്കച്ചന്റെ തളർന്നുള്ള ഉറക്കവും ആലീസിന്റെ പതിവു ഗാഢനിദ്രയും ഒരു ഭംഗവും കൂടാതെ തുടർന്നു.

രണ്ടുമാസത്തിനുശേഷം ആലീസിന്റെ മൂത്രപരിശോധനാഫലം മല്ലപ്പള്ളിയിലെ ഒരു ലബോറട്ടറിയിൽനിന്ന് തങ്കച്ചൻ ഏറ്റുവാങ്ങി. പ്രെഗ്നൻസി പോസിറ്റീവ് എന്നെഴുതിയ ആ കടലാസ് തങ്കച്ചന്റെ കൈക

ളിലിരുന്നു പൊള്ളി. പൊള്ളൽ അതിവേഗം ശരീരമാകെ വ്യാപിക്കുന്നത് തങ്കച്ചനറിഞ്ഞു.

തങ്കച്ചന്റെ മനസ്സ് താനും ആലീസും തങ്ങൾക്കൊരുതരത്തിലും സഹിക്കാൻ കഴിയാത്ത പുതിയൊരു ജീവനുകൂടി ഭൂമിയിൽ ഇടമുണ്ടാക്കിയ നിമിഷങ്ങളേതെന്നു കണ്ടുപിടിക്കാൻ എരിപൊരി സഞ്ചാരം നടത്തി. എന്നാൽ എത്രതന്നെ ചിന്തിച്ചിട്ടും തങ്ങളുടെ ശരീരങ്ങൾ അങ്ങനെയൊന്നിനായി വ്യഗ്രതപ്പെട്ടു പ്രവർത്തിച്ച വേളയേതെന്നു കണ്ടുപിടിക്കാനായില്ല.

പെട്ടെന്നാണ് മറ്റൊരു ചിന്ത തങ്കച്ചനിലേക്കു വെളിപാടായി ചിന്നം വിളിച്ച് മദം പൊട്ടി പാഞ്ഞിറങ്ങിയത്.

ആലീസ് മറ്റാരിൽ നിന്നോ ഏറ്റുവാങ്ങിയ ഗർഭം!

അവൾക്ക് മറ്റാരുമായോ-

ആഞ്ഞുവീശിയ കൊടുങ്കാറ്റിൽ സന്ധിബന്ധങ്ങളറ്റുപോകുംവിധം തങ്കച്ചൻ ആടിയുലഞ്ഞു.

പുതിയൊരുതരം അത്ഭുതങ്ങളുടെ കാലം രണ്ടായിരത്തിരണ്ട് ജനുവരി പതിനാറിനു തുടങ്ങിക്കഴിഞ്ഞിരിക്കുമെന്ന് തങ്കച്ചന് അറിയാൻ കഴിയുന്നില്ലല്ലോ.*

---

* *രണ്ടായിരത്തി രണ്ട് ജനുവരി പതിനാറിനാണ് കേരള മുഖ്യമന്ത്രി എ കെ ആന്റണി സർക്കാരിന്റെ വെട്ടിച്ചുരുക്കലും സ്വകാര്യവല്ക്കരണത്തിന് കൂട്ടുനില്ക്കുന്നതുമായ ദൂരവ്യാപകമായ നയവ്യതിയാന പ്രഖ്യാപനം നടത്തിയത്.*

നഷ്ടപ്പെട്ടവർ; നഷ്ടപ്പെടാനില്ലാത്തവരും

മോഹന്റെ വീട്ടിൽ നിന്നിറങ്ങുമ്പോൾ രാത്രി ഒരുമണികഴിഞ്ഞിരുന്നു. അവന്റെ വീട്ടിൽനിന്ന് ഒരു കുണ്ടനിടവഴി കടന്നുവേണം ഞങ്ങളുടെ കാർ നിർത്തിയിട്ടിരിക്കുന്ന പൊതുനിരത്തിലെത്താൻ. അവിടംവരെ ഞങ്ങളെ അനുഗമിക്കാമെന്ന് മോഹൻ പറഞ്ഞു.

"എടാ, കഴുവേറീടെ മോനെ, എന്നിട്ടുവേണം വല്ല വിഷവും നിന്നെ തീണ്ടാൻ. കല്യാണച്ചെക്കനും കൂട്ടുകാരും കല്യാണത്തലേന്ന് കുടിച്ച് ഫിറ്റായി രാത്രീല് വെളിവില്ലാതെ നടന്ന് ചെക്കന് വെഷം തീണ്ടിയെന്നു നാട്ടുകാർക്കു പറഞ്ഞ് രസിക്കാൻ കോള്. പോയിക്കിടന്ന് ഓളെയും സ്വപ്നം കണ്ട് കിടന്നുറങ്ങെന്റെ മോനെ," കണാരേട്ടൻ കുഴഞ്ഞ സ്വരത്തിലലറി. അതുകേട്ട് മോഹൻ ചിരിച്ചുകൊണ്ടുനില്ക്കെ, ഞങ്ങൾ നാലാളും മുറ്റത്തുനിന്ന് ഇടവഴിയിലേക്കിറങ്ങി.

വിളറിയ നിലാവ്. ആരുടെയും കൈയിൽ വെട്ടമൊന്നുമില്ല. ആകെയുള്ളത് ബാലകൃഷ്ണന്റെ കൈയിലുള്ള സഞ്ചിയിൽ ഏഴെട്ടുകുപ്പി സ്വയമ്പൻ പടക്കം.

ഞങ്ങൾ നാലാളിൽ ഏറ്റവും കുറച്ചു കുടിച്ചിരുന്നത് ഞാനായിരുന്നു. അതുകൊണ്ടുതന്നെ സുബോധത്തിന്റെ അളവ് ഏറ്റവും കൂടുതലും. ഒരു വഴികാട്ടി പോലെ ഞാൻ മുമ്പേ നടന്നു.

എനിക്ക് ചെറുതായി കാലുകൾ ഇടറുന്നുണ്ട്. ഇനി കാറിൽ വെച്ചു കൂറെക്കൂടി അകത്താക്കണം. നഗരത്തിൽ ഞാനും ബാലകൃഷ്ണനും താമസിക്കുന്ന ഗുദാമിലെത്തുമ്പോൾ തരിമ്പും ബോധം കാണരുത്. കൂട്ടത്തിൽ കുമാരേട്ടനു മാത്രം കാറോടിക്കാനുള്ള സുബോധം നിലനില്ക്കണമെന്ന് ആശിക്കുന്നു. പക്ഷേ, അക്കാര്യം പറഞ്ഞാൽ അയാൾ പിന്നെ പൂരപ്പാട്ടു പാടും.

കാറിൽ കുമാരേട്ടനരികിൽ മുൻ സീറ്റിൽ ഞാൻ. പിൻസീറ്റിൽ ബാലകൃഷ്ണനും കണാരേട്ടനും. കാർ വിട്ട് ഏതാനും മിനിറ്റുകൾ കഴിഞ്ഞപ്പോൾത്തന്നെ കണാരേട്ടനും ബാലകൃഷ്ണനും ഉച്ചത്തിൽ സ്റ്റൈലൻ തെറിപ്പാട്ടുകൾ പാടാൻ തുടങ്ങി. മിക്കതും ബാലകൃഷ്ണന്റെ സ്വന്തം സൃഷ്ടികളാണ്. വിപ്ലവകവിതകളുടെ ഒഴുക്കു നിലച്ചതോടെ അവന്റെ സർഗ്ഗാത്മകത കരുത്താർന്ന പുതിയ ചാലുകൾ കണ്ടെത്തുകയാണെന്നു ഞങ്ങൾ അവനെ കളിയാക്കുമെങ്കിലും ഈയിടെയായി ഏറെ വർദ്ധിച്ചു വരുന്ന ഞങ്ങളുടെ മദ്യപാന വേളകൾക്ക് ഈ പാട്ടുകൾ ശരിക്കും ഒരു ലഹരി തന്നെയാണ്. നഗരത്തിലെ പേരുകേട്ട ഒരു വേശ്യയുടെ അപദാനങ്ങളാണ് ഇപ്പോൾ ബാലകൃഷ്ണന്റെ വരികളിൽ പതയുന്നത്. മോഹന്റെ വീട്ടിൽനിന്ന് സംഭരിച്ച ഉത്തേജകം അകത്താക്കാൻ മാത്രം ഇടയ്ക്കിടെ രണ്ടാളും പാട്ടുനിർത്തിയിരുന്നു.

കുമാരേട്ടന്റെ പഴഞ്ചൻ അംബാസഡർ കാറിന്റെ നാലു ജനാലകളുടെയും ചില്ലുപാളികൾ താഴ്ത്തിവയ്ക്കാനാകാത്തവിധം ജാമായിരിക്കുന്നതിനാൽ, കാറിനുള്ളിൽ വല്ലാത്ത പുഴുക്കം. എപ്പോഴോ പെയ്യുന്ന മഴയ്ക്കുവേണ്ടിയുള്ള വിങ്ങൽ നിറഞ്ഞുനില്ക്കുന്ന രാത്രിയും ഈ പുഴുക്കവും ചേർന്ന് മദ്യത്തിന്റെയും തെറിപ്പാട്ടുകളുടെയും ലഹരിയെ ചെറുത്ത് ആകപ്പാടെ ഒരസ്വസ്ഥത എന്നെ ഇടയ്ക്കിടെ കീഴടക്കുന്നു.

ഒന്നും മിണ്ടാതെ ഇടയ്ക്കിടെ കുപ്പിയിൽനിന്ന് മോന്തിക്കൊണ്ട് കുമാരേട്ടൻ കാർ ഓടിച്ചുകൊണ്ടിരുന്നു. ഒരു പ്രാവശ്യം ഒന്നിച്ച് അല്പം ഏറെ വിഴുങ്ങിയിട്ട് കുമാരേട്ടൻ ഉച്ചത്തിൽ പ്രഖ്യാപിച്ചു: കല്യാണം കഴിയുന്നതോടെ ഒരു വിപ്ലവകാരി റെനിഗേഡായിത്തീരുന്നു. നമ്മുടെ ഗ്രൂപ്പിൽ നിന്ന് നാളത്തോടെ മോഹൻ ആദ്യ റെനിഗേഡാവുന്നു.

കണാരേട്ടന്റെയും ബാലകൃഷ്ണന്റെയും പാട്ടുകൾ മുറിഞ്ഞു. "കുമാരേട്ടൻ എന്തെങ്കിലും പറഞ്ഞുവോ?" മദ്യവും കളിയാക്കലും കൂടിക്കുഴഞ്ഞ സ്വരത്തിൽ ബാലകൃഷ്ണൻ ചോദിച്ചു. കുമാരേട്ടൻ അത് തീരെ അവഗണിച്ച് ഒരിക്കൽക്കൂടി മുമ്പു പറഞ്ഞത് ഉരുവിട്ടു.

"എന്നുവച്ചാ സ്ത്രീ ഒരു വിപ്ലവ വിരുദ്ധശക്തിയാണെന്നാണോ ങ്ങള് പറയുന്നത്? അതോ വിപ്ലവമെന്നാൽ പുരുഷനുമാത്രം പറഞ്ഞിട്ടുള്ളതോ?" ബാലകൃഷ്ണനും ഗൗരവത്തിലായി.

"അതല്ല വിപ്ലവപ്രവർത്തനങ്ങളിൽ സ്ത്രീയും പുരുഷനും പങ്കാളികളാകാം. പക്ഷേ, പുരുഷനും സ്ത്രീയും പ്രേമിക്കുകയോ വിവാഹം ചെയ്യുകയോ ആയാൽ അവരുടെ വിപ്ലവവീര്യം ചോരുന്നു. കുടുംബം എന്നതേ വിപ്ലവവിരുദ്ധമാണ്."

"അപ്പോ മാർക്സും മാവോയും ചാരുമജുംദാറുമൊന്നും വിപ്ലവകാരികളല്ലെന്നാ ങ്ങള് പറയണത്? മാർക്സിനോളം വലിയ ഒരു കാല്പനികനുണ്ടോ! മൂപ്പര് ജെന്നിക്കെഴുതിയ പ്രണയസന്ദേശങ്ങൾ..."

"ഒക്കെ ശരിതന്നെ... പക്ഷേ, എന്തോ, ന്റെ നോട്ടത്തിൽ നമ്മെടെയീ കേരളത്തില് പ്രണയവും വിപ്ലവവും ഒന്നുചേരുന്ന വകകളല്ല. സ്റ്റാലിൻ

മീശപിരിച്ചു നില്ക്കുന്ന വിപ്ലവകാരികളായ നമ്മളാണുങ്ങൾക്ക് അഴകൊഴമ്പൻ ശൃംഗാരവും പെണ്ണുങ്ങളുമായുള്ള പയ്യാരവും തീരെ ചേരില്ല."

ബാലകൃഷ്ണൻ തിരിച്ചൊന്നും പറഞ്ഞില്ല. ഞാൻ തിരിഞ്ഞ് അവനെ നോക്കി. അവൻ ഏതോ ചിന്തയിലെന്നപോലെ. കുമാരേട്ടന്റെ മുഖത്തും തികഞ്ഞ ഗൗരവം.

ഞാൻ സഞ്ചിയിൽനിന്ന് പടക്കത്തിന്റെ ഒരു കുപ്പിയെടുത്ത് കുറച്ചു കുടിച്ചു. പിന്നെ മറ്റുള്ളവരും അതു പങ്കുപറ്റി. എന്നിട്ടും കുപ്പിയിലല്പം മിച്ചമുണ്ടായിരുന്നു. ഞാൻ ഒറ്റവലിക്കത് അകത്താക്കി. എനിക്ക് എന്തിനോടൊക്കെയോ അകാരണമായ വാശിതോന്നുന്നു. ഉഷ്ണരാത്രിയുടെ വിങ്ങലിനെതിരെ, കാറിൽ നിറയുന്ന പുഴുക്കത്തിനെതിരെ, ഞങ്ങളുടെയൊക്കെ പരാജയങ്ങൾക്കെതിരെ ...

കുമാരേട്ടന്റെ വാക്കുകൾ എന്നെ കൂടുതൽ അസ്വസ്ഥനാക്കുന്നു. മോഹൻ എന്തു റെനിഗേഡാണെന്നാണ് ഇയാൾ പറയുന്നത്. രണ്ടു വർഷംമുമ്പ് തണുപ്പിന്റെ വജ്രമുനകൾ കുത്തിക്കയറുന്ന ഒരു നവംബർരാത്രിയിൽ പുല്പള്ളിയിലുള്ള ഒരു ആദിവാസി സഖാവിന്റെ കുടിയിൽവെച്ച് ഞങ്ങളുടെ ഗ്രൂപ്പ് പിരിച്ചുവിട്ടതായി പ്രഖ്യാപിച്ച നിമിഷം മുതൽ ഞങ്ങളുടെ വിപ്ലവദീപശിഖകൾ അണഞ്ഞിരുന്നു.

അന്നുമുതൽ ഞങ്ങളെല്ലാം ഗൃഹാതുരത്വമാർന്ന വിപ്ലവദിനങ്ങളുടെയും രാവുകളുടെയും ഓർമ്മകൾ നൊട്ടിനുണയുന്ന ഒരുപറ്റം പരാജിതർമാത്രം. ഉടൻ വിപ്ലവത്തിനുപകരം വളരെ സാവധാനമുള്ള സൂക്ഷ്മമായ സാമൂഹ്യ ഇടപെടലുകൾ എന്നൊക്കെ പറഞ്ഞു ഒന്നു ജീവിക്കാൻ മാത്രം പഴയ നഗരത്തിന്റെ ഇടുക്കുകളിൽ ഓരോ വേഷം കെട്ടിയാടുന്നവർമാത്രം ഞങ്ങളെല്ലാം.

പെട്ടെന്നായിരുന്നു കണാരേട്ടന്റെ സ്വരം മുഴങ്ങിയത്. "കുമാരാ, നമ്മളെല്ലാവരും പൂർണ്ണ റെനിഗേഡുകൾ തന്നെ. നമ്മൾ ഒരിക്കൽ വിപ്ലവത്തിനുവേണ്ടി പ്രവർത്തനങ്ങൾ നടത്തി. പക്ഷേ, വിപ്ലവം നടന്നില്ല. എന്നിട്ടും നമ്മൾ ഇന്നു ജീവിച്ചിരിക്കുന്നു. എന്നിട്ട് എന്തെല്ലാമോ ആയിത്തീരാൻ ശ്രമിക്കുന്നു. എന്നാൽ നമ്മുടെ കൂട്ടത്തിലുണ്ടായിരുന്ന ഏതാനും ആൾക്കാർക്കു ജീവൻ വെടിയേണ്ടിവന്നു. സത്യത്തിൽ നമ്മളൊക്കെ സ്വന്തം നിലനില്പിനായി എന്തിനോടൊക്കെയോ സമരസപ്പെട്ടിരിക്കുന്നു. വിപ്ലവം പരാജയപ്പെട്ടാൽ പിന്നെ അതിൽ ഏർപ്പെട്ടവരാരും ജീവനോടുണ്ടാവാൻ പാടില്ല. ജീവിച്ചിരുന്നാൽ വെറും റെനിഗേഡ് മാത്രം. ഞാൻ, നീ, ജോസഫ്, ബാലകൃഷ്ണൻ, മോഹൻ...എല്ലാവരും അതുമാത്രം. അപ്പോ, ന്റെ കുമാരാ, ഇനിയിപ്പോ പ്രേമിച്ചോ കല്യാണം കഴിച്ചോ മാത്രമേ നമ്മളൊക്കെ റെനിഗേഡുകളാകൂ എന്നില്ല."

പ്രതീക്ഷയ്ക്കു വിപരീതമായി കുമാരേട്ടൻ ഒന്നും പറഞ്ഞില്ല. അപകടകരമായ വിധത്തിൽ എതിരെനിന്നു പാഞ്ഞുവന്ന ഒരു ചരക്കുലോറിയിയിൽനിന്നു കാറിനെ രക്ഷിച്ചെടുത്തുകൊണ്ട് കുമാരേട്ടൻ ഡ്രൈവിങ്ങിൽ മാത്രം ശ്രദ്ധിക്കുകയാണ്.

എന്റെ മനസ്സിലുള്ള കാര്യങ്ങളൊക്കെത്തന്നെയാണ് കണാരേട്ടൻ പറഞ്ഞത്. അപ്പോൾ സന്തോഷം തോന്നേണ്ടതാണ്. എങ്കിലും എന്തോ കണാരേട്ടൻ അതൊക്കെ സുവ്യക്തമായി പറഞ്ഞതു കേട്ടപ്പോൾ ഒരു വീർപ്പുമുട്ടൽ. ഗോപ്യമായി വച്ചിരുന്നതെന്തോ വലിച്ചു പുറത്തിട്ടപ്പോൾ എല്ലാവരും കണ്ടാലെന്നപോലെ ആകെ ഒരു ക്ഷീണം.

തെല്ലുനേരത്തെ മൗനത്തിനുശേഷം ബാലകൃഷ്ണൻ പറഞ്ഞു, "ന്റെ കണാരേട്ടാ, ങ്ങള് പറഞ്ഞതൊക്കെ ശരിന്ന്യാ. പക്ഷേ, ന്റിപ്പോഴത്തെ പ്രശ്നമെന്താന്നോ? ഒന്നു പ്രേമിക്കണം. ഒരു പെണ്ണിനെയൊന്ന് അറിയണം. ഞാൻ തന്നെയല്ല. ദാ, ഈ ജോസഫിന്നും ഇതുതന്ന്യാവസ്ഥ. ഒരു പെണ്ണിന്റെ മണമൊന്നറിയാനുള്ള കൊതി. അല്ലാ, ഇതുതന്ന്യല്ലേ കുമാരേട്ടനും കണാരേട്ടനും. ങ്ങള് രണ്ടാളും കല്യാണം കഴിഞ്ഞിട്ടില്ലല്ലോ."

കുമാരേട്ടൻ പൊട്ടിച്ചിരിച്ചു. "എടാ അത്രയ്ക്ക് മുട്ടുകയാണെങ്കിൽ ഒരു പെണ്ണിനെ കിട്ടാനാണോ പാട്? ഒരു പത്തുരൂപാ മൊടക്കിയാ എത്രയെണ്ണത്തിനെക്കിട്ടും! പിന്നെ, ന്റെ കാര്യം. ഇതുവരെ അത്രയ്ക്കങ്ങു പെണ്ണിന്റെ കൊതിവന്നിട്ടില്ല. ഇനി വന്നാ എന്തുചെയ്യുമെന്നു പറയാനും പറ്റില്ല."

പാർട്ടി പിരിച്ചുവിട്ടതോടെ നല്ല സുന്ദര സ്വപ്നങ്ങൾ അവസാനിച്ചു. പിന്നെ കള്ളുകുടിയും തെറിപ്പാട്ടുകളും മാത്രം ഞങ്ങളുടെ സഹവർത്തികൾ. ഇനിയിപ്പോൾ ഞങ്ങളുടെ വരുതിയിൽ വരാതെ ബാക്കി നില്ക്കുന്നതു പെണ്ണിന്റെ മണം മാത്രം. ഒരു കെട്ടുപാടുമില്ലാതെ പെണ്ണിന്റെ ലഹരി ശരിക്കൊന്നറിയാൻ കഴിഞ്ഞിരുന്നെങ്കിൽ!

ബാലകൃഷ്ണനും കണാരേട്ടനും പാട്ടു നിർത്തിയിരിക്കുന്നു. ആരും ഒന്നും മിണ്ടുന്നില്ല. ഇടയ്ക്കിടെ അനുഷ്ഠാനംപോലെ വാറ്റുചാരായം ഞങ്ങളുടെ തൊണ്ടകളിൽനിന്നു വയറുകളിലേക്ക് എരിഞ്ഞിറങ്ങി. മയക്കത്തിന്റെ നേരിയ വല എല്ലാവരുടെയും മേൽ ചുറ്റിവരിയുന്നുണ്ടെന്നു തോന്നുന്നു.

ബാലകൃഷ്ണന്റെ ഉച്ചത്തിലുള്ള സ്വരമാണ് മയക്കത്തിൽനിന്നുണർത്തിയത്. "ഏയ്, നിക്കുറപ്പ തന്ന്യാ കുമാരേട്ടാ. അതൊരു പെണ്ണന്ന്യാ. പെണ്ണെന്നു പറഞ്ഞാ യക്ഷിപോലൊരു രൂപം. ഒരു വെളുത്ത സാരി ചുറ്റി, തലമുടിയൊക്കെ വിതർത്തിയിട്ട് അങ്ങനെ നടന്നുപോകുന്നു."

"പോടാ, യക്ഷി! യക്ഷീമല്ല, പെണ്ണുമല്ല. ഒക്കെ പടക്കമടിച്ചന്റെ തോന്നലാ. ഈ നട്ടപ്പാതിരാ കഴിഞ്ഞനേരത്ത് ഈ നാട്ടുമ്പുറത്ത് ഏതു പെണ്ണാ പുറത്തിറങ്ങി നടക്കുന്നത്? വല്ല ടൗണിലുമായിരുന്നേ മറ്റേ കേസാണെങ്കിലും വിചാരിക്കാമായിരുന്നു." കുമാരേട്ടൻ ചിറികോട്ടിപ്പറഞ്ഞു.

"ന്തായാലും ങ്ങള് കാറൊന്നു ലേശം പിന്നിലേക്കു തിരിക്കിന്. എന്തോ നിക്കൊരു വല്ലാത്ത തോന്നല്. ഞാൻ കണ്ടത് ഒരു കോള് കേസാണെന്ന്." ബാലകൃഷ്ണൻ കുമാരേട്ടന്റെ പുറത്ത് തട്ടിക്കൊണ്ടു പറഞ്ഞു.

"നല്ല കോള് തന്നെയാവും. പൊരിഞ്ഞ അടീടെ കോള്." കുമാരേട്ടൻ അങ്ങനെ പറഞ്ഞെങ്കിലും കാറിന്റെ വേഗത മന്ദഗതിയിലാക്കിയിട്ട്

റോഡിൽ വട്ടംകറക്കി കാറിനെ പിറകോട്ട് ഓടിച്ചു.

കണാരേട്ടനും ഉണർന്നിരുന്നു.

"ന്താ, ന്താ കാര്യം."

"ദാ, ഈ ബാലൻ പറയുന്നു അപ്പുറത്തുള്ള കൊടുംവളവു കഴിഞ്ഞുള്ള പാടത്തിനരികെ റോഡിറമ്പത്ത് അവനൊരു യക്ഷിയെയോ പെണ്ണിനെയോ മറ്റോ കണ്ടെന്ന്. ഇപ്പത്തന്നെ അവളെ കൂട്ടിക്കൊണ്ടുവരാൻ കാർ വന്നവഴിക്കു വിടുകയാണ്." കുമാരേട്ടൻ പരിഹാസത്തിൽ ചിരിച്ചു.

"യക്ഷിയോ, എന്ത് യക്ഷി?"

കണാരേട്ടൻ ബാലകൃഷ്ണനെ തുറിച്ചുനോക്കി.

"അതെയ് കണാരേട്ടാ, ഞാനും ഒന്നു മയങ്ങിയിരുന്നു. ഒന്നുണർന്നു നോക്കിയപ്പോ ദാ, ഈ പാടത്തിന്റെ ഓരത്തുള്ള ഇടവഴിയിലേക്ക് ഒരു സ്ത്രീരൂപം നടന്നുപോകുന്നു. മ്മള് യക്ഷികളെക്കുറിച്ചു കേട്ടിട്ടുള്ള കഥകളിലൊക്കെയുള്ളതുമാതിരി ഒരു രൂപം."

കാർ റിവേഴ്സിൽ ഇടവഴിയുടെയടുത്ത് എത്തിയിരുന്നു.

"അപ്പോ, യക്ഷിയെ കാണേണ്ടവരൊക്കെ ഇറങ്ങിനോക്കിക്കോളിൻ. ഞാൻ ഇവിടെ ഇരിക്കുന്നു." കുമാരേട്ടൻ വണ്ടി സൈഡാക്കി, വാതിൽ തുറന്നിട്ട് ഒരു ബീഡി കത്തിച്ച് സീറ്റിൽത്തന്നെ ഇരുന്നു.

ഞാൻ ഡോർ തുറന്ന് പുറത്തിറങ്ങി. കാലുകൾ കുറച്ചുകൂടി കുഴയുന്നുണ്ട്. റോഡിന്റെ ഓരത്തേക്കുചെന്ന് വളരെ വിശാലമായി മൂത്രമൊഴിച്ചു. പക്ഷേ, മൂത്രം ഒഴിച്ചിട്ടും സാധാരണ ആ സമയം ശരീരത്തിന് ലഭിക്കുന്ന ലാഘവം കിട്ടുന്നില്ല. വല്ലാത്ത ഒരു വീർപ്പുമുട്ടൽ ബാക്കി. അന്തരീക്ഷത്തിന്റെ പഴുത്തുവിങ്ങൽ പോലെതന്നെ.

"ആ പഹയൻ ഇടവഴിയിലേക്കു പോയിട്ടു നേരം കുറേയായല്ലോ. യക്ഷി പിടികൂടിയോ!" കണാരേട്ടൻ എനിക്കു സമീപം വന്നുനിന്നു കൊയ്യാൻ വിങ്ങിക്കിടക്കുന്ന നെൽക്കതിരുകളിലേക്കു മൂത്രമൊഴിച്ചു.

"യക്ഷി എന്നെയല്ല, ഞാൻ യക്ഷിയെ പിടികൂടി." ബാലകൃഷ്ണന്റെ സ്വരവും പൊട്ടിച്ചിരിയും ഇടവഴിയുടെ ആരംഭത്തിൽനിന്ന് പൊങ്ങി. ചെറിയൊരു ഞെട്ടലോടെ ഞങ്ങൾ സ്വരം കേട്ടിടത്തേക്ക് നോക്കി. ബാലകൃഷ്ണനും പിന്നാലെ ഒരു സ്ത്രീരൂപവും ഇടവഴിയിൽ നിന്നു റോഡിലേക്കു വരുന്നുണ്ടായിരുന്നു. സംസാരം കേട്ടു കുമാരേട്ടനും കാറിൽനിന്നിറങ്ങി അടുത്തേക്കു വന്നു.

"യക്ഷീം കുക്ഷീമൊന്നുമില്ല, ഒരു മൊഞ്ചത്തിപ്പെണ്ണ്." ബാലകൃഷ്ണൻ പെണ്ണുമൊത്ത് ഞങ്ങൾക്കടുത്തെത്തി ആവേശം തുളുമ്പുന്ന സ്വരത്തിൽ പറഞ്ഞു.

മങ്ങിയ രാവെളിച്ചത്തിലും അവളുടെ വല്ലാത്തൊരുതരം വശ്യത കണ്ടറിയാമായിരുന്നു. അവൾ ഒരു സുന്ദരിയേ അല്ലായിരുന്നു. പക്ഷേ, ഒതുക്കമുള്ള വെളുത്ത ഉടലും ഒരു മന്ദബുദ്ധിയുടേതെന്നമാതിരി തോന്നിക്കുന്ന നിസ്സംഗതയുള്ള, എന്നാൽ വന്യമായ ഒരു ക്ഷണം നല്കുന്ന അവ

ളുടെ മുഖവും ചേർന്നു മനസ്സിലും ശരീരത്തിലും കമ്പനങ്ങൾ ഉണർത്തുന്നു. എനിക്ക് ഏറെ കൗതുകകരമായത്, ഞങ്ങളിത്രയും ആണു ങ്ങളെ കണ്ടിട്ടും അവളുടെ മുഖത്തുള്ള നിസ്സംഗഭാവമാണ്.

ബാലകൃഷ്ണനൊഴിച്ച് ഞങ്ങൾ മൂന്നാളും ഏതാണ്ട് സ്തബ്ധരായി അവളെ നോക്കി ഏതാനും നിമിഷങ്ങൾ നിന്നു. ബാലകൃഷ്ണൻ ഒരു ചെറുചിരിയോടെ ഞങ്ങളെവളെ നിരീക്ഷിക്കുന്നതു കാണുകയായിരുന്നു.

"ങ്ങളിങ്ങ് വരീന്. ഒരു കാര്യം പറയാനുണ്ട്."

ബാലകൃഷ്ണൻ ഞങ്ങൾ മൂവരോടും പറഞ്ഞു.

"നീയിവിടെ നിക്ക്, ഇപ്പോ വരുന്നു."

പെണ്ണിനോടായി പറഞ്ഞിട്ട് അവൻ കാറിനടുത്തേക്ക് പോയി. ഞങ്ങൾ അവനെ അനുഗമിച്ചു.

കാറിന്റെ ഡിക്കിയിൽ ചാരിനിന്നുകൊണ്ട് ബാലകൃഷ്ണൻ സ്വരം താഴ്ത്തിപ്പറഞ്ഞു.

"മാഷുമാരേ, ഇവള് മറ്റേക്കേസു തന്നെയാ. ഞാൻ അവളോട് സംസാരിച്ചു. കൂടുതലൊന്നും അവള് പറഞ്ഞില്ലെങ്കിലും ഈസിയായിട്ട് നമുക്ക് പൊക്കാവുന്ന കേസാന്നു മനസ്സിലായി. ലേശം മന്ദബുദ്ധിയാ ണോന്ന് ഒരു സംശയം."

ഒന്നുചിരിച്ചിട്ട് അവൻ പറഞ്ഞു:

"ആ അങ്ങന്ന്യാന്നുവച്ചാ വളരെ നല്ലത്. മ്മക്ക് കാറ് ഈ ഇടവഴിയി ലേക്ക് കേറ്റി സൈഡാക്കാം. എന്നിട്ട് പാടത്തിന്റെ കരയിലെവിടേലുമിട്ട് അവളെ അങ്ങ് ചാമ്പാം. ആരെങ്കിലും ഈ സമയത്ത് അതുവഴി വരു മെന്നു തോന്നുന്നില്ല. അഥവാ, വന്നാത്തന്നെ മ്മള് നാലാളൊണ്ടല്ലോ."

അവൻ പറയുന്നതുകേട്ട് ഞങ്ങൾ മിഴിച്ചുനിന്നു.

"ബാലകൃഷ്ണാ, നീയിപ്പറയുന്നത്..."

കുമാരേട്ടൻ മുഴുമിക്കും മുമ്പ് ബാലകൃഷ്ണൻ ചാടിവീണു.

"ഞാനീപ്പറയുന്നത് മറ്റൊന്നുമല്ല. പച്ചയ്ക്കുതന്നെ പറയാം. ഒരു സംഭോഗത്തിനു പറ്റിയ ചാൻസ്. നല്ലനേരം. ഒരു സ്വയമ്പൻ പെണ്ണ്. അതീ ക്കൂടുതലൊന്നുമില്ല."

ഞങ്ങൾ അവനോട് പലതും പറഞ്ഞു തർക്കിച്ചെങ്കിലും ബാലകൃ ഷ്ണൻ ഉറച്ചുനിന്നു. സത്യത്തിൽ അവനോട് എതിർക്കുന്നെങ്കിലും ഉള്ളിന്റെയുള്ളിൽ വെളുത്ത സാരിയിലും ബ്ലൗസിലും പൊതിഞ്ഞ അവ ളുടെ ശരീരത്തിന്റെ പ്രലോഭനം ഒരു ചുടുകാറ്റായി എന്നിലേക്ക് വീശാൻ തുടങ്ങിയിരുന്നു.

ഒരു നിമിഷം മൗനമായി നിന്നശേഷം കുമാരേട്ടൻ പറഞ്ഞു.

"ശരി, നിന്റെ ഒര് ആഗ്രഹമല്ലേ. ഞങ്ങളായിട്ട് മൊടക്കണ്ട. നീയ് അവളെക്കൂട്ടി അങ്ങോട്ടു വന്നോളൂ. ഞങ്ങൾ കാറുമായി വന്നോളാം."

കണാരേട്ടൻ എന്തോ പറയാനോങ്ങിയെങ്കിലും അതു വിഴുങ്ങി.

ബാലകൃഷ്ണൻ കുമാരേട്ടന്റെ മുഖത്ത് ഒരു മുത്തം കൊടുത്തു.

"ന്റെ കുമാരേട്ടാ, ങ്ങളൊരു തങ്കപ്പെട്ട ചങ്ങാതി തന്ന്യാ."

പാടത്തിനരികെ ബാലകൃഷ്ണൻ പെണ്ണിനെയുംകൊണ്ട് കയറിയ മൺതിണ്ടിനപ്പുറത്ത് ഞങ്ങൾ മൂന്നാളും കാറുമായി കാവലിരുന്നു. ചീവീടുകൾക്കൊപ്പം അവന്റെയും അവളുടെയും അസ്പഷ്ടശബ്ദങ്ങൾ മാത്രം ഇടയ്ക്കിടെ ഉയർന്നു.

"ശ്ശെ, എന്നാലും അവനെങ്ങനെ ഇതു ചെയ്യാൻ തോന്നുന്നു?" കുമാരേട്ടൻ സ്വയം പറഞ്ഞു.

"സ്ത്രീയെപ്പറ്റി ഇത്രനാളും കരുതിവച്ച തത്ത്വങ്ങളും പ്രമാണങ്ങളും ഒരു നിമിഷംകൊണ്ടു കാറ്റിൽ പറത്തി, തനി ബൂർഷ്വാ ഡിബോച്ചിനെപ്പോലെ...."

ബാലകൃഷ്ണൻ ആർത്തുവിളിച്ചുകൊണ്ടായിരുന്നു തിരിച്ചെത്തിയത്. കാറിന്റെ ബോണറ്റിൽ കുറുകെ കിടന്നിരുന്ന എന്റെ സമീപം അവനും വന്നു ചാരിക്കിടന്നു. എന്റെ കൈയിലുള്ള കുപ്പിയിൽനിന്നു കുറച്ചേറെ ദ്രാവകം അകത്താക്കിയിട്ട് അവൻ എന്നോടു സ്വരം താഴ്ത്തിപ്പറഞ്ഞു.

"നീയീ മൂപ്പന്മാരെ ഒന്നും കാര്യമാക്കണ്ട. വേണേൽ ഒന്നുപോയി പെരുമാറ്. ഇനി ആളു വരാനുണ്ടെന്നും അവിടെത്തന്നെ കിടക്കണമെന്നും അവളോടു പറഞ്ഞിട്ടാണ് ഞാൻ ഇങ്ങോട്ടു പോന്നത്. എടാ മോനേ, അവളിലോട്ട് ഇറങ്ങുകാന്ന് പറഞ്ഞാലുണ്ടല്ലോ, അതെന്തൊരു സ്മൂത്ത് സംഭവമാണെന്നോ, അപാര ലൂബ്രിക്കേഷനാണ്." പൊട്ടിച്ചിരിച്ചുകൊണ്ട് അവൻ കുപ്പിയിൽനിന്ന് അല്പംകൂടി അകത്താക്കി.

അവന്റെ വിവരണം കഴിഞ്ഞതോടെ എന്റെ ശരീരം എന്നിൽനിന്നു പറിഞ്ഞുമാറി മുമ്പോട്ടു കുതിക്കുകയാണ്. വിശ്വാസങ്ങളും പ്രമാണങ്ങളും ശരീരത്തിന്റെ കുതിപ്പുകണ്ട് ബഹുദൂരം പിന്നിൽ പകച്ചുനില്ക്കുകയാണ്.

പാടത്തിന്റെ ഓരത്തുള്ള ചെറിയ തോടിന്റെ മൺതിട്ടയിലെ തഴച്ചു നില്ക്കുന്ന പുൽത്തലപ്പുകൾക്കു മുകളിൽ അവൾ പൂർണ്ണനഗ്നയായി കിടക്കുന്നു. സാരിയും ബ്ലൗസും അടിവസ്ത്രങ്ങളും സമീപം ചിതറിക്കിടക്കുന്നു.

ഇതുവരെ ചിത്രങ്ങളിലും വിവരണങ്ങളിലും മാത്രം അറിഞ്ഞിരുന്ന സ്ത്രീയുടെ പൂർണ്ണ നഗ്നലാവണ്യം എനിക്കുമുമ്പിൽ. ഈ തുറന്ന പുസ്തകം ഇനി വായിച്ചുതുടങ്ങുകയേ വേണ്ടൂ. പക്ഷേ, അവളുടെ മുഖത്ത് വല്ലാത്തൊരു നിസ്സംഗത മാത്രമോ? അല്ലെങ്കിൽ അവളുടെ മുഖത്തെ ഭാവം എന്തിനു ശ്രദ്ധിക്കുന്നു. ഭോഗിക്കറിയേണ്ട കാര്യമല്ല അതൊന്നും.

അവളുടെ പൊള്ളുന്ന നഗ്നത ആർത്തിയോടെ നോക്കിക്കൊണ്ട് തിടുക്കത്തിൽ ഞാൻ എന്റെ വസ്ത്രങ്ങളെല്ലാം അഴിച്ചുമാറ്റുമ്പോൾ സരിതയുടെ സ്വരം കേട്ടു. തിരുനെല്ലിക്കാടുകളിൽ ഒരു കാട്ടുചോലയ്ക്കരികെ ദേഹമാസകലം മുറിവുകളുമായി പരിപൂർണ്ണ നഗ്നയായി മരിച്ചുകിടക്കുന്ന ഒരു പണിയപ്പെൺകുട്ടിയുടെ അരികെ നില്ക്കുകയായിരുന്നു ഞങ്ങൾ. സരിതയുടെ കണ്ണുകളിലെ അഗ്നി വാക്കുകളിലും."നിങ്ങളുടെ

സഹോദരിയോട് ചെയ്ത ഈ തെറ്റിനു പ്രതികാരം ചോദിക്കേണ്ട നിങ്ങൾ, പുരുഷന്മാർ ഒന്നോർക്കണം. ശത്രു ചെയ്യുന്ന അതേ തെറ്റ് ആവർത്തിച്ചിട്ട് പിന്നെ ശത്രുവിനോട് പ്രതികാരം ചെയ്യാൻ നിങ്ങൾക്ക് അർഹതയില്ലെന്ന്. പ്രവൃത്തിയിൽ മാത്രമല്ല ഒരു നോക്കിലും വാക്കിലുംകൂടി ഒരു ഋഷിവര്യന്റെ ശുദ്ധി നിങ്ങൾ നിങ്ങളുടെ സഹോദരിമാരുടെ നേരേ പാലിച്ചാലേ നമ്മുടെ ഈ വലിയ പോരാട്ടം അതിന്റെ പൂർണ്ണതയിൽ നിങ്ങൾക്കു പോരാടാനാവൂ."

മറ്റൊരിക്കൽ ഗീതയോട് അല്പം കൂടുതൽ അടുപ്പം കാണിക്കുന്നു എന്നു മനസ്സിലായപ്പോൾ, വീണ്ടും "ജോസഫേ, നമുക്കാർക്കും ഇത്തരം മൃദുലവികാരങ്ങൾ വിധിക്കപ്പെട്ടിട്ടില്ല. നമുക്കു സമരം മാത്രം. ആ സമരത്തിന്റെ വീര്യം കുറയ്ക്കുന്ന എല്ലാം മാറ്റിനിർത്തുക."

വാക്കുകൾ ഉച്ചത്തിൽ മുഴങ്ങുന്നു. പക്ഷേ, അവ കേൾക്കാൻ കൂട്ടാക്കാതെ ഞാൻ പെണ്ണിന്റെ മാർദ്ദവങ്ങളെ അറിയാൻ കുതിച്ചു. എന്റെ പുരുഷത്വം അവളുടെ സ്ത്രൈണകവാടത്തിലേക്ക് ഇരമ്പുന്ന ആവേശത്തോടെ പ്രവേശിച്ചു. എന്നാൽ, പ്രവേശനത്തിന്റെ ആ നിമിഷംതന്നെ ഞാനാകെ കോച്ചി വിറങ്ങലിച്ചു. ഞെട്ടിപ്പിടഞ്ഞ് എന്റെ പുരുഷത്വം അവളിൽനിന്ന് ഊർന്നുമാറി.

ദൈവമേ! എന്റെ പുരുഷത്വം ചെന്നു കൂപ്പുകുത്തിയത് എന്തിലാണ്! സ്ത്രീയുടെ മാദകജലത്തിലല്ലായിരുന്നു അത്.

കട്ടിപിടിച്ച ചോര, നനുത്ത ഇറച്ചിത്തുണ്ടുകൾ... കടുത്ത വിഭ്രാന്തിയിൽ അവളുടെ യോനീമുഖം പരതി. തളർന്ന നിലാവെളിച്ചത്തിൽ പരതിയ വിരലുകൾ ഞാൻ എന്റെ കണ്ണുകളോടടുത്തുപിടിച്ചു. കട്ടച്ചോരയും ഇളം ഇറച്ചിനുറുങ്ങുകളും എന്റെ കൈവിരലുകളിൽ ഒരു വലയമായി...

കുടലിന്റെ അന്തരാളങ്ങളിൽ എവിടെയോനിന്ന് ഒരു ഛർദ്ദി പ്രചണ്ഡമായി ഉയർന്നു. യുഗങ്ങളോളം ഛർദ്ദിച്ചു.

ഇടയ്ക്കെപ്പോഴോ ഞാനറിഞ്ഞു. മാർദ്ദവമാർന്ന ഒരു കൈത്തലം എന്റെ പുറം ഭാഗം തിരുമ്മിത്തരുന്നുണ്ട്.

പിന്നെ എന്റെ സംസാരശേഷി തിരിച്ചുകിട്ടി എന്നു തോന്നിയ ഒരു മുഹൂർത്തത്തിൽ അവളോട് ചോദിച്ചു.

"മോളേ, നിനക്ക് എന്തുപറ്റിയതാണ്?"

അവൾ ഒന്നും മിണ്ടിയില്ല.

കുറെ നിമിഷങ്ങൾക്കുശേഷം, പല തവണയായുള്ള എന്റെ മയത്തിലുള്ള നിർബ്ബന്ധങ്ങൾക്കും ചോദ്യങ്ങൾക്കും ശേഷം കൊഞ്ഞബാധിച്ച, അസ്ഫുടമായ അവളുടെ സ്വരത്തിലൂടെ ആ കഥ ഞാൻ കേട്ടു.

തെല്ലപ്പുറത്തുള്ള ഒരു ഗ്രാമത്തിലാണ് വീട്. അച്ഛനും അമ്മയുമില്ല. വകയിലൊരമ്മായിയുടെ കൂടെയാണ് താമസം. അമ്മായിയുടെ നിർബ്ബന്ധം കാരണം വ്യഭിചരിച്ചു തുടങ്ങി. അടുത്തിടെ ഗർഭം കൊളുത്തിപ്പിടിച്ചു. അമ്മായിയുടെ ഉപദേശപ്രകാരം ഇവിടെ അടുത്തുള്ള ഗർഭം കലക്കലിൽ വിദഗ്ദ്ധനയായ ഒരു തള്ളയുടെ വീട്ടിൽവച്ച് ഇന്നു ഗർഭച്ഛിദ്രം

നടത്തി. ഈ രാത്രി അവിടെ തങ്ങി നാളെ രാവിലെ അമ്മായിയുടെ അടുത്തേക്കു പോകാമെന്നായിരുന്നു പരിപാടി.

പക്ഷേ, രാത്രിയിൽ അപ്രതീക്ഷിതമായി തള്ളയുടെ വീട്ടിൽ പൊലീസുകാരെത്തി. ആ വീട്ടിൽ കള്ളവാറ്റിന്റെ ബിസിനസുമുണ്ട്. ആരോ ഒറ്റുകൊടുത്തതാണ്. എന്തായാലും പൊലീസ് വളഞ്ഞപ്പോൾ കിടക്കുന്നിടത്തുനിന്ന് പേടിച്ചുവിറച്ച് ഇറങ്ങി ഓടിയതാണ്. ആ ഓട്ടത്തിനിടയിലാണ് ഞങ്ങൾ...

എല്ലാം വ്യക്തമാകുന്നു. ബാലകൃഷ്ണൻ പറഞ്ഞ അപാര ലൂബ്രിക്കേഷൻ! പ്രാകൃതമായ ഒരു ഗർഭച്ഛിദ്രത്തിന്റെ ഇനിയും വറ്റാത്ത ചോരത്തെഴുപ്പിൽ മുങ്ങിത്തുടിച്ചിട്ടാണ്..

ഞാൻ വീണ്ടും ഛർദ്ദിച്ചു. പക്ഷേ, ഛർദ്ദിക്കാൻ ബാക്കിയൊന്നുമുണ്ടായിരുന്നില്ല. വേഗംതന്നെ ഛർദ്ദി അടങ്ങി.

ഇപ്പോൾ അവൾ വീണ്ടും പുൽത്തലപ്പുകൾക്കുമേലെ മലർന്നുകിടക്കുകയാണ്. അവളുടെ മുഖത്തു നേരത്തേ കണ്ട നിസ്സംഗതതന്നെ. യാതൊന്നും അവളെ ബാധിക്കാത്തതുപോലെ.

ഇവളെപ്പോലെതന്നെ ഞാനും. ഇനിയും എന്നെ ബാധിക്കാനായി ബാക്കിയൊന്നുമില്ല. ഹതഭാഗ്യമായ ഒരു കുരുന്നുജീവന്റെ അവശിഷ്ടങ്ങളിലൂടെ, എല്ലാ നൈതികതകളും മൂല്യങ്ങളും എരിഞ്ഞടങ്ങിയ ആ നിശാവിനാഴികയിൽ ഞാൻ എന്റെ ആദ്യമൈഥുനത്തിൽ ഇളകിമറിഞ്ഞു. അങ്ങനെ ആ നിമിഷം എന്നിലെ വിപ്ലവകാരിയുടെ നൈർമ്മല്യവും അവസാനിച്ചു. ഒപ്പം എന്റെ ബാല്യവും എന്റെ കാല്പനികതയും. പിന്നൊരിക്കലും പെണ്ണിൽനിന്ന് പെണ്ണിലേക്കു നീന്തിക്കടക്കാൻ എനിക്കൊരു തടസ്സവും ഉണ്ടായിട്ടില്ല.

ഉഷ്ണം പെയ്ത ആ രാത്രിയിൽനിന്നു പതിനേഴുവർഷങ്ങൾക്കിപ്പുറം ജോസഫേട്ടന്റെ വാക്കുകൾ നഗരത്തിലെ ശീതീകരിക്കപ്പെട്ട ബാറിലിരുന്നു ഞാൻ ഒരിറക്കു റമ്മിനൊപ്പം വിഴുങ്ങി.

ബാറിൽ തീരെക്കുറച്ചു ആളുകളേ ഉണ്ടായിരുന്നുള്ളൂ. ശീതീകരണയന്ത്രത്തിന്റെ മുരളലിനപ്പുറം മനുഷ്യശബ്ദം അങ്ങനെ കേൾക്കുന്നേയില്ല. ഇവിടെ മദ്യപിച്ചുകൊണ്ടിരിക്കുന്ന ഓരോരുത്തരും ഏതോ വിഷാദങ്ങളെ താഴ്ന്ന സ്ഥായിയിൽ ഒറ്റയ്ക്കു നേരിടുകയാണന്നു തോന്നുന്നു.

ജോസഫേട്ടൻ കുപ്പി ചരിച്ചുപിടിച്ച് മദ്യം ഗ്ലാസിലേക്കു പകർന്നു. ഐസ് ബക്കറ്റിൽനിന്ന് ഐസ് ക്യൂബുകളും സമൃദ്ധമായി കോരിയിട്ടു.

പിന്നെ ഗ്ലാസുയർത്തി പറഞ്ഞു.

"ഇല്ലാതായിക്കഴിഞ്ഞ നൈർമ്മല്യത്തിന്റെ ഓർമ്മയ്ക്ക്, ഇല്ലാതായിക്കഴിഞ്ഞ വിപ്ലവത്തിന്റെ ഓർമ്മയ്ക്ക്." ആ സ്വരം വിറയ്ക്കുന്നുണ്ടായിരുന്നു.

ഞാനും പാതിനിറഞ്ഞ എന്റെ ഗ്ലാസുയർത്തി ജോസഫേട്ടന്റെ ഗ്ലാസിനോടു മുട്ടിച്ചു. വെറും ചടങ്ങിനുവേണ്ടി മാത്രം.

അതെ. ചടങ്ങുമാത്രം. ആ സ്വരത്തിന്റെ വിറയൽ വെറും കൗതുകം

മാത്രം. ജോസഫേട്ടനും കൂട്ടർക്കും വിപ്ലവവും നൈർമ്മല്യവും ഒരിക്കൽ സ്വന്തമായി ഉണ്ടായിരുന്നിട്ടു പിന്നെ നഷ്ടമായതാണ്. പക്ഷേ, ജോസഫേട്ടനേക്കാൾ എത്രയോ ഇളമുറയായ എനിക്കും എന്റെ കൂട്ടുകാർക്കും ഒരിക്കലും ഇതൊന്നും സ്വന്തമായിരുന്നില്ലല്ലോ.

ജോസഫേട്ടൻ എന്ന രസികനും അതിധനവാനുമായ എക്സ് വിപ്ലവകാരിയുമായുള്ള ചങ്ങാത്തം എനിക്കും എന്റെ കൂട്ടുകാർക്കും വളരെ ഗ്ലാമറുണ്ടാക്കുന്ന ഒന്നാണ്. പെൺകുട്ടികളുടെയിടയിൽ പ്രത്യേകിച്ചും. ഇങ്ങനെ ഒന്നിച്ചിരുന്നു മദ്യപിക്കുന്നതിനിടയിൽ കുറെ ഉശിരൻ അനുഭവക്കഥകൾ വീണുകിട്ടും. ബാറിലിരുന്ന് സ്മോളടിക്കാൻ പറ്റിയ കഥകൾ. പിന്നെ, പെമ്പിള്ളേരുടെയിടയിൽ വിളമ്പുകയുമാവാം.

ഇപ്പോൾ ജോസഫേട്ടൻ പറഞ്ഞ അനുഭവത്തിലെ ആ പെണ്ണിനു പിന്നീടെന്തു സംഭവിച്ചു എന്നറിയാൻ എനിക്ക് ആകാംക്ഷ.. എന്നാലല്ലേ കഥ പൂർത്തിയാകൂ.

പക്ഷേ, ഒന്നുരണ്ടുതവണ ചോദിച്ചിട്ടും ജോസഫേട്ടൻ ഒന്നും പറഞ്ഞില്ല. മൂപ്പര് കസേരയിൽ പിറകോട്ടു ചാഞ്ഞിരുന്ന് അകലെയെവിടെയോ എന്നപോലെ മിഴിനട്ട് ഇരിക്കുകയാണ്. നന്നായി മദ്യപിച്ച് ഓരോ അനുഭവങ്ങളൊക്കെ പറഞ്ഞുകഴിഞ്ഞ് ഇരിക്കുന്ന ഈ ഇരിപ്പ് കണ്ടാലറിയാം, ആള് ശരിക്കും സെന്റി ആയിട്ടുണ്ടെന്ന്. പിന്നെ രക്ഷയില്ല, ഇന്നത്തേക്കുള്ള ഡയലോഗിന്റെ ക്വാട്ടാ തീർന്നിരിക്കുന്നു.

ഏറക്കുറെ മൗനം തളംകെട്ടിയ ബാറിൽ, ശൈത്യത്തിന്റെ അളവ് കൂടിവരുന്നുണ്ട്.

കവല

രാഘവക്കൈമൾ സാറിന് ഓക്കാനിക്കാൻ വരുന്നതുപേലെ തോന്നി. കടുകെണ്ണയുടെ രൂക്ഷഗന്ധം മൂക്കിലേക്ക് അടിച്ചുകയറുന്നു.

"എന്നതാ കൈമൾസാറേ, ഇന്ന് സെറ്റുകാരെയൊന്നും കാണുന്നില്ലല്ലോ. തനിയെ ഇരുന്നു ബോറടിയായി, അല്ലേ." പീടികയ്ക്കുള്ളിൽ സാധനങ്ങൾ വാങ്ങിച്ചതിന്റെ കണക്ക് നാലഞ്ച് ബംഗാളി പണിക്കാരുമായി തീർത്തുകൊണ്ടിരിക്കെ കുഞ്ഞുകുട്ടിച്ചായൻ കൈമൾസാറിനെ ശ്രദ്ധിച്ചുകൊണ്ടു ചോദിച്ചു.

കൈമൾസാർ ചിരിച്ചു, "ഓ സാരമില്ല, എന്റെ ബോറടിയോർത്ത് അച്ചായന്റെ കണക്ക് തെറ്റണ്ട."

"ആ, ബോറടിക്കുന്നെങ്കിൽ, ഞങ്ങടെയീ ബംഗാളീം ഹിന്ദീം ആസാമീം കേട്ട് പഠിച്ചോണ്ടിരുന്നോ, പഴയ മലയാളം മുൻഷിക്ക് ഭാഷ പഠിക്കാൻ എളുപ്പമായിരിക്കും." കുഞ്ഞികുട്ടിച്ചായൻ തന്റെ കുടവയർ കുലുക്കി ചിരിച്ചു.

"സംച്ചാ, ഠീക്ക് ഹൈ കൈമൾജീ."

"ഓ, വയസ്സ് എഴുപതു കഴിഞ്ഞിട്ടും അച്ചായൻ ഇത്രയൊക്കെ പഠിച്ചല്ലോ. അതു മതി." വീണ്ടും മടുപ്പിക്കുന്ന കടുകെണ്ണ മണം വീശി വരാൻതുടങ്ങിയതോടെ മൂക്കുകൊണ്ട് ഒരു നിമിഷം ശ്വാസമൊന്ന് അടക്കിപ്പിടിച്ചുകൊണ്ട് കൈമൾസാർ ഒന്നങ്ങോട്ടിട്ടു. 'ഉവ്വ' എന്നു പറഞ്ഞിട്ട് കുഞ്ഞുകുട്ടിച്ചായൻ കടയിലെ തിരുക്കിലേക്ക് വീണ്ടും ഊളയിട്ടു.

പെൻഷനായതിൽ പിന്നെ, ഇരുട്ടുവാക്കിന് കവലയിലേക്കിറങ്ങി, കുഞ്ഞുകുട്ടിച്ചായന്റെ കടയിറമ്പത്തെ ബെഞ്ചിലിരുന്ന് ഒന്നു സെറ്റ് കൂടുക എന്നത് വർഷങ്ങളായി കൈമൾസാറിന്റെ ജീവിതത്തിന് ഒരുഷാറുണ്ടാക്കുന്ന കാര്യമാണ്. എന്നാൽ അടുത്ത കാലത്തായി ആ ഉഷാറ് ഇല്ലാതായിക്കൊണ്ടിരിക്കുന്നതുപോലെയാണ്. സന്ധ്യയാകുന്നതോടെ, കരക്കാർ

പൊതുവിൽ ബംഗാളികൾ എന്നു വിളിക്കുന്ന കിഴക്കേ ഇന്ത്യക്കാരായ തൊഴിലാളികൾ കൂട്ടംകൂട്ടമായി കവലയിലെത്തുന്നു. കടകളിൽനിന്നു സാധനം വാങ്ങലും സൊറക്കൂട്ടങ്ങളുമായി കവല നിറയെ അവരാണ്. കവലയിലെ വായുവിൽ കടുകെണ്ണയുടെ നാറ്റവും അന്യഭാഷകളുടെ ആരവവും അതോടെ ഉയരുകയുണ്ടായി.

"എടോ, ഇപ്പോ നമ്മള് കരക്കാര് ഈ കവലയിൽ ന്യൂനപക്ഷമായി, എവിടെ നോക്കിയാലും ബംഗാളികള്തന്നെ." അതിരുങ്കൽ പാപ്പച്ചൻ കഴിഞ്ഞൊരു ദിവസം പറഞ്ഞിരുന്നു.

"ഇക്കണക്കിനു പോയാൽ കുറെനാൾകൂടി കഴിയുമ്പോൾ ഇവന്മാരാകും നാട്ടിലെ ഭൂരിപക്ഷം. നമ്മള് പുറത്ത്." കേശവൻനായർ ശരിവെച്ചു.

ഇത് കേട്ടുകൊണ്ടിരുന്ന കുഞ്ഞുകുട്ടിച്ചായൻ ഇങ്ങനെയും പറഞ്ഞു: "പക്ഷേ, ഈ വരത്തന്മാര് വന്നതുകൊണ്ട് ഇപ്പം പീടികേലൊക്കെ ആളനക്കമുണ്ട്. കർത്താവേ, എങ്ങനെയും ഇക്കൂട്ടങ്ങള് ഇനീം കൂടണേന്നാ എന്റെ പ്രാർത്ഥന."

കുഞ്ഞുകുട്ടിച്ചായൻ പറഞ്ഞതിൽ സത്യമുണ്ട്. കുറെ വർഷങ്ങൾ മുമ്പുവരെ അച്ചായന്റെ പീടികയിലുൾപ്പെടെ ഈ കവലയിലെ കടകളിലെല്ലാം നല്ല കച്ചവടമായിരുന്നു. പക്ഷേ, മല്ലപ്പള്ളിയിലും വെണ്ണിക്കുളത്തുമൊക്കെ വലിയ ഡിപ്പാർട്ടുമെന്റ് സ്റ്റോറുകളും ഷോപ്പിങ് കോംപ്ലക്സുകളുമൊക്കെ വന്നതോടെ ഈ ഉൾനാടൻ കവലയിലെ കടക

ളൊന്നിലും തീരെ ആളില്ലാതായി. ഗൾഫിൽനിന്നും അമേരിക്ക യിൽനിന്നും ഒഴുകിവന്ന പണത്തിന്റെ തള്ളിച്ചയിൽ കരക്കാർ കാറുക ളിൽചെന്ന് പട്ടണങ്ങളിലെ വലിയ കടകളിൽ മേഞ്ഞുനടന്നു.

ബംഗാളികളുടെ വരവോടെ കവല വീണ്ടും അങ്ങനെ പച്ചപിടിച്ചു. സമ്മതിച്ചു. പക്ഷേ, ഇരുട്ടുവാക്കിനുള്ള കാറ്റുമേറ്റ് കവലയിലെത്തുന്ന തോടെ ആകെ വീർപ്പുമുട്ടലാണ്. ഇതു മേലേക്കല്ല് കവലയല്ല. കിഴക്കേ ഇന്ത്യയിലെവിടെയോ ഉള്ള ഒരു സ്ഥലമാണെന്ന പ്രതീതി.

കഴിഞ്ഞദിവസം പത്തനംതിട്ടയിൽ ജില്ലാ പഞ്ചായത്തിന്റെ ആഭിമു ഖ്യത്തിൽ നടന്ന മലയാളഭാഷാ ദിനാചരണത്തിലെ സെമിനാറിൽ മല യാളഭാഷ നാട്ടിൽ അന്യമാകുന്നതിനെക്കുറിച്ചു പ്രസംഗിച്ചപ്പോഴും കവ ലയിലെ സന്ധ്യകൾതന്നെയല്ലേ തന്റെ മനസ്സിൽ നിറഞ്ഞുനിന്നതെന്ന് കൈമൾസാർ ഓർത്തു. പുതിയ തലമുറയിലെ കുട്ടികൾ മലയാള ത്തിൽനിന്നകന്ന് ഇംഗ്ലീഷിന്റെ അടിമകളാകുന്നതിന്റെ അപകടമായിരുന്നു സെമിനാറിന്റെ കാതൽ.

പക്ഷേ, സംസാരിച്ചുതുടങ്ങിയപ്പോൾ ഇംഗ്ലീഷ് മീഡിയത്തിലെ ഷൂസും സോക്സും റ്റൈയുമെല്ലാം വരിഞ്ഞുമുറുക്കിയ പുതിയ കുട്ടി കൾ മനസ്സിൽനിന്നും മാറിപ്പോയി. പകരം അവിടെ കവലയിൽ മറുനാ ടൻ ഭാഷകളുടെ ആരവം നിറഞ്ഞു. കവലയിലെ രാജേന്ദ്രന്റെ ക്ഷൗര ക്കടയിൽ മുമ്പു വച്ചിരുന്ന പഴയ മലയാള സിനിമാ പാട്ടുകൾക്കു പകരം ഇപ്പോൾ സദാ കേൾക്കുന്ന ഹിന്ദി ബംഗാളി സിനിമാപ്പാട്ടുകൾ ചെവി യിൽ അലയടിച്ചു. കുഞ്ഞുകുട്ടിച്ചായൻ വയസ്സാംകാലത്ത് തപ്പിത്തടഞ്ഞു പറയുന്ന ഹിന്ദിവാക്കുകൾ പരിഹാസപൂർവ്വം തന്നെ നോക്കി ചിരിച്ചു. അച്ചായന്റെ പീടികയിലിരിക്കുമ്പോൾ, കവലയിൽനിന്ന് മല്ലപ്പള്ളിയിലേ ക്കുള്ള നിരത്തിന്റെ വളവിൽ പാലത്തിങ്കലെ ജോയിച്ചന്റെ പറമ്പിലെ പാല പൂത്തതിന്റെ മണത്തെ മുക്കിക്കൊല്ലുന്ന കടുകെണ്ണയുടെ മണം മൂക്കിലേക്കു തുളച്ചുകയറി.

പെട്ടെന്ന് കൈമൾസാറിന്റെ വയറ്റിൽനിന്ന് അതിശക്തമായി തിക ട്ടിവന്ന് അത് ഒരു ഓക്കാനത്തിന്റെ വക്കത്തെത്തി. പണിപ്പെട്ട് ഓക്കാനം അടക്കിയെങ്കിലും അതിന്റെ വികൃതമായ ശബ്ദം തൊണ്ടയിലൂടെ പുറ ത്തുവന്നതു കേട്ട് കുഞ്ഞുകുട്ടിച്ചായൻ അയാളെ നോക്കി.

"ങാ," ചോദ്യഭാവത്തിൽ കുഞ്ഞുകുട്ടിച്ചായൻ ശബ്ദിച്ചു.

"ഓ, എന്തോ വായുകോപമാണെന്നു തോന്നുന്നു." കൈമൾസാർ എഴുന്നേറ്റുകൊണ്ടു പറഞ്ഞു. "അച്ചായോ, ഇന്നിനി നമ്മടെ സെറ്റുകാ രാരും വരുന്ന ലക്ഷണമില്ല."

"ശരി, എങ്കില് നാളെ" അപ്പോഴേക്ക് തന്റെ മുമ്പിലെത്തിയ ബംഗാ ളിയുമായി ഇടപാട് നടത്തുന്ന തിരക്കിൽ അച്ചായൻ കൈവീശി.

അടുത്ത സന്ധ്യക്ക് കുഞ്ഞുകുട്ടിച്ചായന്റെ പീടികയിറമ്പിലെ സെറ്റ് അങ്ങേയറ്റം സജീവമായിരുന്നു. കൈമൾസാറും മംഗലത്തെ കേശവൻനാ യരും നാട്ടുവർത്തമാനങ്ങളുടെ അലകുംപിടിയും അഴിച്ചു പരിശോധിച്ചു കൊണ്ടിരിക്കവേയാണ് അതിരുങ്കൽ പാപ്പച്ചൻ ആ വാർത്തയുമായെത്തി യത്.

വല്യപുരയിടത്തിലെ ജോണിക്കുട്ടിയുടെ മകൾ ലൈസാ അവരുടെ വീട്ടിൽ അടുത്തകാലത്തായി പണിക്കു വന്നുകൊണ്ടിരുന്ന ഒരു ബംഗാളി പയ്യന്റെകൂടെ ഒളിച്ചോടിപ്പോയിരിക്കുന്നു. പെണ്ണിന്റെയും അവന്റെയും മൊബൈലുകൾ സ്വിച്ച്ഡ് ഓഫാണ്. രണ്ടും എവിടെയാണെന്ന് ഒരു വിവരവുമില്ല.

"അതിപ്പോ, ആ പയ്യന്റെ കൂടെത്തന്നെയാണെന്ന് എങ്ങനെ ഉറപ്പിക്കും?" കൈമൾസാർ ചോദിച്ചു.

"രണ്ടുമൂന്ന് കാര്യങ്ങളാ." പൊടിഡബ്ബയിൽനിന്ന് മൂക്കിലേക്കു പൊടി വലിച്ചു കയറ്റിയശേഷം പാപ്പച്ചൻ വിശദീകരിച്ചു:

"ഒന്ന്, അവളെ കാണാതായപ്പംതൊട്ട് അവനേം കാണാനില്ല. പിന്നെ, അവര് തമ്മില് ഹിന്ദിയിലോ മറ്റോ ഒത്തിരി സംസാരോം ചിരീമൊക്കെ ഒണ്ടാരുന്നതായി ജോണിക്കുട്ടീടെ ഭാര്യ പറയുന്നുണ്ട്. നേരത്തെ അതൊരു പ്രശ്നമായിട്ട് അവർക്ക് തോന്നിയതുമില്ല. പിന്നെ, അവന്റെ കൂട്ടുതൊഴിലാളികളോട് അന്വേഷിച്ചപ്പം അവന്മാര് ഒരുതരം ബ്വബ്വ കളിക്കുകാന്നാ കേട്ടത്. ഏതായാലും പൊലീസ് അന്വേഷണം തൊടങ്ങിയിട്ടുണ്ട്.

കേശവൻനായർ പറഞ്ഞു:

"കൊറേ നാളായി ഇങ്ങനെ എന്തേലും ഒന്നു സംഭവിക്കുമെന്നുതന്നെ ഞാനുറപ്പിച്ചിരുന്നു. അത്രക്കല്ലിയോ അവമ്മാരിവിടെക്കെടന്നു പൊളയ്ക്കുന്നത്. ഇത് ഒരു തുടക്കംമാത്രമാ."

തുടർന്ന്, പാപ്പച്ചൻ ആവേശപൂർവ്വം ഇതിനെ പിന്തുണച്ചു.

"ഇതിനകംതന്നെ പായിപ്പാടും മാന്നാറുമൊക്കെ എവന്മാര് ഇതുപോലുള്ള പല അന്തക്കരണങ്ങളും ഒപ്പിക്കുന്നുണ്ടെന്നാ കേട്ടത്. നാട്ടുകാരുടെ ഭാര്യമാരെ വളയ്ക്കൽ, പെങ്കൊച്ചുങ്ങളെ ലൈനടി, മോഷണം. പിന്നെ, പല തീവ്രവാദി ഗ്രൂപ്പുകളിൽപ്പെട്ടവരും എവന്മാർക്കിടയിലുണ്ടെന്നു പത്രത്തിലും ചാനലിലുമൊക്കെ റിപ്പോർട്ടുകളും വരുന്നുണ്ടല്ലോ."

വീട്ടിലേക്ക് ഒറ്റയ്ക്ക് കവലയിൽനിന്നു നടക്കുമ്പോൾ, ലൈസായുടെ വാർത്ത പാപ്പച്ചൻ പറഞ്ഞുകൊണ്ടിരിക്കവെ തനിക്ക് ആ കുട്ടിയെക്കുറിച്ച് അറിയാവുന്ന ഒരു കാര്യം മിണ്ടാതിരുന്നതു ശരിയായോ തെറ്റായോ എന്ന ആലോചനയിലായിരുന്നു കൈമൾസാർ. ലൈസാ എന്ന പെൺകുട്ടിയെ പല തവണ അവൾ കോളേജ് പഠനം നടത്തുന്ന കോട്ടയം പട്ടണത്തിൽവെച്ച് ചില ആൺകുട്ടികൾക്കൊപ്പം ചുറ്റിത്തിരിയുന്നതു കണ്ടിട്ടുണ്ട്. ഒന്നു രണ്ടുതവണ സിനിമാ തീയേറ്ററുകൾക്കു മുമ്പിലും ചിലപ്പോഴൊക്കെ റെസ്റ്റോറന്റുകളിലും. അതൊക്കെ നാട്ടുകാരായ ആൺകുട്ടികളുമായിരുന്നു. എന്തായാലും അതൊക്കെ പുതിയ കുട്ടികളുടെ ലോകം എന്നു മാത്രംകരുതി, താൻ അവളുടെ നാട്ടുകാരനായ ഒരു കാരണവരാണെന്ന ഗൗനിക്കലിനൊന്നും മുതിർന്നിട്ടുമില്ല.

പക്ഷേ, ബംഗാളി പയ്യന്റെകൂടെ അവൾ ഒളിച്ചോട്ടം നടത്തി എന്ന മട്ടിലുള്ള വർത്തമാനം കേട്ടുകൊണ്ടിരുന്നപ്പോൾ താൻ ഇതൊക്കെ ആരോടെങ്കിലും പറയേണ്ടതല്ലേ എന്ന് എത്ര ആലോചിച്ചിട്ടും തൃപ്തി

കരമായ ഒരു തീരുമാനത്തിലെത്താൻ കഴിയുന്നില്ല. എല്ലാകൂടി എവിടെയോ ഒരു പൊരുത്തക്കേട്.

പെട്ടെന്നു വഴിയരികിലെ പറമ്പിൽനിന്നു ചാടിവന്ന ഒരു കണ്ടൻപൂച്ച കൈമൾസാറിന്റെ കൈയിലുള്ള ടോർച്ചിന്റെ വെട്ടത്തിൽ ഒന്നു പകച്ചു നിന്നു. പിന്നെ, അത് എതിരെയുള്ള പറമ്പിലേക്കു ചാടിക്കയറി. ഒരു നിമിഷം ടോർച്ചിന്റെ വെട്ടം ആ പൂച്ചയുടെ ഓട്ടത്തിനു പിന്നാലെ എറിഞ്ഞ് ആ പാച്ചിൽ നോക്കിനിന്നശേഷം കൈമൾസാർ വീണ്ടും നടന്നുതുടങ്ങി. ആ പൂച്ചയ്ക്ക് ഇതേവരെ നാട്ടിൽ കണ്ടിട്ടില്ലാത്തവിധം സ്വർണ്ണവും വെളുപ്പും കറുപ്പും ചാരവും ഇടകലർന്ന പ്രത്യേകതരം നിറമാണല്ലോ എന്ന് കൈമൾസാറിന് അത്ഭുതം തോന്നി.

പിറ്റേന്നു സന്ധ്യക്കും കുഞ്ഞുകുട്ടിച്ചായന്റെ പീടികയിറമ്പിലെ സെറ്റിൽ ചൂടുള്ള വാർത്തകളുണ്ടായിരുന്നു. ജോണിക്കുട്ടി നല്ലതോതിൽ പണമിറക്കിയതിന്റെ ഫലമായി പൊലീസ് ഊർജ്ജിതാന്വേഷണത്തിലാണ്. കരയിലും ചുറ്റുപാടുമുള്ള എല്ലാ ബംഗാളികേന്ദ്രങ്ങളിലും പൊലീസ് മറുനാടൻ പണിക്കാരെ കുടഞ്ഞിട്ട് ചോദ്യം ചെയ്യൽ നടത്തുകയാണ്.

“എന്തായാലും ബംഗാളികളെല്ലാം ഒന്നു ഒതുങ്ങിയമട്ടാ. എല്ലാവന്മാരും വെരണ്ടിരിക്കുകാ, നോക്കിയേ, കവലേല് എവന്റെയേലും അനക്കമൊണ്ടോന്ന്,” കേശവൻ നായർ പറഞ്ഞു. അപ്പോഴാണ് കൈമൾസാറും അക്കാര്യം ശ്രദ്ധിച്ചത്. ബംഗാളികളാരും കവലയിൽ കൂട്ടംകൂടി നില്ക്കുന്നില്ല. ബംഗാളി ഹിന്ദിപാട്ടുകൾ കേൾക്കാനില്ല. കടുകെണ്ണ മണം തീരെ വരുന്നില്ല. കുഞ്ഞുകുട്ടിച്ചായന്റെ പീടികയിലേക്ക് സാധനങ്ങൾ വാങ്ങാൻ വന്ന ഏതാനും ബംഗാളികൾ പതറിയ മുഖങ്ങളോടെ സാധനങ്ങൾ വാങ്ങി വേഗം കവലയിൽനിന്നു മടങ്ങി.

അടുത്ത നാൾ, സെറ്റിന് കൂറെക്കൂടി ആവേശം കൊടുക്കുന്ന വാർത്ത എത്തി. ജോണിക്കുട്ടിയുടെ ചേട്ടന്റെ മകനായ ഷാജിയും കൂട്ടുകാരും നാലഞ്ച് ബംഗാളികളെ അടിച്ചു നെരപ്പാക്കി. ലൈസായെ കാണാതായതിനെക്കുറിച്ച് ഷാജി ബംഗാളികളുമായി എന്തോ സംസാരിച്ച് അതൊരു കശപിശയിലെത്തിയതായിരുന്നു.

“ബംഗാളികള് ഇനീം അടി വാങ്ങിച്ചുകൂട്ടും.” പാപ്പച്ചൻ പറഞ്ഞു. അന്ന് കൈമൾസാർ പീടികയിറമ്പിലിരിക്കുമ്പോൾ രണ്ടു മണിക്കൂറോളമായിട്ടും ഒറ്റ ബംഗാളിപോലും സാധനങ്ങൾ വാങ്ങാനെത്തിയില്ല. താൻ ഇനിയെങ്കിലും ലൈസായെ കോട്ടയത്തു നാട്ടുകാര് പയ്യന്മാർക്കൊപ്പം കണ്ടിരുന്നതിനെപ്പറ്റി ആരോടെങ്കിലും പറയേണ്ടതുണ്ടോ എന്ന് കൈമൾസാർ വീണ്ടും ചിന്തിച്ചു. പക്ഷേ, ഇപ്പോഴും തൃപ്തികരമായ ഒരുത്തരം കിട്ടുന്നില്ല.

ഇപ്പോൾ കവലയിൽ ബംഗാളി കലപില തീരെ കേൾക്കാനില്ലെങ്കിലും, ആരുടെയോ കൈയിൽനിന്നു തങ്ങൾക്കറിഞ്ഞേ കൂടാത്ത ഏതോ കാര്യത്തിന് ഭീകരമായി അടി വാങ്ങിക്കുന്ന കൂറെ ബംഗാളി പയ്യന്മാരുടെ ദീനമായ കരിച്ചിലുകൾ എങ്ങുനിന്നോ കേൾക്കുന്നതുപോലെ കൈമൾസാറിനു തോന്നി. ആ കരച്ചിലുകളുടെ ശബ്ദംകൊട്ടിയടയ്ക്കാനായി കൈമൾസാർ താൻ അതുവരെ തീരെ ശ്രദ്ധിക്കാതിരുന്ന സെറ്റിലെ

ആരുടെയോ തമാശയ്ക്കൊടുവിലെ ഉച്ചത്തിലുള്ള പൊട്ടിച്ചിരിയിൽ യാന്ത്രികമായി പങ്കുചേർന്നു.

രണ്ടുനാളുകൾകൂടി കഴിഞ്ഞപ്പോൾ ആ വാർത്തയുമെത്തി. ലൈസായെ ആ ബംഗാളിപ്പയ്യനല്ല കൊണ്ടുപോയത്. കോട്ടയത്ത് ലൈസായേ പരിചയമുള്ള കടുതുരുത്തിക്കാരനായ ഒരു ചെറുപ്പക്കാരനാണ് അവളെയുംകൊണ്ട് നാടുവിട്ടത്. രണ്ടുപേരെയും ബാംഗ്ലൂരിൽനിന്ന് പൊലീസ് പൊക്കുകയായിരുന്നു.

ഒപ്പം ബംഗാളിപ്പയ്യനെ തിരുപ്പതിയിൽനിന്ന് പൊലീസിനു കിട്ടി. എന്തോ ബുദ്ധിഭ്രമമുള്ള മട്ടിലാണ് അവന്റെ പെരുമാറ്റം. ഇതിനകം ബംഗാളിൽനിന്ന് എത്തിയ ബന്ധുക്കൾ മുന്നേ അവന് ബുദ്ധിഭ്രമം വന്നിരുന്നതായി പറഞ്ഞുവത്രേ. എല്ലാം കേട്ടിരിക്കവെ, കൈമൾസാറിന് താൻ വീണ്ടും ഏതോ ബംഗാളികളുടെ ദീനരോദനം കേൾക്കുകയാണെന്നു തോന്നി. ഒരുപക്ഷേ, ഈ കവലയിൽ താൻമാത്രം കേൾക്കുന്ന കരച്ചിലുകൾ!

എന്നാൽ ബംഗാളിപ്പയ്യൻ കുറ്റവിമുക്തനായെങ്കിലും കവലയിൽ പിന്നീട് ബംഗാളികളെ തീരെ കാണാതായി. നല്ലോരു പങ്ക് ബംഗാളികളും മറ്റെങ്ങോട്ടോ ഒക്കെ പോയതായി സെറ്റിൽ സംസാരമുണ്ടായി.

"ഈ കരേല് ബംഗാളികളുടെ കട പൂട്ടി. ഇക്കണക്കിന് എന്റെ കടേം പൂട്ടിയതുതന്നെ." കുഞ്ഞുകുട്ടിച്ചായൻ പീടികയിൽനിന്നു പുറത്തിറങ്ങി. ഇറമ്പത്തെ ബെഞ്ചിലിരുന്നുകൊണ്ട് പറഞ്ഞു.

മേലേക്കല്ല് കവല ഇപ്പോൾ പഴയ മേലേക്കല്ല് കവലയായിരിക്കുന്നു. വൃശ്ചിക-ധനു മാസങ്ങളിൽ പൂക്കുന്ന പാലയുടെ മണം ഒരു തടസ്സവുമില്ലാതെ മൂക്കിലേക്കെത്തുന്നുണ്ട്. എന്നിട്ടും എന്തോ ഒരു തിക്കുമുട്ടൽ തനിക്കുള്ളിലുള്ളതുപോലെ കൈമൾസാറിനുതോന്നി.

അടുത്ത നാൾ കോട്ടയത്തു രാവിലെതന്നെ നേരത്തേ എത്തേണ്ട ഒരാവശ്യമുള്ളതിനാൽ, കൈമൾസാർ നേരം പരപരാ പുലർന്നതും കവലയിലെത്തി. പത്രക്കെട്ടുകൾ വിതരണംചെയ്യുന്ന പിള്ളരുടേതല്ലാത്ത മറ്റൊരു ചലനവും കവലയിൽ ഇല്ലായിരുന്നു. കവലയുടെ നടുവിലുള്ള ആൽത്തറയിൽ കൈമൾസാറ് ബസ് കാത്തുനില്ക്കവെ അലക്ഷ്യമായി ചുറ്റിനും നോക്കി. അപ്പോൾ കൈമൾസാർ അതുകണ്ടു.

മല്ലപ്പള്ളിയിലേക്കുള്ള നിരത്തിന്റെ തുടക്കത്തിൽ ഒരു വൈദ്യുതി തൂണിന്റെ ഉയരത്തിലാണ് ആ പരസ്യപ്പലകവെച്ചിരുന്നത്. പലകയുടെ വെളുത്ത പ്രതലത്തിനുമീതെ നിറഞ്ഞു നില്ക്കുന്ന സ്വസ്തിക ചിഹ്നം. ചിഹ്നത്തിനുമേൽ ഇങ്ങനെ കുറിച്ചിരുന്നു.

"വരത്തർക്ക് ഈ നാട് തീറെഴുതാൻ അമ്മയ്ക്ക് പെറ്റ മലയാളിമക്കൾ അനുവദിക്കില്ല."

നിമിഷങ്ങൾ കഴിയുംതോറും കൂടിവരുന്ന ഒരു നടുക്കത്തോടെ കൈമൾസാർ അതിലേക്കു മിഴിനട്ടുനിന്നു. അങ്ങനെ നില്ക്കുന്നതിനിടെ കോട്ടയത്തേക്കുള്ള ബസ് കവലയിലൂടെ കടന്നുപോയത് കൈമൾസാർ അറിഞ്ഞതേയില്ല.

രാക്കോലങ്ങൾ

ആശ്രമത്തിലേക്കുള്ള നിരത്തിൽനിന്ന് ഇന്നോവ ദേശീയപാതയിലേക്ക് കയറുമ്പോഴും ധർമ്മേഷ് പട്ടേലിന്റെയും ഭാര്യ സംഗീതയുടെയും അത്ഭുതാഹ്ലാദങ്ങൾ വാക്കുകളിലൂടെ കുമിഞ്ഞൊഴുകുന്നത് അവസാനിച്ചിരുന്നില്ല. സംശയമില്ല. അവർ ഭാരതത്തിന്റെ അമ്മ തന്നെയാണ്. അല്ല ലോകത്തിന്റെതന്നെ മാ. കുഞ്ഞായിരുന്നപ്പോൾ സ്വന്തം അമ്മ കെട്ടിപ്പിടിച്ച് ഉമ്മകൾ നല്കിയിട്ടുള്ളപ്പോൾപ്പോലും ഇത്രയും സന്തോഷവും സമാധാനവും തോന്നിയിട്ടില്ല. പട്ടേലും സംഗീതയും അമ്മയുടെ സാമീപ്യം നല്കുന്ന ദിവ്യാനുഭൂതികളെക്കുറിച്ച് വർണ്ണിക്കുന്നതിൽ പരസ്പരം മത്സരിച്ചു.

പറഞ്ഞുപറഞ്ഞ് സ്വന്തം അമ്മമാർക്കു പകരം ഈ അമ്മയുടെ മക്കളായി പിറന്നിരുന്നെങ്കിൽ എന്നുകൂടി ഇതുങ്ങളിനി ആഗ്രഹിച്ചേക്കും. ഒരു കൂറ്റൻ കണ്ടെയ്നർ ലോറിയെ മറികടന്ന് മുമ്പോട്ട് കുതിക്കവെ, രതീഷ് സ്വയം നിശ്ശബ്ദമായി ചിരിച്ചു. അപ്പോൾ ഇന്നോവയുടെ പിൻസീറ്റിൽനിന്ന് പട്ടേലിന്റെ ചോദ്യമുയർന്നു. “ഹോ, നിങ്ങളുടെ കാര്യം ഭയങ്കരം തന്നെ. എത്രയോ പ്രാവശ്യം നിങ്ങൾ ഇവിടെ ഞങ്ങളെപ്പോലുള്ള ടൂറിസ്റ്റുകളെ കൊണ്ടുവന്നിട്ടും ഒരിക്കൽപ്പോലും അമ്മയെ കാണാൻ തോന്നിയിട്ടില്ലാന്ന് പറയുന്നത് വിശ്വസിക്കാൻ പറ്റുന്നില്ല. ഞങ്ങൾക്കാണേൽ അമ്മയെ കാണുകാന്നു പറഞ്ഞതിനപ്പുറം ഒരു സന്തോഷം ജീവിതത്തിലില്ല.”

രാവിലെ ആശ്രമത്തിലെത്തിയപ്പോൾ അമ്മയെ കാണാൻ, തന്നെയും ക്ഷണിച്ചെങ്കിലും താല്പര്യമില്ലെന്നു പറഞ്ഞപ്പോൾ രണ്ടുപേരുടേയും കണ്ണുകൾ അന്തംവിട്ടു തള്ളിയത് രതീഷ് ഓർത്തു.

“ഏയ്, ഡ്രൈവർ, നിങ്ങളൊരു ഹിന്ദുവല്ലേ? എന്നിട്ടും അമ്മയെ

കാണണ്ടായെന്നു പറയുന്നത് എനിക്ക് മനസ്സിലാകുന്നേയില്ല." തെല്ല് ഈർഷ്യ പുകയുന്ന പാട്ടേലിന്റെ സ്വരം.

എന്താണിതിന് മറുപടി പറയുക, രതീഷ് വിഷമിച്ചു. അയാൾ മെല്ലെ തല ഒന്ന് ചരിച്ച് പിന്നിലേക്കുനോക്കി ചെറുതായി ഒന്നു ചിരിച്ചുകാണിച്ചു. ഒപ്പം പ്രത്യേകിച്ച് ഒന്നുമില്ലെന്ന മട്ടിൽ തല ഒന്നു കുലുക്കുകയും ചെയ്തു. "വിചിത്രം തന്നെ ഓരോരുത്തരുടെ കാര്യങ്ങൾ." സംഗീത പറഞ്ഞു. "യാ," പട്ടേൽ അത് ശരിവച്ചു.

ഓ, ഇനി കൂടുതൽ ചോദ്യങ്ങൾ ഇതുസംബന്ധിച്ച് ഉണ്ടാകാതിരുന്നാൽ മതിയായിരുന്നു. ലോട്ടറി കിട്ടിയതുപോലെ ഒരു പാർട്ടി, എങ്ങനെയെങ്കിലും ഇവരെ രണ്ടാഴ്ചകൊണ്ട് നടന്ന് ഹാപ്പിയാക്കിവിട്ടാൽ.....

ട്രാവൽസിലെ മാനേജർ പിള്ളസാർ പറഞ്ഞ വാക്കുകൾ. "ചെന്നൈയിലെ നമ്മുടെ ഷൺമുഖം ട്രാവൽസീന്ന് കിട്ടിയ ഇൻഫർമേഷനാ. രണ്ടുവർഷം മുമ്പ് ഈ പാർട്ടി തമിഴ്നാട്ടിൽ ഇതുപോലൊരു രണ്ടാഴ്ച സവാരി നടത്തി പോയപ്പോ ഡ്രൈവർക്ക് കൊടുത്ത ടിപ്പ് എത്രയാണെന്നറിയാമോ..?" നാടകീയമായ ഒരു വിടവിനുശേഷം പിള്ള സാർ പറഞ്ഞു: "ഇരുപത്തി അയ്യായിരം രൂപ."

ക്ഷേത്രകാര്യങ്ങളൊക്കെ നന്നായി തിട്ടമുള്ള ഹിന്ദുക്കളാരെങ്കിലുമാകണം ഡ്രൈവറെന്ന് ഒരു നിബന്ധന പാർട്ടിക്കുണ്ട്. അങ്ങനെ മഹാദേവനെയാണ് ആദ്യം നിശ്ചയിച്ചിരുന്നത്. പക്ഷേ, കൃത്യസമയമായപ്പോൾ അയാൾക്ക് ഡെങ്കിപ്പനി. അങ്ങനെയാണ് ഭക്തി തീരെയില്ലെങ്കിലും പേരുകൊണ്ട് ഹിന്ദുവായ തനിക്ക് നറുക്കുവീണത്.

"തന്റെ യുക്തിയും ആദർശവുമൊക്കെ അങ്ങ് പരണത്ത് വെക്ക്. രണ്ടാഴ്ച അവരെയൊന്ന് സുഖിപ്പിച്ച്, അവരുടെ ഭക്തികാര്യങ്ങളൊക്കെ അറേഞ്ച് ചെയ്ത് കൊടുത്താ, ഓർത്തോ ലോട്ടറിയാ, ലോട്ടറി." തന്നെ നന്നായറിയാവുന്ന പിള്ള സാറിന്റെ ഗൗരവത്തോടെയുള്ള ഉപദേശം.

കൊള്ളാം, താനവരെ ശരിക്ക് സുഖിപ്പിച്ചോളാം. തനിക്ക് ഭക്തിയില്ലെന്നു കരുതി സവാരി വിളിക്കുന്നവരെ താനെന്തിന് പിണക്കണം. ഇരുപത്തി അയ്യായിരം രൂപയെങ്ങാനും തനിക്കുകിട്ടിയാൽ, വീടിന് അത്യാവശ്യം ചെയ്യേണ്ട അറ്റകുറ്റപ്പണികൾ ഉടനെ തുടങ്ങാം. ഇനിയൊരു മഴക്കാലം കൂടി താങ്ങാനുള്ള കരുത്ത് വീടിനില്ല. പക്ഷേ, എല്ലാ ചെലവുകളും കഴിയുമ്പോൾ ഒട്ടും നീക്കി ബാക്കിയില്ലാതെ എത്രയോ നാളായി മാറ്റി മാറ്റി വയ്ക്കുകയായിരുന്നു. ഇത്രയും തുകയുടെ കൂടെ കുടുംബശ്രീന്ന് രമ്യയെക്കൊണ്ട് ഒരു ലോണുംകൂടി എടുപ്പിച്ചാൽ ഒരുവിധം കാര്യങ്ങൾ നടത്താം.

ഏതായാലും കഴിഞ്ഞ രണ്ടു ദിവസം കൊണ്ടുതന്നെ, ഇരുപത്തി അയ്യായിരമല്ല അതിനുമപ്പുറം തരാൻ കഴിവും മനസ്സുമുള്ള പാർട്ടിയാണെന്നു ഉറപ്പായി. ഗുജറാത്തിലും അമേരിക്കയിലുമായിട്ട് പരന്നുകിടക്കുന്ന വമ്പൻ ബിസിനസ് സാമ്രാജ്യത്തിന്റെ ഉടമയാണ്. പണം ചെലവഴിക്കാനൊന്നും ഒരു മടിയുമില്ല. ഏറ്റവും മുന്തിയ റസ്റ്റോറന്റിലെ വില

കൂടിയ ഐറ്റംസ് ഒക്കെത്തന്നെ ഡ്രൈവർക്കും വാങ്ങിക്കൊടുക്കാൻ ഒരു തടസ്സവുമില്ല. സാധാരണ സവാരി വിളിക്കുന്നവരൊന്നും ചെയ്യാത്തതാണത്.

ക്ഷേത്രകാര്യങ്ങൾ ഒന്ന് ശ്രദ്ധവച്ച് ചെയ്തുകൊടുത്താൽ വളരെ സന്തോഷമായി. അത് ഡ്രൈവറുടെ പണി എന്ന രീതിയിൽ താൻ നന്നായി ചെയ്യുന്നുമുണ്ട് എന്നാണ് തോന്നുന്നത്. താൻ തൊഴുന്നില്ലെങ്കിലും അമ്മയുടെ കെട്ടിപ്പിടിത്തത്തിന് നിന്നുകൊടുക്കുന്നില്ലെങ്കിലും പാർട്ടിക്ക് അതൊക്കെ നന്നായി നടന്നാൽ പോരെ.

അന്ന് രാത്രി പുന്നമടക്കായലിനു സമീപമുള്ള ഒരു നക്ഷത്ര റിസോർട്ടിലായിരുന്നു താമസം. കായലോളങ്ങൾ തൊട്ടടുത്ത് വന്ന് കൊഞ്ചിക്കൊണ്ടിരിക്കുന്ന പുൽത്തകിടിയിലെ രാത്രിഭക്ഷണം. പട്ടേലും സംഗീതയും ഇരിക്കുന്ന മേശയ്ക്ക് അരികിൽത്തന്നെയുള്ള മേശയിലായിരുന്നു രതീഷിനും ഭക്ഷണം നല്കിയത്.

തന്റെ പ്ലെയ്റ്റിലേക്ക് പരിചാരകൻ കൊണ്ടുവച്ച നീണ്ടവാലും കൊമ്പുമൊക്കെയുള്ള ചെമ്മീൻ കണ്ട് രതീഷ് അന്തംവിട്ടു. ജീവിതത്തിലാദ്യമായിട്ടാണ് ഇത്രയും വലിയ ഒരു ചെമ്മീൻ കാണുന്നത്. അസാദ്ധ്യ രുചിയുമായിരുന്നു. എല്ലാ സവാരിക്കാരും ഇങ്ങനെ ആയിരുന്നെങ്കിൽ സംശയമില്ല. ഈ സവാരി തന്റെ ലോട്ടറിതന്നെയാണ്.

കഴിച്ചുകൊണ്ടിരിക്കവെ, അടുത്ത ദിവസങ്ങളിൽ തങ്ങൾ പോകുന്ന ചില സ്ഥലങ്ങളെക്കുറിച്ചുള്ള ഏതൊക്കെയോ സംശയങ്ങൾ പാട്ടേൽ ചോദിക്കുന്നുണ്ടായിരുന്നു. രതീഷ് അവയ്ക്കെല്ലാം തൃപ്തികരമായ മറുപടികളും നല്കി. തന്റെ പക്കലുള്ള ഇംഗ്ലീഷും ഹിന്ദിയുമൊക്കെവച്ച് വല്യ പ്രശ്നങ്ങളില്ലാതെ ഇവരുമായി വർത്തമാനം നടത്താൻ കഴിയുന്നുണ്ടല്ലോ എന്നോർത്തും രതീഷിന് സ്വയം മതിപ്പ് തോന്നി.

ഭക്ഷണശേഷം കൈ കഴുകിയിട്ട് രതീഷ് പട്ടേലിനും സംഗീതയ്ക്കും സമീപം ചെന്നു. ഇനി തന്നെക്കൊണ്ട് മറ്റാവശ്യങ്ങളൊന്നുമില്ലെങ്കിൽ ഡ്രൈവർമാർക്കുള്ള കിടപ്പ് സൗകര്യമൊരുക്കിയിരിക്കുന്ന ഇടത്തേക്ക് പോകാം.

ഇല്ല, ഇന്നിനി ആവശ്യങ്ങളൊന്നുമില്ല. ''അങ്ങനെയെങ്കിൽ ഗുഡ്നൈറ്റ് സാർ" ഞങ്ങടെ സി എം അമ്മയെ കാണാൻ വരുന്നെന്ന്. അമ്മയുടെ അറുപതാം പിറന്നാളിന് അദ്ദേഹമാണ് മുഖ്യാതിഥി. കണ്ടില്ലേ, അദ്ദേഹത്തെപ്പോലെ ഇത്രയും മഹാനായ ഒരു നേതാവുപോലും എത്ര ആദരവോടെയാ അമ്മയെ കാണുന്നത്. "ഇത്രയും പറഞ്ഞിട്ട് പാട്ടേൽ കനത്തിലൊന്ന് മൂളിക്കൊണ്ട് രതീഷിനെ നോക്കി. പിന്നെ വീണ്ടും ചിരിയോടെ പറഞ്ഞു: "അതുകൊണ്ട് ഇനിയെങ്കിലും താനും മാജിയെ ഒന്ന് നേരിൽ കാണണം കേട്ടോ."

രതീഷ് ഒരിക്കൽക്കൂടി എന്തു പറയണമെന്ന് നിശ്ചയമില്ലാതെ വെറുതെ ചിരിച്ചു. വീണ്ടും ഗുഡ്നൈറ്റ് പറയാൻ തുടങ്ങവെ, പട്ടേലിന്റെ സ്വരം ഉയർന്നു

"അല്ല, ഞങ്ങടെ സി എമ്മിനെപ്പറ്റി ഇവിടൊക്കെ പൊതുവെ അഭിപ്രായമെങ്ങനാ?" ഇതൊരു പരീക്ഷണംതന്നെയാണല്ലോ. എന്താ പറയേണ്ടത്. രതീഷ് അസ്വസ്ഥതയോടെ മടിച്ചുനിന്നു. "ഉം, കേക്കട്ടെ, അമ്മേടെ കാര്യം പറഞ്ഞപോലെതന്നെയാ അദ്ദേഹത്തിന്റെ കാര്യവും, എത്ര കണ്ടാലും കേട്ടാലും മതിവരുകേല. സോ ഗ്രേയ്റ്റ് എ മാൻ ആൻഡ് ലീഡർ, ങാ പറഞ്ഞാട്ടെ," പട്ടേലും സംഗീതയും സാകൂതം രതീഷിനെ നോക്കി.

"അത് പിന്നെ...," രതീഷ് വിക്കി.

"യെസ് ബോസ്, പറയൂ," പട്ടേൽ പ്രോത്സാഹിപ്പിച്ചു.

"പൊതുവേ മോശം അഭിപ്രായമാണ്." രതീഷ് ഒരുവിധം അത്രയും പറഞ്ഞു.

കസേരകളിലിരിക്കുന്ന പട്ടേലും സംഗീതയും പരസ്പരം ഒന്നു നോക്കി. പട്ടേൽ കസേരയിൽ ഒന്ന് മുന്നോട്ടാഞ്ഞിരുന്നിട്ട് തങ്ങൾക്കു മുന്നിൽ നില്ക്കുന്ന രതീഷിനെ തറപ്പിച്ചുനോക്കി.

"ഓ, അങ്ങനെയോ, അതെന്താ?"

രതീഷ് വീണ്ടും മടിച്ചുനിന്നു.

"തുറന്നു പറഞ്ഞോളു," പട്ടേലിന്റെ സ്വരത്തിൽ ഒരാകാംക്ഷയുള്ളതുപോലെ.

"എങ്കിലിനി മടിക്കണ്ട," രതീഷ് വാ തുറന്നു.

"ആയിരക്കണക്കിന് മുസ്ലീമുകളെ കൊല്ലുന്നതിനും, മുസ്ലീം പെണ്ണുങ്ങളെ ബലാത്സംഗം ചെയ്യുന്നതിനും ഹിന്ദുഭ്രാന്തന്മാർക്ക് കൂട്ടുനിന്ന ഒരു ക്രിമിനിൽ എന്നതാണ് ഇവിടത്തെ പൊതുവികാരം. നമ്മുടെ രാജ്യത്തിന്റെ ഏറ്റവും വലിയ അപകടമാകുന്ന മനുഷ്യൻ."

പട്ടേലിന്റെയും സംഗീതയുടെയും മുഖങ്ങൾ കടുത്ത ഞെട്ടലിലെന്നോണം വിറങ്ങലിക്കുന്നത് രതീഷ് കണ്ടു. ഒരു നിമിഷത്തെ മൗനത്തിനുശേഷം പട്ടേൽ കസേരയിൽ നിന്നെഴുന്നേറ്റു. അയാളുടെ വെളുത്തു ചീർത്ത വലിയ ആകാരം രതീഷിന്റെ കറുത്തുകുറുകിയ രൂപത്തിനു നേരെ മുന്നിൽ നിന്നപ്പോൾ താനാകെ വീർപ്പുമുട്ടുന്നതുപോലെ രതീഷിനു തോന്നി.

"ആകട്ടെ നിങ്ങൾക്കെന്താണ് വ്യക്തിപരമായി ഇക്കാര്യത്തിൽ അഭിപ്രായം?"

എവിടേക്കോ ഒരു ഫയർ എഞ്ചിൻ പാഞ്ഞുപോകുന്ന ശബ്ദം അലയടിച്ചുവന്നു. പക്ഷേ, അതിനേക്കാളും വേഗത്തിലും ഉച്ചത്തിലും മറ്റു ചില ശബ്ദങ്ങൾ രതീഷിന്റെ തലച്ചോറിലുയർന്നു.

"സാർ, വായിച്ചും ടി വി കണ്ടും കേട്ടുമൊക്കെ എനിക്കും അതേ അഭിപ്രായമാണ്."

പട്ടേൽ തികഞ്ഞ നിരാശയിലെന്നോണം തലകുലുക്കി. പിന്നെ ഒരു കൊച്ചുകുട്ടിയോടോ, മന്ദബുദ്ധിയോടോ സംസാരിക്കുന്ന മട്ടിൽ പറഞ്ഞു. "നിങ്ങളൊക്കെ വല്യ അബദ്ധത്തിൽ പെട്ടിരിക്കുകയാണ്. ഞങ്ങൾ ഗുജ

റാത്തികൾ ഗാന്ധിജിയേക്കാളും എത്രയോ മടങ്ങ് വല്യ നേതാവായാണെന്നോ അദ്ദേഹത്തെ കാണുന്നത്. ഗാന്ധിജിയും ഗുജറാത്തി ആയിരുന്നു. പക്ഷേ, ഞങ്ങൾക്ക് ഭാരതമാതാവിന്റെ മഹാനായ പുത്രൻ അങ്ങേരല്ല. ഇദ്ദേഹമാണ്. കുറെ വൃത്തികെട്ട ഭാരതമാതാവിന്റെ ശത്രുക്കളാണ് സി എമ്മിനെക്കുറിച്ച് മോശം വാർത്തകൾ പരത്തുന്നത്. നിങ്ങളെപ്പോലൊരു ഹിന്ദു അതിന് കൂട്ടുനില്ക്കരുത്."

രതീഷിന്റെ തലയ്ക്കുള്ളിലെ ശബ്ദങ്ങൾക്ക് കൂടുതൽ ഭ്രാന്തുപിടിച്ചു. "എനിക്ക് ഒരു ഹിന്ദു പേരുണ്ടെന്നത് ശരിയാണ്. പക്ഷേ, സാർ ഉദ്ദേശിക്കുന്നതുപോലെ മുസ്ലീമുകളെ വെറുത്താൽ മാത്രം ഹിന്ദുവാകുന്ന ഒരാളല്ല, ഞാൻ. ഹിന്ദുവല്ല ഒരു മനുഷ്യൻ മാത്രമാണ് ഞാൻ." തലയ്ക്കുള്ളിലെ ശബ്ദങ്ങൾ വായയിലൂടെ ചീറിപ്പാഞ്ഞ് പുറത്തേക്കു വന്നു.

ഫയർ എഞ്ചിന്റെ ശബ്ദം വീണ്ടും അടുത്ത് എവിടെയോ നിന്നെന്നപോലെ ഉയർന്നു.

"എനിക്കറിയാം നിങ്ങളൊരു കമ്യൂണിസ്റ്റാണ്. വൃത്തികെട്ട ബ്ലഡി കമ്യൂണിസ്റ്റ്. എല്ലാ മലയാളികളിലും ആ വൃത്തികെട്ട കമ്യൂണിസ്റ്റ് ഉണ്ട്. അതുകൊണ്ടാണ് നിങ്ങടെ നാട് ഒരിക്കലും ഞങ്ങടെ നാടുപോലെ വികസിക്കാത്തത്." പട്ടേലിന്റെ സ്വരത്തിൽ വികാരവിക്ഷോഭത്തിന്റെ കിതപ്പ് ഓളം വെട്ടി.

രതീഷിന്റെ തലയ്ക്കുള്ളിലെ മുരളിച്ചകൾക്കിടയിൽനിന്ന് തെളിമയുള്ള ഒരു ശബ്ദം ഉയർന്നു. അത് അയാളുടെ ഭാര്യ രമ്യയുടേതായിരുന്നു. കഴിഞ്ഞ മഴയത്ത് വീടാകെ ചോർന്നൊലിക്കുമ്പോൾ അതിനെപ്പറ്റി ഉൽക്കണ്ഠപ്പെട്ട അവളുടെ ശബ്ദം. പക്ഷേ, ആ ശബ്ദത്തെ ഞെരിച്ചമർത്തി മറ്റൊരു ചോദ്യം രതീഷിന്റെ വായിലൂടെ പുറത്തുവന്നു.

"സാർ, നിങ്ങൾ എന്നോട് അഭിപ്രായം തുറന്നുപറയാൻ പറഞ്ഞു. ഞാനതു പറഞ്ഞു. അതു കഴിഞ്ഞു. സാറിനെയും ഭാര്യയെയും നന്നായി സവാരിക്ക് കൊണ്ടുപോകുകാന്നുള്ളതല്ലേ എന്റെ ഡ്യൂട്ടി. അതല്ലേ വേണ്ടൂ സാർ. " രതീഷ് ചിരിയോടെ പട്ടേലിനെ നോക്കി.

അപ്പോഴേക്ക് സംഗീത എഴുന്നേറ്റ് പട്ടേലിന്റെ സമീപം വന്നു. അവർ അയാളെ അല്പം കൂടി നീക്കി നിർത്തിയിട്ട് ശബ്ദം വളരെ താഴ്ത്തി , പട്ടേലിന്റെ ചെവിയിൽ എന്തോ പറഞ്ഞു. അതുകേട്ട് പട്ടേൽ ചില നിമിഷങ്ങൾ എന്തോ ആലോചനയോടെ നിന്നു. പിന്നെ ചുട്ടുപഴുത്ത ഒരു നോട്ടം രതീഷിനുനേരെ എറിഞ്ഞിട്ട് അയാൾ സംഗീതയ്ക്കൊപ്പം കോട്ടേജിനു നേരെ നടന്നു.

രതീഷ് നിമിഷങ്ങളോളം തരിച്ചങ്ങനെ നിന്നു. എന്താണ് സംഭവിച്ചതെന്ന് കൃത്യമായി ഓർത്തെടുക്കാൻ അയാൾ വളരെ പണിപ്പെട്ടു.

രതീഷ് ഡ്രൈവർമാർക്കുള്ള ഡോർമെറ്ററിയിലെ കട്ടിലിലെ വിരി തട്ടിക്കുടയുമ്പോൾ മൊബൈൽ കരഞ്ഞു. പിള്ളസാറിന്റെ വിളിയാണ്.

"എടോ, താനിത്രയ്ക്ക് വിവരം കെട്ടവനായിപ്പോയല്ലോ, മുഖത്തു വന്ന മഹാലക്ഷ്മിയെ ചൂലെടുത്ത് അടിച്ച് ഓടിച്ച കണക്കായല്ലോ?"

പിള്ളസാർ ദീർഘമായി സംസാരിച്ചെങ്കിലും രതീഷിന് അതിൽ കൂടുതൽ വിശദീകരണങ്ങൾ ആവശ്യമില്ലായിരുന്നു. പ്രസക്തമായത് ഇത്രമാത്രം. നാളെ രാവിലെ തന്നെ തനിക്ക് തിരുവനന്തപുരത്തേക്ക് മടങ്ങാം. ഇനിയുള്ള സവാരിക്ക് മറ്റൊരാൾ പുലർച്ചെതന്നെ ഇവിടെയെത്തും.

****

ഏതാനും ദിവസങ്ങൾ കഴിഞ്ഞതോടെ മഴ കനത്തുതുടങ്ങി. പാത്രങ്ങളും കുടങ്ങളുമൊക്കെ നിരത്തി വീട്ടിലേക്കുള്ള ചോർച്ചകളെ ദുർബ്ബലമായെങ്കിലും ഒന്ന് തടയാൻ ശ്രമിച്ചിട്ട് രമ്യയും കുട്ടികളും ഒരു വിധം കിടന്നുറങ്ങി. രതീഷ് ഉറക്കത്തിൽ കൂട്ടുചേർന്നില്ല.

അയാൾ വീടിന്റെ തുറന്ന ഇറയത്ത് കസേരയിലിരിക്കുകയായിരുന്നു. വീശിയടിക്കുന്ന കാറ്റിൽ മഴത്തുള്ളികൾ അയാളുടെ മേലേക്കും തൂളുന്നുണ്ടായിരുന്നു. പക്ഷേ, ആ തൂളലുകൾ അയാൾ അറിയുന്നുണ്ടായിരുന്നില്ല.

തീരെ ശക്തികുറഞ്ഞ ബൾബിന്റെ മഞ്ഞവെളിച്ചത്തിൽ അയാൾ തന്റെ കൈയിലിരുന്ന ചുവന്ന പുറംചട്ടയുള്ള പുസ്തകം വെറുതേ മറിച്ചുനോക്കിക്കൊണ്ടിരുന്നു, *കമ്യൂണിസ്റ്റ് മാനിഫെസ്റ്റോ*. അത് അയാളുടെ അച്ഛൻ രാജേന്ദ്രന്റേതായിരുന്നു. ഒരു നിധിപോലെ രാജേന്ദ്രൻ കാത്തുസൂക്ഷിച്ചിരുന്ന പുസ്തകം.

രതീഷും കുറേക്കാലം അതിനെ താല്പര്യപൂർവ്വം കൈയിലെടുത്തിരുന്നു. രാജേന്ദ്രനെ അച്ചടക്കലംഘനത്തിന് പാർട്ടി അംഗത്വത്തിൽ നിന്ന് പുറത്താക്കുംവരെ. അംഗമല്ലാതായിട്ടും രാജേന്ദ്രൻ അതിടയ്ക്കിടെ വായിച്ചുനോക്കുമായിരുന്നു. പക്ഷേ, പാർട്ടി അംഗത്വത്തിൽനിന്നും പുറത്തായെങ്കിലും പാർട്ടിയുടെ പ്രസക്തിയെക്കുറിച്ചും പാർട്ടി തത്ത്വശാസ്ത്രത്തിന്റെ മഹത്ത്വത്തെക്കുറിച്ചും അച്ഛൻ വാചാലനാകുന്നത് രതീഷിന് ദഹിക്കുന്ന കാര്യമല്ലായിരുന്നു. അതുകൊണ്ടുതന്നെ അയാൾ അച്ഛന്റെ പുസ്തകത്തെയും പിന്നെ ഗൗനിച്ചില്ല.

രോഗബാധിതനായി മരണത്തോടടുത്ത ദിനങ്ങളിലൊന്നിൽ രാജേന്ദ്രൻ പുസ്തകത്തെക്കുറിച്ച് തിരക്കി. അത് താൻ അച്ഛന്റെ കൈയിൽ കൊണ്ടുകൊടുത്തപ്പോൾ, ഏറെ ക്ഷീണിതമായ സ്വരത്തിൽ അച്ഛൻ പറഞ്ഞു. "ഇത് കളയരുത്, ഒരിക്കലും. മറ്റെല്ലാം പോയാലും എന്റെ ഒരോർമ്മയ്ക്ക് ഇത് നീ വെച്ചേക്കണം." താൻ സങ്കടത്തോടെ തലകുലുക്കി.

അന്ന് പ്രധാനപ്പെട്ട കടലാസുകളും രേഖകളും സൂക്ഷിക്കുന്ന പെട്ടിയിൽ എടുത്തുവച്ചതാണ്. പിന്നീടിന്നാണ് അത് പുറത്തേക്കെടുക്കുന്നത്. ഏതാണ്ട് അഞ്ചുവർഷങ്ങൾക്കുശേഷം.

അച്ഛന്റെ വിരൽപ്പാടുകളും കൺപാടുകളും എത്രയോ പതിഞ്ഞിട്ടുള്ള പുസ്തകത്തിന്റെ താളുകൾ മറിക്കുമ്പോൾ വീണ്ടും വീണ്ടും പട്ടേലിന്റെ വാക്കുകൾ മുഴങ്ങുകയാണ്, "വൃത്തികെട്ട ബ്ലഡി കമ്യൂണിസ്റ്റ്."

താൻ ഒരിക്കലും പാർട്ടി അംഗമല്ലായിരുന്നു. പാർട്ടി അനുഭാവിയായിരുന്നു. അച്ഛനെ പുറത്താക്കിയതോടെ അതും ഇല്ലാതായി. തന്റെ അച്ഛനെപ്പോലെ പാർട്ടിക്കായി ജീവിതം ഉഴിഞ്ഞുവച്ച മനുഷ്യരെപ്പോലും കറിവേപ്പിലയ്ക്ക് സമാനം ചവച്ച് പുറത്തേക്ക് തുപ്പിക്കളയുന്ന ഒരു പ്രസ്ഥാനത്തിൽ വിശ്വാസമർപ്പിക്കുക എന്നത് അസാദ്ധ്യമാവുകയായിരുന്നു. പക്ഷേ, പട്ടേലുമാർക്കും അവരുടെ മഹാനായ നേതാവിനും ഒക്കെ ഇന്നും പേടിയുള്ളത് വൃത്തികെട്ട ബ്ലഡി കമ്യൂണിസ്റ്റിനെയാണ്. എല്ലാ മലയാളികളുടെ ഉള്ളിലും അതുണ്ടെന്നും അവർ പേടിക്കുന്നു

രതീഷ് വീണ്ടും വീണ്ടും പുസ്തകത്തിന്റെ താളുകൾ മറിച്ചുനോക്കി. പിന്നെ അതെടുത്ത് മൂക്കിനോട് ചേർത്ത് പഴയ ഏതോ വീര്യഗന്ധമറിയാൻ ശ്രമിച്ചു.

എന്നിട്ടും, അയാൾ സങ്കടത്തോടെ സ്വയം പറഞ്ഞു, എനിക്ക് സംശയമുണ്ട്, വളരെ സംശയമുണ്ട്.

യാഥാർത്ഥ്യത്തിന്റെ അടിസ്ഥാനമുള്ളതാണോ ഇപ്പോൾ ആ പേടി എന്ന കാര്യത്തിൽ, അത് എന്തുകൊണ്ട് അങ്ങനെ എന്നതിനെക്കുറിച്ച് ചിന്തിക്കാൻപോലും ഞാനിഷ്ടപ്പെടുന്നില്ല.

മഴ എല്ലാ കെട്ടുകളുമഴിഞ്ഞ് ആകാശത്തുനിന്ന് താഴേക്ക് ഒഴുകി. ആ ഒഴുക്കിനെ കേട്ടുകൊണ്ട് എപ്പോഴോ അങ്ങനെതന്നെയിരുന്ന് രതീഷ് ഉറങ്ങി.

പിറ്റേന്ന് രാവിലെ രമ്യ വന്ന് കുലുക്കി വിളിച്ചപ്പോഴാണ്, അയാൾ ഉണർന്നത്. രതീഷ് കണ്ണുതുറന്നുകഴിഞ്ഞപ്പോഴാണ് രമ്യ അത് കണ്ടത്. അവൾ ഒരാന്തലോടെ അയാളുടെ തോളിൽ തൊട്ട്, അതിലേക്ക് മറുകൈകൊണ്ട് ചൂണ്ടിക്കാണിച്ചു.

ഇറയത്തിന്റെ മേൽക്കൂരയിലൊരു ചോർച്ചയിൽനിന്ന് സമൃദ്ധമായി ഒലിച്ചിറങ്ങിയ മഴവെള്ളത്തിൽ ആകെ നനഞ്ഞുകുതിർന്ന് തറയിൽ കിടക്കുന്ന ആ ചെറിയ ചുവന്ന പുറംചട്ടയുള്ള പുസ്തകം.

അനുബന്ധം

പ്രത്യാശയുടെ മധുരഗീതങ്ങൾ

സജി എബ്രഹാം

വ്യക്തിയെ ഏകാന്തതയുടെ കോട്ടകളിൽനിന്നും പുറത്തിറക്കി സമൂഹകൂട്ടായ്മകളുടെ ഇമ്പങ്ങളിലേക്ക് പുനരാനയിക്കുകയായിരുന്നു ആധുനികാനന്തര മലയാള കഥാകൃത്തുക്കൾ. അന്യവല്ക്കരണത്തിന്റെ ദാർശനിക വ്യഥകളെ അവർ ഒരു നനഞ്ഞ ഫലിതമാക്കി മാറ്റി. ഘനഗംഭീരമായൊരു പൊതുബോധ നിർമ്മിതി അവരുടെ കഥകളുടെ മൗലികമായ ധർമ്മമായിരുന്നു. ആധുനികത നഷ്ടപ്പെടുത്തുകയോ അവഗണിക്കുകയോ ചെയ്ത മൂല്യ സങ്കല്പങ്ങളെ പൂർവ്വാധികം ശക്തിയോടെ അവർ തങ്ങളുടെ കഥകളിൽ വീണ്ടെടുത്തു. ആധുനികതയുടെ ഇരുണ്ട ദർശനങ്ങൾക്കു പകരം പ്രസാധാത്മകമായ ഒരു പ്രപഞ്ച വീക്ഷണം അവർ മുന്നോട്ടുവച്ചു. ഭൂതകാലത്തിന്റെ മടക്കുകളിൽനിന്നും അവർ മുത്തശ്ശിക്കഥകളുടെ രാത്രികളെ ആവേശത്തോടെ തിരികെയെത്തിച്ചു. ജീവിതത്തിന്റെ സന്ദിഗ്ദ്ധതകളെ ശാന്തരൂപികളായ കല്പനകളിലൂടെ അവർ തങ്ങളുടെ കഥകളിൽ പ്രതിഫലിപ്പിച്ചു. കഠിനതരങ്ങളായ പദപ്രയോഗങ്ങളെയും സംഭ്രമജനകമായ ആഖ്യാനങ്ങളെയും അവർ ഒരു 'ബാധ'യെ എന്നപോലെ പുറത്താക്കി. ലാളിത്യത്തിന്റെ ശുഭവസ്ത്രങ്ങളണിഞ്ഞ ഭാഷകൊണ്ടവർ ജീവിതത്തിലെ ക്രമരാഹിത്യങ്ങളെയും ദയാശൂന്യതയെയും ചടുലമായാവിഷ്കരിച്ചു. ഉദാരവല്ക്കരണ കാലത്തോടെ കഥയെഴുത്തിലേക്ക് കടന്നുവന്ന ഇവർ പ്രകടനപരതയെ ഒഴിവാക്കിക്കൊണ്ട് രാഷ്ട്രീയത്തിന്റെ സൂക്ഷ്മസ്ഥലികളെ പിൻപറ്റി. അങ്ങനെ ആധുനികാനന്തര മലയാള കഥയിൽ അവർ കൂടുതൽ സൗന്ദര്യാത്മകവും സർഗ്ഗാത്മകവുമായ ഭാവുകത്വം നിർമ്മിച്ചെടുത്തു. ഏകദേശം മൂന്നു പതിറ്റാണ്ടുകളായി കഥകളെഴുതിക്കൊണ്ട് ഈ ഭാവുകത്വ നിർമ്മിതിയിൽ തന്റേതായ സംഭാവനകൾ നല്കിക്കൊണ്ടിരിക്കുന്ന കഥാകൃത്താണ് വിനു ഏബ്രഹാം.

അയ്മനം ജോൺ, ബെന്യാമിൻ, മനോജ് ജാദവേദർ എന്നിവരെപ്പോലെ മദ്ധ്യതിരുവിതാംകൂറിലെ പച്ചമണ്ണിൽനിന്നാണ് ഈ എഴുത്തുകാരനും വരുന്നത്. മല്ലപ്പള്ളി മുതൽ പാമ്പാസ് പുല്പരപ്പുകൾവരെ നീളുന്ന സ്ഥലരാശികളിലൂടെ ആവിഷ്കൃതമാകുന്ന വിനുവിന്റെ കഥകൾ പ്രമേയത്തിലും ആഖ്യാനത്തിലും വൈജാത്യവും വിശിഷ്ഠതയും പുലർത്തുന്നു. ജീവിതത്തിന്റെ സമഗ്രതലങ്ങളെയും സ്പർശിച്ചുകൊണ്ടും സൗന്ദര്യപരതയുടെ വശ്യതയിൽ ഊന്നിക്കൊണ്ടും നാം ജീവിക്കുന്ന കാലത്തിന്റെ വിഹ്വലതകളെ അഭിമുഖീകരിച്ചുകൊണ്ടും സമകാലീക കഥയിലെ തന്റെ സാന്നിദ്ധ്യത്തെ ഈ കഥാകൃത്ത് സൗമ്യമായി അടയാളപ്പെടുത്തുന്നു. ഇദ്ദേഹം കഥകളെഴുതിത്തുടങ്ങുന്ന, കഴിഞ്ഞ നൂറ്റാണ്ടിലെ അവസാന ദശകത്തിലാണ് ആഗോളവല്ക്കരണം ഇന്ത്യൻ ഭൂമികയിലേക്ക് കഴുകനെപ്പോലെ പറന്നണഞ്ഞത്. യന്ത്രസാമഗ്രികളുടെയും യുദ്ധവിമാനങ്ങളുടെയും സമ്പുഷ്ട യുറേനിയത്തിന്റെയും ഒക്കെ മൊത്ത വ്യാപാരികളിൽ ഒതുങ്ങിക്കൂടിയിരുന്ന വാണിജ്യനയം അതിശയകരമായി വിശാലമാക്കപ്പെട്ടു. കരാറുകൾക്കു പിറകെ കരാറുകൾ വന്നു; നിയമങ്ങൾക്കു പിറകെ നിയമങ്ങളും. വിപണി സ്വതന്ത്രമായി. അവിടേക്ക് ഉപഭോഗസംസ്കാരം വേട്ടനായ്ക്കളെപ്പോലെ ഇരതേടാനിറങ്ങി. ഉദാരവല്ക്കരണം ചന്തമേറിയ വിതരണശൃംഖലകൾ സൃഷ്ടിച്ചുകൊണ്ട് മൂന്നാംലോക മനുഷ്യനെ ദൃഢകരമായൊരു വലയ്ക്കുള്ളിലാക്കി. ഭോഗാലസതയുടെ കൂറ്റൻ ഷോപ്പിങ് മോളുകളിൽ കുഞ്ഞുകുട്ടി യൗവനവൃദ്ധം ചുറ്റിയടിച്ചു. തന്നിലേക്കുമാത്രം സദാ നോക്കിയിരിക്കുന്ന ഒരുതരം വിചിത്ര യന്ത്രങ്ങളായി അവർ പെട്ടെന്നു മാറപ്പെട്ടു. മനുഷ്യനും മനുഷ്യനും തമ്മിലും മനുഷ്യനും പ്രകൃതിയും തമ്മിലുള്ള ബന്ധങ്ങളിൽ സാരമായ വിള്ളലുകൾ വീണുപോയി. ഈ വാണിജ്യ സാംസ്കാരിക പരിസരത്തിലാണ് വിനുവിന്റെ മികച്ച പല കഥകളും പിറവികൊള്ളുന്നത്. എട്ടു വർഷങ്ങൾക്കുമുമ്പ് കാറപകടത്തിൽപെട്ടു മരിച്ചുപോയ ഉറ്റ സുഹൃത്തിനെ ഉദാസീനതയോടെ ഓർമ്മിക്കുന്ന പ്രമോദിന്റെ വിചാരങ്ങളിലൂടെ സഞ്ചരിക്കുന്ന 'ധന്യം, ദീപ്തം' എന്ന കഥയിൽ ഉപഭോഗ സംസ്കാരത്തിന്റെ ആഡംബര പ്രൗഢിയിൽ മനുഷ്യബന്ധങ്ങളെങ്ങനെ വക്രവും കുടിലവുമായി തീരുന്നുവെന്ന് വിശദമാക്കുന്നു. പരസ്പരം ഉപയോഗമുള്ളതുകൊണ്ടുമാത്രം രൂപപ്പെടുകയും നിലനില്ക്കുകയും ചെയ്യുന്ന ബന്ധങ്ങളിലെ നിരർത്ഥകതയെ സാംസ്കാരികമായ മരണത്തിന്റെ മുന്നൊരുക്കങ്ങളായി നമുക്കീ കഥയിൽ വായിച്ചെടുക്കാം.

ആഗോളമുതലാളിത്തം തങ്ങളുടെ ചൂഷണത്തിന്റെ മണ്ഡലങ്ങളെ വ്യാപ്തമാക്കുവാൻ സാദ്ധ്യമായ എല്ലാ ഘടകങ്ങളെയും സമർത്ഥമായി ഉപയോഗപ്പെടുത്തുന്നു. പ്രകൃതി, അധികാരം, മതം, ആത്മീയത എന്തിനേറെ നിയോലിബറൽ പ്രസ്ഥാനങ്ങളെപ്പോലും അവർ തങ്ങൾക്കു പിന്നിൽ അണിനിരത്തി. നാണംകെട്ട ഈ അണിചേരലിലാണ് ആത്മീയത വാണിജ്യവല്ക്കരിക്കപ്പെട്ടത്. സമകാലിക രാഷ്ട്രീയത്തെ അതി

സൂക്ഷ്മമായി നിരീക്ഷിക്കുന്ന ആധുനികാനന്തര കഥാകൃത്തുക്കളുടെ രചനകളിൽ ആത്മീയത രൂക്ഷമായി പരിഹസിക്കപ്പെടുന്നതു കാണാം. മനുഷ്യൻ നേതൃത്വംകൊടുത്ത എല്ലാ നവോത്ഥാന സംരംഭങ്ങളെയും കച്ചവടവല്ക്കരിക്കപ്പെട്ട ആത്മീയത എതിർക്കുന്നത് ചരിത്രത്തിലെയും വർത്തമാനകാലത്തിലെയും സ്ഥിരദൃശ്യമാണ്. ചെറുത്തുനില്പിന്റെ രാഷ്ട്രീയത്തെ രക്തച്ചൊരിച്ചിലില്ലാതെ മായ്ച്ചുകളയുന്ന ജാലവിദ്യയിൽ ഇത്തരം വികലമായ ആത്മീയതയുടെ പങ്ക് നിസ്സീമമാണ്. നിരന്തരമായ നിരീക്ഷണങ്ങളുടെ കൃത്യതയിൽ സ്വകാര്യത നഷ്ടപ്പെട്ടുപോയ വ്യക്തി ഭീഷണി നേരിടുകയും, പിന്നെ എതിർപ്പൊന്നും കൂടാതെ കീഴടങ്ങി ചെറുത്തുനില്പിന്റെ രാഷ്ട്രീയ വഴികളിൽനിന്നു പിന്തിരിഞ്ഞ് ആൾദൈവങ്ങളുടെ സന്നിധാനങ്ങളിലേക്ക് വന്നുവീഴുകയും ചെയ്യുന്നു. 'കാവലാളുകൾ തീർത്തും ജാഗ്രതയിൽ' എന്ന കഥയിൽ, ആഗോള മുതലാളിത്ത കുത്തകകളുടെ കടന്നുകയറ്റത്തെ സഹായിക്കുന്ന സംസ്ഥാന സർക്കാരിനെതിരെ മിന്നലാക്രമണം നടത്തുവാൻ ഒരുമ്പെടുന്ന പ്രതാപൻ എത്ര പെട്ടെന്നാണ് രവിശങ്കറിന്റെ ആർട്ട് ഓഫ് ലിവിങ് കേന്ദ്രത്തിലെ കോഴ്സിലേക്കും മാതാ അമൃതാനന്ദമയിയുടെ ധ്യാനകേന്ദ്രത്തിലെ ഭജനകളിലേക്കും വന്നുവീഴുന്നത്. കാമമുൾപ്പെടെയുള്ള അടിസ്ഥാന ചോദനകൾപോലും അയാൾക്ക് ക്രമേണ നഷ്ടമാവുകയാണ്. എന്നാൽ മറ്റൊരുതരം ആനന്ദത്തിന്റെ അമൂർത്തതയിലേക്ക് അയാൾ പ്രവേശിക്കുകയാണ്. വിനു കഥ ഇങ്ങനെയാണ് അവസാനിപ്പിക്കുന്നത്. "അങ്ങനെ തീർത്തും നിരാമയമായ ആനന്ദത്തിലും ശാന്തിയിലും ഉറപ്പിച്ചുനിർത്തിയ മനസ്സും ശരീരവുമായി പ്രതാപൻ ഒരു വൈകുന്നേരം നഗരത്തിലെ മാനംമുട്ടെ ഉയർന്നുനില്ക്കുന്ന പെരുംചന്തയിലെ കണ്ണഞ്ചിപ്പിക്കുന്ന കച്ചവടദൃശ്യങ്ങൾക്കിടയിലൂടെ നടക്കുകയായിരുന്നു. പ്രതാപന്റെ കൈയിലുള്ള ക്യാരീബാഗിൽ വിദേശത്തുനിന്ന് ഇറക്കുമതിചെയ്ത വിലകൂടിയ ഒരു ചിക്കൻ ടിൻഫുഡും കൃത്രിമ ജ്യൂസ് കോൺസെൻട്രേറ്റും ഉണ്ടായിരുന്നു. ഈയിടെയായി പ്രതാപന് ഇത്തരം ഭക്ഷണത്തോട് വലിയ കമ്പമായി തുടങ്ങിയിരുന്നു. ഒരു എലിവേറ്ററിന് സമീപത്തുവച്ച് പെട്ടെന്നയാൾ കണ്ടു. ചുവരിലെ വീഡിയോ സ്ക്രീനിൽ തന്റേതന്നെ ഒരു അതിസമീപ ദൃശ്യം. അതിനു തൊട്ടടുത്തുതന്നെ ഒരു ബോർഡിൽ ഇങ്ങനെ എഴുതിയിരുന്നു. ഉപഭോക്താക്കളായ നിങ്ങളാണ് ഞങ്ങളുടെ രാജാക്കന്മാർ. നിങ്ങളുടെ തന്നെ പൂർണ്ണ സുരക്ഷിതത്ത്വത്തിനായി നിങ്ങൾ സദാ ഞങ്ങളുടെ കാഴ്ചവലയത്തിലാണ്. രാജാക്കന്മാരേ, സന്തോഷകരമായ ഒരു ഷോപ്പിങ് ആശംസിക്കുന്നു. മറ്റനേകരെയുംപോലെ പ്രതാപനും ആ സംരക്ഷണത്തിന്റെ സുഖമേറ്റുവാങ്ങി പെരുംചന്തയുടെ ഉന്മാദംകൊള്ളിക്കുന്ന കച്ചവടങ്ങളിലേക്ക് ഇഴഞ്ഞു."

എന്നാൽ, കപട ആത്മീയതയും ശുദ്ധ ആത്മീയതയും തമ്മിലുള്ള അന്തരം വിനു തിരിച്ചറിയുന്നുണ്ട്. സംഘടിതമതത്തിന്റെ ചുറ്റുമതിലുകൾക്കപ്പുറം ഈ പ്രപഞ്ചമാകെ വ്യാപരിക്കുന്ന ശുദ്ധ ആത്മീയതയുടെ

പരാഗങ്ങൾ അദ്ദേഹത്തിന്റെ കഥകളിൽ പരക്കുന്നു. സ്നേഹവും കനിവും ആർദ്രതയും പരോപകാരവും ദീർഘക്ഷമയും ഈ ആത്മീയലോലുപതയും ജനിക്കുന്നു. ഗലാത്യർക്കെഴുതവെ സെ. പോൾ ആത്മാവിന്റെ ഫലങ്ങൾ എന്തൊക്കെയാണെന്ന് വ്യക്തമാക്കുന്നുണ്ട്. ആത്മാവിന്റെ ഫലമോ സ്നേഹം, സന്തോഷം, സമാധാനം, ദീർഘക്ഷമ, ദയ, പരോപകാരം, വിശ്വസ്തത, സൗമ്യത, ഇന്ദ്രിയജയം. ഇതിനെ ഒരു ന്യായപ്രമാണവും വിരോധിക്കില്ലെന്ന് അദ്ദേഹം തുടർന്നെഴുതുന്നു. എന്നാൽ, സംഘടിതമതത്തിന്റെ അതിർത്തിക്കുള്ളിലേക്ക് കടന്നുചെന്ന് നോക്കുമ്പോൾ കാര്യങ്ങൾ കീഴ്മേൽ മറിയുന്നു. സമ്പത്തിനും അധികാരത്തിനും വേണ്ടിയുള്ള ദാക്ഷിണ്യരഹിതമായ തന്ത്രങ്ങൾക്കിടയിൽ ശുദ്ധ ആത്മീയതയുടെ പൊടിപോലും നാമവിടെ കാണുന്നില്ല. സാമ്പത്തിക ഉച്ചനീചത്വവും ജാതീയതയും അധികാരഗർവ്വും മനുഷ്യവിരുദ്ധതയും അതിനുള്ളിൽ നിറഞ്ഞുകിടക്കുന്നു. ഇത്തരം കെട്ടകാഴ്ചകൾ നമ്മുടെ സാഹിത്യം നന്നായടയാളപ്പെടുത്തിയിട്ടുണ്ട്. സി ജെ തോമസും പൊൻകുന്നം വർക്കിയും ടി കെ സി വടുതലയും സക്കറിയയും മുഖ്യകാർമ്മികത്വം വഹിച്ച ഈ അക്ഷര ദിവ്യബലിയിൽ പൗരോഹിത്യകോട്ടകൾ നടുങ്ങി വിറച്ചിട്ടുണ്ട്. മതാതിർത്തികൾക്കപ്പുറമുള്ള മനുഷ്യപ്പറ്റിന്റെയും ആത്മീയ നിറവിന്റെയും സ്വസ്ഥതയുള്ള തടാകങ്ങളാണ് വിനുവിന്റെ കഥകളിൽ നിറഞ്ഞുകിടക്കുന്നത്. കാലഹരണപ്പെട്ട നിയമാവലികളുടെയും അന്ധമായ വിശ്വാസങ്ങളുടെയും തടവിൽക്കഴിയുന്ന പൗരോഹിത്യത്തോട് ഈ കഥകൾ കലഹിക്കുന്നു. 'ചുമ്മാതൊരുവൻ' എന്ന കഥ ഈ കലഹത്തിന്റെ സുവിശേഷമാണ്. പള്ളിയുടെ നിയമാവലികളെ ധിക്കരിച്ചുകൊണ്ട് ജീവിച്ച വിക്ടർ ദേവസി, മക്കളുടെ നിർബ്ബന്ധത്താൽ അതിനെയൊക്കെ സ്വീകരിക്കുമ്പോൾ മുറ്റത്തൊരു ശവക്കല്ലറ കെട്ടുകയും പള്ളിപ്രമാണങ്ങൾ സ്വീകരിച്ച ദിവസം തന്റെ ചരമദിനമായി അതിൽ രേഖപ്പെടുത്തി വയ്ക്കുകയുമാണ്. വിശ്വാസത്തിലൂടെ ഭൗതികസമൃദ്ധി എന്ന വികലമായതും പ്രായാധിക്യംചെന്നതും എന്നാൽ ജനതയിൽ ബലവത്തായി നിലനില്ക്കുന്നതുമായ ധാരണകളെ ചെറുത്തുകൊണ്ട് ശുദ്ധവും പരിഷ്കൃതവുമായ ആത്മീയതയുടെ പുതുസരണി വെട്ടിത്തുറക്കുവാനുള്ള എളിയ പ്രയത്നങ്ങളായി കഥകൾ മാറുന്നു.

മതം ഭൗതികശക്തികളുമായും അധികാരകേന്ദ്രങ്ങളുമായും കൂട്ടുകൂടിയപ്പോൾ നശീകരണവാസനകളുടെ എപ്പിക്യൂറിയൻ പ്രത്യയശാസ്ത്രം എങ്ങനെയാണ് സർവ്വാധിപത്യം നേടിയതെന്ന് യൂറോപ്പിന്റെ ചരിത്രം നമ്മെ പഠിപ്പിക്കുന്നുണ്ട്. ആദ്ധ്യാത്മികതയെ ഇരുണ്ട പ്രഹസനമാക്കി മാറ്റിക്കൊണ്ട് ഉപഭോഗത്തവും ആക്രമണങ്ങളും യുദ്ധങ്ങളും വ്യാപകമാവുകയും കഠിനമായ തരിശ്ശുകൾ വളർന്നു പടരുകയും ചെയ്തു. ഉപഭോഗത്വരയാൽ, മലയാളികളുടെയും ആത്മീയത വലിയൊരു പ്രഹസനമാവുകയാണ്. ഗ്ലോബലിസത്തിന്റെ പിടിമുറുക്കത്തിൽ ദയയും സ്നേഹവും അപരനെക്കുറിച്ചുള്ള കരുതലും മുങ്ങിപ്പോയി. പകയും

വെറുപ്പും വർഗ്ഗീയവികാരങ്ങളും രഹസ്യമായും ശീഘ്രമായും വളർന്നു. മദ്ധ്യതിരുവിതാംകൂർ ഗ്രാമങ്ങളുടെ പശ്ചാത്തലത്തിൽ, ഗ്ലോബലിസത്തിന്റെ കടന്നുകയറ്റംമൂലം തകിടംമറിയുന്ന സാംസ്കാരിക പരിതോവസ്ഥകളെ വിനുവിന്റെ കഥകൾ കോറിയിടുന്നു. സാമൂഹ്യമാറ്റത്തിന്റെ ഹുങ്കാരങ്ങൾക്കിടയിൽ തനതുസംസ്കാരത്തിന് സംഭവിക്കുന്ന അപചയത്തെ കഥകൾ കൃത്യമായി അടയാളപ്പെടുത്തുന്നു. മല്ലപ്പള്ളിയിലേക്കും വെണ്ണിക്കുളത്തേക്കുമൊക്കെ ഷോപ്പിങ് കോംപ്ലക്സുകളും ഡിപ്പാർട്ടുമെന്റ് സ്റ്റോറുകളുമൊക്കെ വന്നതോടെ ഉൾനാടൻ കടകളിലൊന്നും ആളുകേറാതായി. ഗ്രാമങ്ങളെയൊക്കെ ബഹുരാഷ്ട്ര കടകളെടുക്കുകയാണ്. ഗൾഫ് കുടിയേറ്റവും തൽഫലമായുണ്ടായ പണമൊഴുക്കും ഇടനാടിന്റെ ഉർവ്വരതയെ സമൃദ്ധിയുടെ കമ്പളം കൊണ്ടുമൂടി. ഇതു വ്യാജമായ ഒരുതരം സംസ്കാരത്തെ പൊലിപ്പിച്ചെടുത്തു. 'ബോണി എന്റെ വീട്' എന്ന കഥയിലെ മോനിച്ചായൻ ഈ മാറ്റത്തിന്റെ പ്രതിനിധിയാണ്. നാഷണൽ പാനാസോണിക്കിന്റെ ടേപ്പ് റെക്കോഡറിൽ റാ..... റാ...... റാ.... റാസ്പുടിൻ എന്ന ബോണി. എം ഗാനം കൊഴുക്കുമ്പോൾ നാം ഈ മാറ്റത്തിന്റെ കമ്പനം അറിയുന്നു. ഒരു ക്രിസ്തീയ മരണവീട്ടിൽ, അതിനു യോജിച്ച പാട്ടുകൾക്കു പകരം ബോണി. എം പാട്ട് ഉച്ചത്തിൽവച്ചുകൊണ്ട് നന്മകളാൽ സമൃദ്ധമായ നാട്ടിൻപുറങ്ങളിലെയൊക്കെ ഗ്ലോബലിസം കൊണ്ടുവന്നു കെട്ടുന്ന പതാകകളെ കഥ കാണിച്ചുതരുകയാണ്.

വി കെ എൻ കഥകളിലെപ്പോലെ വിനു ഏബ്രഹാമിന്റെ കഥകളിലും ഭക്ഷണം സമൃദ്ധമായി വിളമ്പി വച്ചിരിക്കുന്നു. ചില കഥകളുടെ കേന്ദ്ര പ്രമേയംതന്നെ ഭക്ഷണമാണ്. ഭക്ഷണത്തിന്റെ രുചിഭേദങ്ങളെ സ്നേഹമാണ് നിയന്ത്രിക്കുന്നത് എന്ന് ഇദ്ദേഹമെഴുതുന്നു. 'കാഞ്ഞിരപ്പള്ളി' എന്ന കഥയിൽ, അമ്മച്ചിമാർ തങ്ങളുടെ ഭർത്താക്കന്മാർക്ക് ഇറച്ചി ഉലർത്തിയതും കറിവച്ചതും സ്നേഹപൂർവ്വം വിളമ്പിക്കൊടുക്കുന്നു. 'ഓ.. അന്ന് ആ സായാഹ്നത്തിൽ ഞങ്ങൾക്ക് എന്ത് യൗവനമായിരുന്നു.' എന്ന കഥയിൽ ഒത്തുകൂടുന്ന ചെറുപ്പക്കാരുടെ തീൻമേശമേൽ കട്‌ലറ്റ് സോസുകളും ഹൃദ്യമായ പോക്കുവെയിൽത്തുണ്ടുകളും നിരന്നു കിടക്കുന്നു. 'കബാലിസ്ഥാനി'ലെ മീയാൻ അലിയുടെ കൈവിരലുകൾ കലാചാതുരിയോടെ ആട്ടിച്ചിറച്ചിക്കും മസാലക്കൂട്ടുകൾക്കും ഇടയിലൂടെ സഞ്ചരിക്കുന്നു. 'ഒരുപക്ഷേ,'യിലും 'ദർശന' ത്തിലും പലഹാരങ്ങളുടെ സുഗന്ധം പരക്കുന്നു. സാംസ്കാരിക വൈജാത്യങ്ങളുടെ പ്രാചീന പ്രൗഢിയോടെ ആസ്വാദനത്തിന്റെ വിരുന്നു മേശകളിൽ മുന്തിയ വിഭവങ്ങളായി കഥകൾ വന്നുനിരക്കുന്നു. ഭക്ഷണത്തോടുള്ള പ്രണയത്തിന്റെയത്രയും ആത്മാർത്ഥതയുള്ള മറ്റൊരു പ്രണയവും ഈ ലോകത്തിലില്ലെന്ന് ബർണാഡ്ഷായാണ് പറഞ്ഞത്. എന്നാൽ ഭക്ഷണത്തെ രൂപകമാക്കിക്കൊണ്ട് രാഷ്ട്രീയവും സാംസ്കാരികവുമായ സമസ്യകളെയാണ് വിനുവിന്റെ കഥകൾ നേരിടുന്നത്. മലയാളത്തിലെ ലക്ഷണമൊത്ത ആദ്യ ഭക്ഷണ നോവൽ എന്ന് വിശേഷിപ്പിക്കാവുന്ന *ഒരു സ്വാദുനോട്ടക്കാരന്റെ*

ഭക്ഷണ പര്യവേക്ഷണങ്ങൾ എന്ന മികച്ച കൃതിയിൽ ക്രോണി ക്യാപ്പിറ്റലിസം ഉദാരമായി സംഭാവന ചെയ്ത ഉപഭോഗ സംസ്കാരം ഗ്രാമീണ നന്മയെ കശാപ്പുചെയ്യുന്നത് മദ്ധ്യതിരുവിതാംകൂറിന്റെ പശ്ചാത്തലത്തിൽ വിശദമാക്കുന്നു. കേരളീയ മദ്ധ്യവർഗ്ഗജീവിതത്തിന്റെ ഒന്നാന്തരമൊരു പരിച്ഛേദം തന്നെയാണ് ഈ ചെറു നോവൽ. കൂട്ടായ്മയുടെ ഇമ്പമേറിയ തുറസ്സുകളിൽനിന്നും സ്വകാര്യതയുടെ അടച്ചിട്ട മുറികളിലേക്ക് ഊർന്നുപോയ മനുഷ്യന്റെ പതനവും, ആഗോളവല്ക്കരണത്തിന്റെ ഭീകരാക്രമണത്തിൽ സമത്വചിന്തയുടെ സ്നേഹകൂടാരങ്ങളുടെ തകർച്ചയും അതിവിദഗ്ദ്ധമായി ഈ രചനയിൽ അവതരിപ്പിക്കപ്പെടുന്നു.

പരിഷ്കൃതിയുടെ മനോഹരമായി പെയിന്റുചെയ്ത മേലാപ്പുകൾക്കുള്ളിൽ ജാതിചിന്തയുടെ ഞെട്ടിക്കുന്ന കോലങ്ങൾ, ഫ്യൂഡലിസത്തിന്റെ നെടുങ്കൽ പൊറാട്ടുരൂപങ്ങൾ, ആഢ്യത്തത്തിന്റെ മേലുടുപ്പിട്ട അല്പത്തത്തിന്റെ വികലഗോപുരങ്ങൾ.... ഭക്ഷണമിവിടെ ജാതിവിളംബരമായി മാറുന്നു. ഇഷ്ടപ്പെട്ട ഭക്ഷണം കഴിച്ചുപോയത് മാപ്പർഹിക്കാത്ത ക്രിമിനൽ കുറ്റമാവുകയും അതിനാൽത്തന്നെ ആൾക്കൂട്ടങ്ങളാൽ വധിക്കപ്പെടുകയും ചെയ്യുന്ന അതിഭയങ്കരമായ കാലത്തിലൂടെയാണ് നാമിപ്പോൾ കടന്നുപോകുന്നത്. വിശന്നിട്ട് മരിക്കുന്നവരുടെയും ഭക്ഷിച്ചതിനാൽ കൊല്ലപ്പെടുന്നവരുടെയും ഒരു ഭീകരകാലം. നമ്മുടെ സാമൂഹ്യഘടനയിൽ ദൃഢകരമായി ഒട്ടിപ്പിടിച്ചിരിക്കുന്ന മനുഷ്യവിരുദ്ധതയുടെയും ജനാധിപത്യ വിരുദ്ധതയുടെയും പിതൃരൂപങ്ങളെ അനായാസം വിനു തുറന്നുകാട്ടുന്നു. ഒപ്പം പഴയ സ്വാദുകൾ നഷ്ടപ്പെടുമ്പോൾ പാരമ്പര്യത്തിന്റെ സമൃദ്ധികളും സ്വത്വത്തിന്റെ ദൃഢപേശികളുമാണ് ദുർബ്ബലപ്പെടുന്നതെന്നും പ്രഖ്യാപിക്കുന്നു.

ഗ്ലോബലിസത്തിന്റെ പ്രലോഭനങ്ങളെ അനായാസം ചെറുക്കുന്ന മറ്റൊരു മികച്ച കഥയാണ് 'കുരുവിള സാർ വിപണിയിൽ.' ഒരു മനുഷ്യന്റെ സ്വത്വഗുണം പണത്തോടുള്ള അയാളുടെ മനോഭാവത്തെ ആശ്രയിച്ച് തിരിച്ചറിയാം. പണം നമ്മുടെ ആത്മാവിനെ ശൂന്യമാക്കുന്നുവെന്ന് ടാഗോർ പറഞ്ഞതോർമ്മ വരുന്നു. കുരുവിള സാർ പണത്തിനുവേണ്ടി നന്നായി ബുദ്ധിമുട്ടുന്നുണ്ട്. മകൾക്ക് ഒരു ഫ്ളാറ്റ്. മകന് സ്ഥിരാദ്ധ്യാപകനായി നിയമനം. അടുത്തൂൺ പറ്റിയ ഈ അദ്ധ്യാപകന്റെ വാർദ്ധക്യകാല ജീവിതം സ്വസ്ഥമാകാൻ ഇത്രയേ വേണ്ടൂ. പക്ഷേ, രണ്ടു കാര്യങ്ങളും സാധിച്ചുകിട്ടാൻ പണം അനിവാര്യമാണ്. പത്തു നോവലുകൾ, അഞ്ചു കഥാസമാഹാരങ്ങൾ, നാലു നാടകങ്ങൾ, ആറു ബാലസാഹിത്യകൃതികൾ, രണ്ടു ലേഖനസമാഹാരങ്ങൾ എന്നിവ രചിച്ചിട്ടും മുഖ്യധാരയിലൊന്നും എത്തപ്പെടാൻ കഴിയാതെ പോയ പാവം എഴുത്തുകാരൻ കൂടിയാണ് കുരുവിള സാർ. ഇപ്പോൾ അദ്ദേഹം പുതിയൊരു നോവലിന്റെ പണിപ്പുരയിലാണ്.

മല്ലപ്പള്ളിയിലെ ഒരു പഴയ ക്രിസ്ത്യൻ കുടുംബത്തിന്റെ ചരിത്രത്താളുകളിൽ നിന്നിറങ്ങി വരുന്ന എസ്തേർ എന്ന സ്ത്രീയെ കേന്ദ്ര

കഥാപാത്രമാക്കുന്ന ഈ നോവലിനെക്കുറിച്ച് എങ്ങനയോ അറിഞ്ഞ ചെറുപ്പക്കാരിയായ അമേരിക്കൻ മലയാളി എഴുത്തുകാരി കുരുവിള സാറിനെ കാണാനെത്തുന്നു. സാറിന്റെ കൈവശമുള്ള എസ്തേറിനെക്കുറിച്ചുള്ള അറിവും രേഖകളും താൻ എഴുതാൻ പദ്ധതിയിടുന്ന ഇംഗ്ലീഷ് നോവലിനുവേണ്ടി വിലയ്ക്കു വാങ്ങുവാനും അങ്ങനെയൊരു നോവൽ സാർ എഴുതരുതെന്ന് അഭ്യർത്ഥിക്കുവാനുമാണ് അവർ എത്തുന്നത്. അവർ വാഗ്ദാനം ചെയ്ത വൻതുകകൊണ്ട് തന്റെ രണ്ട് ആവശ്യങ്ങളും അനായാസം സാധിച്ചുകിട്ടുമെന്നറിഞ്ഞിട്ടും പണത്തിന്റെ അശ്ലീലമായ പ്രലോഭനങ്ങൾക്കൊന്നും വഴങ്ങാതെ ആ ഗ്രാമീണാദ്ധ്യാപൻ തന്റെ ശിരസ്സ് അന്തസ്സോടെ ഉയർത്തിപ്പിടിക്കുമ്പോൾ വിപണിയുടെ അഹങ്കാരത്തിന്റെ കൊടിമരങ്ങൾ ഇളകി വീഴുന്നു. ആ അന്തസ്സിനു മുൻപിൽ, മൃദുഭാഷണങ്ങളും പ്രലോഭനങ്ങളുമായി എത്തുന്ന വിപണി മുതലാളിത്തം പരാജയപ്പെടുകയും ഒടുവിൽ തെറിയുതിർത്ത് മടങ്ങുകയും ചെയ്യുന്നു.

ആധുനികാനന്തര എഴുത്തുകാരുടെ സർഗ്ഗാത്മക മണ്ഡലത്തിൽ പാരിസ്ഥിതികബോധം പ്രബലമാണ്. ഒരു ഫാഷനായല്ല, മറിച്ച് തങ്ങളുടെ ഉൾക്കനമുള്ള രാഷ്ട്രീയ ബോധത്തിന്റെ അവിഭാജ്യ ഘടകമായാണ് പാരിസ്ഥിതിക പ്രമേയം ഇവരുടെ രചനകളിൽ കടന്നുവരുന്നത്. വിനു ഏബ്രഹാമിന്റെ കഥകളിൽ പാരിസ്ഥിതിക ബോധത്തിന്റെ കത്തുന്ന കനലുകളുണ്ട്. 'രണ്ടു കൂട്ടുകാർ' എന്ന കഥയിൽ തോട്ടിലേക്ക് കണ്ണ് നട്ട് ഖിന്നയായിരിക്കുന്ന അമ്മയെ നാം കാണുന്നു. സ്വന്തം ഭൂമി ഉപേക്ഷിച്ച് മറ്റൊരിടത്തേക്ക് മാറിപ്പാർക്കാൻ വിധിക്കപ്പെട്ട അമ്മയുടെ ഓർമ്മകളിലേക്ക് തോട് പരന്നൊഴുകുകയാണ്. പിന്നെ അതിന്റെ ഒഴുക്കിന്റെ ആദിമ വിശുദ്ധിയിലേക്ക് ആധുനികതയുടെ ബ്രഹത്ചിഹ്നമായ ഫാക്ടറി പുറത്തു വിടുന്ന മാലിന്യങ്ങൾ വന്നു ചേരുന്നു. വിഷം തീണ്ടിയ തോടുകളിൽ നിന്ന് ജനങ്ങളകന്നു. മൃഗങ്ങളും മനുഷ്യരും തോട്ടിലെ കുളി നിർത്തി. തോടൊരു കോമാളിയായി. തോടിന്റെ പ്രാചീന വിശുദ്ധിയെ വിട്ടുപോകുവാൻ അമ്മ വിസമ്മതിക്കുന്നു. ജോൺ സ്റ്റെയിൻബെക്കിന്റെ ഇതിഹാസ നോവലായ *ക്രോധത്തിന്റെ മുന്തിരിപ്പഴങ്ങളി*ലെ ജോഡ് കുടുംബത്തിലെ മുത്തച്ഛനെപ്പോലെ സ്വന്തം ദേശത്തുനിന്നും പറിച്ചെറിയപ്പെടുമ്പോൾ മരണത്തിന് കീഴടങ്ങുകയാണ് ഈ അമ്മയും. പരിസ്ഥിതിയുടെ നാശം മരണ നൃത്തമായി വന്നണയുന്നു. പച്ചയില്ലാത്ത നഗര സീമകളിൽ പെട്ടെന്ന് ഉയർന്നു വന്ന മലകൾ കണ്ട് ആനന്ദിച്ചാർക്കുന്ന സുദേവനെ നാം 'കാഴ്ചവട്ടം' എന്ന കഥയിൽ കാണുന്നു. സഞ്ചാരിയിൽ കരിങ്കല്ല് പോലെ ഉറച്ചതും ജലാംശമില്ലാത്ത മണ്ണ് നിറഞ്ഞതുമായ പുഴക്കരയിൽ പുഴയുടെ പ്രേതം കിടക്കുന്നുണ്ട്. ജനാലയ്ക്കപ്പുറമുള്ള കുന്നിൻ ചരിവ് ഇടിച്ചുനിരത്തി ഫാക്ടറി പണിയാൻ പോകുന്നതറിഞ്ഞ് ഗബ്രിയേല സബാറ്റിനി 'ജീവിതം എഴുതുമ്പോൾ' എന്ന കഥയിലെ വികലാംഗനായ കഥാപാത്രം വിങ്ങുന്നു. റബ്ബറു പാലിന്റെ ഗർവ്വിഷ്ടതയിൽ മദ്ധ്യ

തിരുവിതാംകൂറിന്റെ കാർഷിക സംസ്കൃതിയൊക്കെ തകിടം മറിയുന്നു. നിരപ്പു കലാദേശത്തെ ഭവനങ്ങളൊക്കെ പെട്ടെന്ന് ശൂന്യമായി തീരുന്നു. ഇതൊക്കെ കണ്ട് 'അഴിമുറുക്കം' എന്ന കഥയിലെ ദൈവം, താൻ മനോഹരമായി നിർമ്മിച്ച് മനുഷ്യന്റെ കൈയിലേല്പിച്ചുകൊടുത്ത ഭൂമിയെ അവനിപ്പോൾ വികൃതവും ജീവിക്കാൻ അയോഗ്യവുമാക്കി മാറ്റിയതുകണ്ട് വ്യഥിതനായിരിക്കുന്നു.

അരാജകത്വവും ഫാസിസവും വളർന്നു പരക്കുന്നത് എഴുത്തുകാർക്ക് കൃത്യമായ രാഷ്ട്രീയനിലപാടുകളില്ലാതെ വരുമ്പോഴാണ്. ആധുനികരുടെ അരാഷ്ട്രീയ ദർശനങ്ങളും നിഷേധാത്മക നിലപാടുകളും ഫാസിസ്റ്റ് രാഷ്ട്രീയത്തിന്റെ വളർച്ചയിൽ ത്വരിതപ്പെടുത്തുന്നതിൽ പങ്കുവഹിച്ചതായി കാണാം. ജർമ്മൻ മഹർഷിമാരുടെ നോർഡിക് സിദ്ധാന്തങ്ങൾ ജർമ്മൻ നാസിസത്തിന് ഊർജ്ജം നല്കിയതുപോലെ, നമ്മുടെ ചില ആധുനിക എഴുത്തുകാരുടെ നവ ഹൈന്ദവവാദ ചിന്തകൾ ഇവിടെ മതാധിഷ്ഠിത രാഷ്ട്രീയത്തിന് ശക്തിപകർന്നു. സാഹിത്യത്തിലും രാഷ്ട്രീയത്തിലും പ്രതിലോമശക്തികൾ പ്രബലപ്പെട്ടു. ഗുരുതരമായ ഈ വീഴ്ചയെക്കുറിച്ച് ആധുനികാനന്തര കഥയെഴുത്തുകാർ ബോധവാന്മാരാണ്. ദളിത്-കീഴാളപക്ഷത്തിന്റെയും ലൈംഗിക ന്യൂനപക്ഷത്തിന്റെയും അവകാശങ്ങൾ നിഷേധിക്കപ്പെട്ട സ്ത്രീപക്ഷത്തിന്റെയും നീതിയും കാരുണ്യവും നിഷേധിക്കപ്പെട്ട ഭൂരിപക്ഷത്തിന്റെയും, നാശോന്മുഖമാകുന്ന പ്രകൃതിയുടെയും പക്ഷത്തു നിലകൊണ്ട് ഇവർ നവലിബറൽ ഇടതുപക്ഷ രാഷ്ട്രീയത്തെ ശക്തിപ്പെടുത്തി. എന്നാൽ, സംഘടിത കക്ഷിരാഷ്ട്രീയത്തിന്റെ അധികാരോന്മുഖതയോട് അവർ കൃത്യമായ അകലം പാലിച്ചു. അതുകൊണ്ടാണ് അധികാരത്തിലേറുമ്പോഴൊക്കെ ലിബറൽ മുതലാളിത്തത്തിന്റെ ചെറുപൈതങ്ങളുമായി ചങ്ങാത്തംകൂടി അടിസ്ഥാനവർഗ്ഗത്തിന്റെ അവകാശങ്ങളെ വിസ്മരിക്കുന്ന ഇടതുപക്ഷത്തിന്റെ റിവിഷനിസ്റ്റ് പ്രവണതകളെ അവർക്ക് നേരിട്ടെതിർക്കാൻ കഴിഞ്ഞത്. 'ചെഗുവേരയുടെ ആരാധകൻ', 'കല്ലുമണ്ണിൽ കുടുംബയോഗം ചരിത്രം തിരുത്തുന്നു' തുടങ്ങിയ കഥകളിലൂടെ വിനു വീണുപോയ ഇടതുരാഷ്ട്രീയത്തിന്റെ ദുരന്തത്തെ പരിഹസിക്കുന്നു. ഈ വീഴ്ചമൂലം താറുമാറായിപ്പോയ കേരളീയ പൊതുമണ്ഡലത്തെക്കുറിച്ചുള്ള വ്യഥാഭാരത്താലാകണം അദ്ദേഹത്തിന്റെ കഥകൾക്ക് ദുരന്തമുഖത്ത് രക്ഷാദൗത്യത്തിലേർപ്പെടുന്ന മത്സ്യത്തൊഴിലാളികളുടെ ഛായയാണുള്ളത്. അത് പ്രത്യാശയുടെ മധുരഗീതികളാൽ നമ്മെ ആഹ്ലാദചിത്തരാക്കുന്നു.

(*പ്രസാധകൻ മാസിക*, ഫെബ്രുവരി 2020)

കഥയിൽ എരിയുന്ന മെഴുകുതിരികൾ

വിനു ഏബ്രഹാം / ബിജോയ് ചന്ദ്രൻ

? മലയാളകഥയിലെ ശക്തമായ സാന്നിദ്ധ്യമാണ് കഴിഞ്ഞ രണ്ട് ദശകങ്ങളായി വിനു ഏബ്രഹാം എന്ന എഴുത്തുകാരൻ. കഥ എഴുത്ത് എന്നാൽ താങ്കൾക്കെന്താണ്.

മനുഷ്യജീവിതത്തിൽ സാധാരണയായി നമ്മൾ വിജയിക്കുന്നു എന്ന് പറയുന്ന പല പ്രായോഗിക കാര്യങ്ങളിലും ഏതാണ്ട് സമ്പൂർണ്ണമായ പരാജയമാണ് ഇതേവരെയുള്ള എന്റെ ജീവിതം. ജീവിതത്തിൽ പ്രായോഗികമായി വിജയിക്കാനാവശ്യമായ പക്വതയും പരിജ്ഞാനവും എനിക്കന്യമായാണ് പലപ്പോഴും അനുഭവപ്പെട്ടിട്ടുള്ളത്. എന്റെ യഥാർത്ഥ സ്വത്വം ശക്തിയായി ആവിഷ്കരിക്കാനാകുന്നു എന്ന് തോന്നിയിട്ടുള്ളത് എഴുത്തിൽ മാത്രമാണ്. ഒരുപക്ഷേ, പലതിലും നഷ്ടമായിപ്പോകുന്ന എന്നെത്തന്നെ വീണ്ടെടുക്കാനുള്ള രസവിദ്യയാണ് എനിക്ക് എഴുത്ത്. എഴുത്തെന്ന് പറയുമ്പോൾ, അതിൽ വായനയും ഉൾപ്പെടും. കഥകളോ നോവലുകളോ ഒക്കെ എഴുതുമ്പോൾ, ഞാൻ യഥാർത്ഥത്തിൽ ജീവിക്കുന്നു. എന്റെ തന്നെ ജീവിതത്തിലും ചുറ്റിനുമുള്ള സമൂഹത്തിലും രാഷ്ട്രീയത്തിലും ഇല്ലാതെ പോകുന്ന സൗന്ദര്യത്തെ സൗന്ദര്യം എന്ന് പറയുമ്പോൾ ഉദാത്തമായ മാനവികതയും സമ്യക്കായ പ്രപഞ്ചവീക്ഷണവും ഉൾപ്പെടുന്ന അവസ്ഥ, എന്റെ കഥകളിലൂടെയും നോവലുകളിലൂടെയും ഒരു പരിധിവരെ ലേഖനങ്ങളിലൂടെയും, ആവിഷ്കരിക്കാൻ ഞാൻ ശ്രമിക്കുന്നു. പലപ്പോഴും ഈ ആവിഷ്കാരങ്ങളിൽ വളരെ പരുക്കനും അക്രാമകവുമായ യാഥാർത്ഥ്യങ്ങളും ആഖ്യാനങ്ങളും ഉണ്ടാകാറുണ്ട്. പക്ഷേ, അവയിലൂടെയും ഞാൻ ഉണ്മയുടെ സൗന്ദര്യത്തെ കണ്ടെത്താൻ ശ്രമിക്കുന്നു. എന്തായാലും നിരവധിയായ വൈയക്തികവും സാമൂഹികവും രാഷ്ട്രീയവും ദാർശനികവുമായ അസ്വസ്ഥതകൾക്ക് എഴുത്തിലൂടെ ഞാൻ ഉത്തരം കണ്ടെത്താൻ ശ്രമിക്കുന്നു.

? ആദ്യത്തെ കഥയെ ഒന്ന് ഓർത്തെടുക്കാമോ.

നാലാം ക്ലാസിൽ പഠിക്കുമ്പോഴാണ് ഞാൻ കഥ എഴുതിത്തുടങ്ങുന്നത്. 'കൊട്ടത്തേങ്ങ' എന്ന എന്റെ ആദ്യത്തെ കഥ, നെടുങ്ങാടപ്പള്ളിയിൽ എന്റെ വീടിന് അയൽപക്കത്തുള്ള ചേട്ടന്മാരുടെയും ചേച്ചിമാരുടെയും കഥയായിരുന്നു. വായനക്കാരും അവർ തന്നെ. പിന്നീട് ഇടയ്ക്കൊക്കെ എഴുതുമായിരുന്നു. ഹൈസ്കൂളിലെ യുവജനോത്സവത്തിലും സംസ്ഥാന തലത്തിലുള്ള ഹൈസ്കൂൾ വിദ്യാർത്ഥികൾക്ക് വേണ്ടിയുള്ള കഥാശില്പശാലയുടെ പ്രവേശനമത്സരത്തിലും ഇതൊന്നുമല്ലാതെ, മറ്റൊരാളെയും കാണിക്കാതെയും നിരവധി കഥകൾ എഴുതിയിരുന്നു. എന്നാൽ, അപ്പോഴൊന്നും, ഇതിലേതെങ്കിലും പ്രസിദ്ധീകരണയോഗ്യമാണ് എന്ന തോന്നലോടെ വാരികകൾക്കൊന്നും അയച്ച് കൊടുത്തിരുന്നില്ല. അതിന് സയമായിട്ടില്ല എന്ന് ഞാൻ വിശ്വസിച്ചു. പിന്നെ 32 വയസ്സായപ്പോഴാണ്, ജീവിതത്തിൽ ആദ്യമായി ഞാൻ ഒരു കഥ പ്രസിദ്ധീകരിക്കാനായി അയച്ച് കൊടുക്കുന്നത്. അതാണ് 98 ആദ്യം, *ഭാഷാപോഷിണി*യിൽ വന്ന 'പുതിയ പച്ച' എന്ന അരപ്പേജ് വലിപ്പമുള്ള കഥ. അക്കാലത്ത് നടപ്പിലായിത്തുടങ്ങിയ കഥകളി പോലെയുള്ള കലാരൂപങ്ങളുടെ വികൃതമായ കച്ചവടവല്കരണമാണ് അതിലെ പ്രമേയം, സാമ്പത്തിക പ്രതിസന്ധിമൂലം ആ വൈകൃതത്തിന് വഴങ്ങേണ്ടിവരുന്ന ഒരു കഥകളി കലാകാരന്റെ ദൈന്യത. ചുരുക്കത്തിൽ, എഴുതാൻ തുടങ്ങിയിട്ട് 23 വർഷങ്ങളുടെ കാത്തിരിപ്പ് കഴിഞ്ഞാണ് എന്റെ ആദ്യകഥ പിറന്നത്.

? പല കഥാകൃത്തുക്കളെയും ഏതെങ്കിലും പ്രത്യേക പ്രമേയ ഭൂമികയുമായി, സാമൂഹികം, വൈകാരികം രാഷ്ട്രീയം, ദാർശനികം എന്നിങ്ങനെ ബന്ധപ്പെടുത്തി നിരൂപകർ അടയാളപ്പെടുത്താറുണ്ട്...

ബിജോയിയുടെ ചോദ്യം വളരെ പ്രസക്തമാണ്. കഥകളും നോവലുകളും എഴുതുമ്പോൾ, പ്രമേയങ്ങളെ സംബന്ധിച്ച് അപരിമേയമായ സ്വാതന്ത്ര്യം എനിക്ക് വളരെ പ്രധാനമാണ്. ഇപ്പോൾ പൊതുവെ, സാമൂഹിക, രാഷ്ട്രീയ പ്രമേയങ്ങൾക്കാണ് ജനപ്രിയത എന്നോ നിരൂപകപ്രിയത എന്നോ വിവക്ഷിച്ച് എനിക്ക് എഴുതാനാവില്ല. ഇന്ന് ഒരു കഥ അത്തരം തലങ്ങളിൽ ഊന്നി ഉള്ളതാണെങ്കിൽ, അടുത്തത് ചിലപ്പോൾ മനുഷ്യാവസ്ഥയുടെ വൈകാരികസംത്രാസങ്ങളെ ആധാരമാക്കിയുള്ളതാകാം. അങ്ങനെ, എന്റെ 'നാടൻ പ്രേമം' എന്ന കഥയിൽ ഉള്ള യാതൊരു ബൗദ്ധിക, സാമൂഹിക, രാഷ്ട്രീയ പ്രശ്നങ്ങളുമില്ലാത്ത പാവം ഒരു പൊന്നച്ചന്റെയും സോഫിയയുടെയും ജീവിതങ്ങൾ ആവിഷ്കരിക്കണമെന്ന് തോന്നിയാൽ, അയ്യോ ഇങ്ങനത്തെ വൈകാരികതകൾ പൈങ്കിളിയാകുമോ എന്ന് ഞാൻ തെല്ലും ഭയക്കുന്നില്ല. അതിന്റെ ആഖ്യാനം പൈങ്കിളിയാകരുത് എന്നതിൽ മാത്രം ഞാൻ ശ്രദ്ധവയ്ക്കുന്നു.

ഇങ്ങനെ വരുമ്പോൾ എന്റെ കഥാലോകത്ത് നിരവധി രാഷ്ട്രീയ കഥകളുണ്ട്. സാമൂഹിക കഥകളുണ്ട്, ചിരന്തനമായ മനുഷ്യാവസ്ഥയുടെ കഥകളുണ്ട്. ദൈവ-പിശാച് കഥകളുണ്ട്. ദാർശനിക കഥകളുണ്ട്. കാല്പനിക കഥകളുണ്ട്. ഭാഷ, ഓർമ്മ എന്നിവയുടെ കഥകളുണ്ട്. മനുഷ്യേതര ജീവജാലങ്ങളുടെയും അചേതന വസ്തുക്കളുടെയും കഥകളുണ്ട്. പ്രപഞ്ചത്തിലുള്ള യാതൊന്നും കഥകൾക്കന്യമല്ല. ഇതിനൊപ്പം ആഖ്യാനത്തിലെ വ്യത്യസ്തതകളും ഞാൻ ശ്രദ്ധിക്കാറുണ്ട്. ഒരു ഫോട്ടോ കഥയുടെ മുഖ്യപാഠമായി വന്ന 'കഴുതപ്പുലികളുടെ ചിരി', 'കന്ന്', അഭിമുഖസംഭാഷണം, ലേഖന രൂപങ്ങളിൽ ഉള്ള കഥകൾ, മനുഷ്യേതര കഥാപാത്രങ്ങളുടെ സ്വാഗതാഖ്യാനങ്ങൾ, കോട്ടയം പുഷ്പനാഥ് ശൈലിയിലുള്ള കഥകൾ, സറ്റയർ എന്നിങ്ങനെ പലതരം സങ്കേതങ്ങൾ, ഒരു പക്ഷേ, ഇത്തരം വൈവിദ്ധ്യം നിരൂപണത്തിലെ കള്ളിതിരിക്കലുകളിൽ നിന്ന് എന്റെ കഥകളെ തടയുന്നുണ്ടാകണം. മാത്രവുമല്ല, പലതരം തമസ്കരണങ്ങൾ, മികച്ചൊരു വായനാസമൂഹത്തിലേക്കും നിരൂപണ പദ്ധതികളിലേക്കും എന്റെ ധാരാളം കഥകളെ എത്തിക്കാതിരുന്നതും ഒരു കാരണമാകാം. കേരളത്തിലെ മികച്ച വായനക്കാരിലും നിരൂപകരിലും ഒരു ന്യൂനപക്ഷം മാത്രമേ എന്റെ കഥകളുമായി കാര്യമായി പരിചയപ്പെട്ടുള്ളൂ എന്നും തോന്നുന്നു.

? പ്രായേണ, മലയാള സാഹിത്യ ഭൂമികയിൽ അധികം അടയാളപ്പെട്ടിട്ടില്ലാത്ത ഒന്നാണ് പത്തനംതിട്ട ജില്ലയും സമീപ മദ്ധ്യതിരുവിതാംകൂർ പ്രദേശങ്ങളും. അവിടെനിന്ന് വരുന്ന ഒരു എഴുത്തുകാരൻ എന്ന നിലയിലുള്ള അനുഭവങ്ങൾ...

ഒരു കാലത്ത് പാറപ്പുറത്തിനെപ്പോലെ മലയാളത്തിലെ എക്കാലത്തെയും ഉന്നതശീർഷനായ ഒരു നോവലിസ്റ്റും ഇ എം കോവൂർ എന്ന മുന്തിയ എഴുത്തുകാരനും ഒക്കെയുണ്ടായിരുന്ന പ്രദേശമാണെങ്കിലും പലതുകൊണ്ടും ഞങ്ങളുടെ ദേശം മലയാള സാഹിത്യത്തിൽ ആഘോഷിക്കപ്പെട്ടിട്ടില്ല. ഇപ്പോഴാണെങ്കിൽ, പ്രാദേശിക ഭാവുകത്വത്തിന്റെ ഉത്സവം തന്നെയാണ് മലയാള സാഹിത്യത്തിൽ സംഭവിക്കുന്നത്. പക്ഷേ, അപ്പോഴും ഈ ഉത്സവം ചില പ്രത്യേക ഭൂമികകളെ മാത്രം കേന്ദ്രീകരിച്ചാണ് ആഘോഷിക്കപ്പെടുന്നത്. പത്തനംതിട്ടയും ചുറ്റുപാടും ഇപ്പോഴും പുറത്ത് തന്നെ. പൊതുവെ, എഴുത്തിനോടും വായനയോടും അത്ര മതിപ്പില്ലാത്ത ഒരു ജനസമൂഹവും ഇവിടെനിന്നുള്ള എഴുത്തുകാരെ പ്രോത്സാഹിപ്പിക്കാൻ താല്പര്യം അത്രയൊന്നും കാണിക്കാത്ത നിരൂപകരും ഒക്കെ ഇതിൽ പങ്ക് വഹിക്കുന്നുണ്ട്.

പക്ഷേ, എന്റെ രചനാജീവിതത്തിൽ തുടക്കം മുതലേ, ഞങ്ങളുടെ നാടിനെ ശക്തമായി ആവിഷ്കരിക്കാൻ ഉള്ള ശ്രമങ്ങൾ ഉണ്ട്. എന്റെ ദേശം എനിക്ക് ധാരാളം കഥകൾ തന്നിട്ടുണ്ട്, ഇപ്പോഴും തരുന്നു. അതേസമയം, അത് കേവലം പ്രാദേശിക ഭാഷാഭേദങ്ങളിലും സംസ്കൃതിയിലും

അഭിരമിക്കാൻ മാത്രമാകാതെ, കാതലായ ജീവിതാവസ്ഥകളെ അഭിമുഖീകരിക്കാനും ഞാൻ ശ്രദ്ധിക്കാറുണ്ട്, എന്റെ പുതിയ കഥകളായ 'ടമാർ പടാറും' ചെങ്കിസ് ഖാന്റെ 'കുതിരകളും' 'കരിക്കൻ വില്ലയും' ഒക്കെ ഇതിനുദാഹരണങ്ങളാണ്.

? വിനു ഏബ്രഹാമിന്റെ കഥകളിൽ ഭാഷയിലുള്ള അഭിരമിക്കലും കാണാറില്ല

തീർച്ചയായും എഴുത്തുകാരൻ എന്ന നിലയിൽ എന്റെ മാധ്യമം ഭാഷ തന്നെയാണ്. ആശാരിക്ക് തടിപോലെ തന്നെ. പക്ഷേ, അതിനപ്പുറം നമ്മളുടെ ഈ ഉപകരണം അല്ലെങ്കിൽ വസ്തു വച്ച് നമ്മൾ എന്ത് പണിയുന്നു എന്നതാണ് പ്രധാനം. അതത് പ്രമേയത്തിനും ആഖ്യാനത്തിനും അനുസരിച്ചാകണം ഭാഷ, ഭാഷ അതിന് മുകളിലാകാൻ പാടില്ല. ഇവിടെ ഇപ്പോൾ, ചില പ്രത്യേക പ്രാദേശിക ഭാഷാഭേദങ്ങളിൽ എഴുതപ്പെട്ടു എന്നു പറഞ്ഞാൽ തന്നെ, അത് മികച്ച സൃഷ്ടിയായി എന്ന ചിന്ത ചിലരിലെങ്കിലും ഉണ്ട്. മികച്ച ലോകസാഹിത്യ കൃതികളിലൂടെയൊക്കെ കടന്ന് പോകുമ്പോൾ, ഭാഷയിലും ഉപമകളിലും അലങ്കാരങ്ങളിലും ഉള്ള ഈ അമിത ശ്രദ്ധ കാണാനാവില്ല. റെയ്മണ്ട് കാർവറെപ്പോലെയുള്ള കഥയുടെ കുലപതികളിലൊരാൾ അഭിപ്രായപ്പെടുന്നത് പോലെ, കഥ പറച്ചിൽ സത്യസന്ധമല്ലാതെയാകുമ്പോഴാണ് ഇത്തരം ഭാഷാലീലകൾ പലപ്പോഴും സംഭവിക്കുന്നത്. അതേസമയം ചിലതരം കഥകൾ അത്തരം ഭാഷാലീലകൾ ആവശ്യപ്പെടുന്നുണ്ടെന്നും ഞാൻ സമ്മതിക്കുന്നു.

? വിനു നോവലുകൾ എഴുതിയിട്ടുണ്ടെങ്കിലും വലിയ നോവലുകൾ സംഭവിച്ചിട്ടില്ല. എന്തുകൊണ്ടാണിത്.

എഴുത്തിൽ എന്റെ ഏറ്റവും പ്രിയ തട്ടകം കഥ തന്നെയാണ്. അതുകൊണ്ട് തന്നെ കഥകൾ തുടർച്ചയായി സംഭവിക്കുന്നു. അതേസമയം, നോവൽ എഴുതുന്നതിനോട് വിപ്രതിപത്തിയില്ല താനും, പക്ഷേ, തീർത്തും അസാധാരണവും മറ്റാരും നാളിത് വരെ കൈവച്ചിട്ടില്ലാത്ത ഒന്നുമായിരിക്കണം നോവലിന്റെ പ്രമേയം. എങ്കിൽ മാത്രമേ, അത്രയും ദീർഘമായ ഒരദ്ധ്വാനത്തിനുള്ള പ്രചോദനം എനിക്കുണ്ടാകൂ. മലയാള സിനിമയുടെ ഉത്ഭവത്തിന്റെ മറഞ്ഞ് കിടന്നിരുന്ന ഏട് അനാവരണം ചെയ്യുന്ന *നഷ്ടനായിക*, ഭക്ഷണം പ്രമേയമായി മലയാളത്തിൽ ഉണ്ടായ ആദ്യ നോവലായ *ഒരു സ്വാദ്നോട്ടക്കാരന്റെ ഭക്ഷണപര്യവേഷണങ്ങൾ,* ഒരു മുൻകാല വിഖ്യാത നോവലും യഥാർത്ഥ സംഭവങ്ങളും ഇടകലർന്ന് ഒരു പുഴ അതിന്റെ ആത്മകഥ പറയുന്ന *പ്രണയവഴിഞ്ഞി* എന്നീ നോവലുകളെല്ലാം ഇത്തരത്തിൽ ഉള്ളതാണ്. ഇവയെല്ലാം തന്നെ അധികം ദൈർഘ്യം ആവശ്യപ്പെടുന്നവയായിരുന്നില്ല. ഇനി, ഏതെങ്കിലും പ്രമേയം ദീർഘമായ നോവൽ ആവശ്യപ്പെടുന്നെങ്കിൽ തീർച്ചയായും ഞാൻ

അതിന് മുതിരുകയും ചെയ്യും. പിന്നെ വലിയ നോവലുകൾ മാത്രമേ മഹത്താകൂ എന്ന ധാരണയും എനിക്കില്ല. ലോകസാഹിത്യത്തിലെ അമൂല്യ രത്നങ്ങളിലൊന്നായ ഹുവാൻ റൂൾഫോയുടെ *പെഡ്രോ പരാമോ* എന്ന നോവൽ കേവലം 122 പുറങ്ങൾ മാത്രമാണുള്ളത്. സാക്ഷാൽ മാർക്വേസ് പോലും നോവൽ എങ്ങനെ എഴുതണമെന്ന് പഠിച്ച നോവൽ ആയിരുന്നു അത്.

? വിനുവിന്റെ ആദ്യകഥാസമാഹാരമായ ആരാധനാപൂർവ്വം ശത്രു സമർപ്പിച്ചിരിക്കുന്നത് പി പത്മരാജനാണ്. കൂടാതെ, പത്മരാജനെ ക്കുറിച്ച് ഒരു പുസ്തകവും രചിച്ചിട്ടുണ്ട്. പത്മരാജൻ വിനുവിനെ എത്ര ത്തോളം സ്വാധീനിച്ചിട്ടുണ്ട്.

ഞാൻ ഒരിക്കലും പത്മരാജനെ നേരിൽ കണ്ടിട്ടില്ല. പക്ഷേ, കൗമാരത്തിന്റെ തുടക്കം മുതൽതന്നെ, അദ്ദേഹം സാഹിത്യത്തിലും സിനിമയിലും എന്റെ ആരാധനാമൂർത്തിയായിരുന്നു. വിജയനും മുകുന്ദനും കാക്കനാടനും ബഷീറും പാറപ്പുറവും സക്കറിയയും കെ സുരേന്ദ്രനും എം ടിയും തുടങ്ങി അനേകം മലയാളം എഴുത്തുകാരും ലോകഭാഷകളിലെ ധാരാളം കുലപതികളും എന്നും എന്റെ ആരാധനാമൂർത്തികളായിരിക്കുമ്പോൾ തന്നെ, പത്മരാജന്റെ കഥാലോകം എന്നും എനിക്ക് മറ്റൊരു വിസ്മയലോകമായി നില്ക്കുന്നു. തീർത്തും നാടകീയമായ ജീവിതവീക്ഷണം, അമ്പരപ്പിക്കുന്ന പ്രമേയവൈവിദ്ധ്യം, തനതായ ഭാഷാപരിചരണം എന്നിവകൊണ്ട് പത്മരാജൻ കഥകൾ എന്നും എന്റെ പ്രചോദനമാണ്. അതേസമയം, ഒരിക്കലും ഞാൻ അവയെ അനുകരിക്കാൻ ശ്രമിക്കുക എന്ന വിഡ്ഢിത്തം ബോധപൂർവ്വം നടത്തിയിട്ടുമില്ല. സത്യത്തിൽ, ഏതാണ്ട് ഇരുന്നൂറിന് താഴെ വരുന്ന പത്മരാജന്റെ കഥകളുടെ തൊണ്ണൂറ്റിയഞ്ച് ശതമാനവും നമ്മുടെ സാഹിത്യമണ്ഡലത്തിന്റെ സജീവ ശ്രദ്ധയിലെത്തിയിട്ടില്ല. മലയാള കഥാസാഹിത്യത്തിൽ എക്കാലത്തെയും മികച്ച പത്ത് എഴുത്തുകാരെ എടുത്താൽ അതിലൊരാൾ പത്മരാജനും എക്കാലത്തെയും മികച്ച 10 കഥകൾ എടുത്താൽ അതിൽ അദ്ദേഹത്തിന്റെ കഥകളും ഉൾപ്പെടുമെന്നു ഞാൻ കരുതുന്നു.

? വിനുവിന്റെ വായന, അതിന്റെ പരപ്പുകൾ ഇതേക്കുറിച്ച്..

തീരെ കുട്ടിക്കാലം മുതലേ വായനയ്ക്ക് വളരെ പോഷകമായ രീതിയിലുള്ള ഒരന്തരീക്ഷമാണ് വീട്ടിലും അയൽപക്കത്തും ഉണ്ടായിരുന്നത്. എന്റെ വീട്ടിൽ ഇംഗ്ലീഷ് പുസ്തകങ്ങളും അയൽവീടായ കോഴിക്കുന്നത്ത് ധാരാളം മലയാളം പുസ്തകങ്ങളും അഞ്ചിലൊക്കെ എത്തുമ്പോഴേക്ക് വിജയൻ, മുകുന്ദൻ, കാക്കനാടൻ തുടങ്ങിയവരൊക്കെ എനിക്ക് മന്ത്രശക്തിയുള്ള നാമങ്ങളായിക്കഴിഞ്ഞിരുന്നു. സത്യത്തിൽ മുട്ടത്ത് വർക്കിയും കോട്ടയം പുഷ്പനാഥും, കാനവും പിന്നീടാണ് വരുന്നത്. എന്തായാലും

പില്ക്കാലത്ത്, വളരെ ആഴവും പരപ്പുമുള്ള വായന എനിക്ക് ലഭ്യമായി. കഥകൾ, നോവലുകൾ, ആത്മകഥകൾ, ജീവചരിത്രങ്ങൾ, ചരിത്രം, പല തരം പഠനഗ്രന്ഥങ്ങൾ, കവിത, നാടകം എന്നിങ്ങനെ അതിവിശാലമായ ലോകം തന്നെയാണത്. ഇതിനൊപ്പം ജനപ്രിയസാഹിത്യം, പ്രത്യേകിച്ച് കുറ്റാന്വേഷണ-ത്രില്ലർ കൃതികൾ, ഇതാകട്ടെ, മലയാളം, ഇതരഭാരതീയ ഭാഷകൾ, ഇംഗ്ലീഷ് ഉൾപ്പെടെയുള്ള ലോകഭാഷകൾ എന്നിങ്ങനെ പരന്ന് കിടക്കുന്നു. സത്യത്തിൽ, എനിക്ക് സ്വർഗ്ഗം എന്ന സങ്കല്പം സദാ ഇത്തരം ഉൽകൃഷ്ട ഗ്രന്ഥങ്ങൾ മറ്റൊരു അല്ലലുമില്ലാതെ വായിക്കാൻ കഴിയുന്ന ഒരിടം എന്നതാണ്. പലവിധ ജീവിതസമരങ്ങൾ കാരണം, എത്രയോ തുച്ഛമായ സമയമാണ് വായിക്കാൻ കിട്ടുന്നത്.

? ബൈബിൾ എങ്ങനെയൊക്കെ താങ്കളുടെ കഥകളെ സ്വാധീനിച്ചിട്ടുണ്ട്.

സക്കറിയ, സി വി ബാലകൃഷ്ണൻ, തോമസ് ജോസഫ്, ജോർജ് ജോസഫ് കെ, ജോസഫ് മരിയൻ, മധുപാൽ എന്നിങ്ങനെ ബൈബിൾ ആവേശിച്ച ഒരുപിടി എഴുത്തുകാരുടെ കഥാലോകം നമുക്ക് മുന്നിലുണ്ട്. എന്റെ ഒരു പിടി കഥകളിൽ ബൈബിളിന്റെയോ ക്രൈസ്തവ ഭാവുകത്വത്തിന്റെയോ സ്പർശം കാണാനാവും. പക്ഷേ, അത് പലപ്പോഴും അതിനെ പ്രശ്നവല്ക്കരിച്ചുകൊണ്ടായിരിക്കും. പഴയ നിയമത്തിലെ ബാബേൽ ഗോപുര നിർമ്മാണം എന്ന ഖണ്ഡം എന്റെ ബാബേൽ എന്ന കഥയിലും വ്യത്യസ്ത രീതികളിൽ പ്രചോദനമാണ്. ബാബേൽ ഗോപുര നിർമ്മാണ കഥയിലെ ഭാഷകളുടെ രൂപീകരണം എന്ന ആശയത്തിൽ നിന്നാണ് ഈ കഥകളുടെ ഒരു വലിയ തലം രൂപംകൊള്ളുന്നത്. *നക്ഷത്രങ്ങളിൽ കൂട് കൂട്ടുമ്പോൾ, കാറ്റ് വിതച്ചവൻ*, പിന്നെ ഏതാണ്ട് ക്രൈസ്തവദർശനപ്രകാരമുള്ള ദൈവവും പിശാചും മാലാഖമാരും മുഖ്യ കഥാപാത്രങ്ങളാകുന്ന ഏതാനും കഥകൾ, 'ദൈവവേല', 'അഴിമുറുക്കം' 'പ്രണയവാരിധി' തുടങ്ങിയവ ക്രൈസ്തവ-ബൈബിൾ ദർശനങ്ങളെ പല രീതികളിൽ അഭിമുഖീകരിക്കുന്നവയാണ്. ഒരു ക്രൈസ്തവ വിശ്വാസി എന്ന എന്റെ സ്വത്വം പലവിധ സന്ദേഹങ്ങളും കലാപങ്ങളും ഉൾച്ചേരുന്നതാണ്. അത്തരം പ്രശ്നനിർഭരമായ ഒരു സ്വത്വം കൂടി ഈ കഥകളുടെ പിന്നിലുണ്ട്. സത്യം പറഞ്ഞാൽ, സി വി ബാലകൃഷ്ണന്റെയും മറ്റ് പലരുടെയും കഥകളിലുള്ളത് പോലെയൊരു ഉന്മിഷിത്തായ ബിബ്ലിക്കൽ-ക്രൈസ്തവ അഭിമുഖീകരണം അല്ലെങ്കിൽ അനുധാവനം എന്റെ കഥകളിൽ കണ്ടെന്ന് വരില്ല. എന്റേത് കുറേക്കൂടി നിർമ്മമമായ സമീപനമാണെന്ന് തോന്നുന്നു.

? തീവ്രവും സൂക്ഷ്മമവുമായ ഒരു പിടി രാഷ്ട്രീയ കഥകൾ – കഴുതപ്പുലികളുടെ ചിരി, കല്ലുമണ്ണിൽ കുടുംബയോഗം ചരിത്രം തിരുത്തുന്നു. ചെഗുവേരയുടെ ആരാധകൻ, കബാബിസ്ഥാൻ തുടങ്ങിയവ രചിച്ചിട്ടുള്ളയാളാണ് താങ്കൾ. ആ നിലയ്ക്ക്, വളരെ സങ്കീർണ്ണവും

ആപല്ക്കരവുമായ പുതിയകാല രാഷ്ട്രീയാവസ്ഥയിൽ, എഴുത്തുകാരന്റെ നിലപാട് എവ്വിധമായിരിക്കണം.

ആത്യന്തികമായ എഴുത്തുകാരന്റെ രാഷ്ട്രീയം അയാളുടെ സൃഷ്ടികളിലൂടെ തന്നെ സംവേദനം ചെയ്യപ്പെടണം എന്നാണ് ഞാൻ കരുതുന്നത്. എന്റെ കഥകളും നോവലുകളും ഒരു പരിധിവരെ ലേഖനങ്ങളും എന്റെ രാഷ്ട്രീയത്തെ ആവിഷ്കരിക്കുന്നുണ്ട്. ചിലപ്പോൾ വളരെ മൂർത്തമായിതന്നെ രാഷ്ട്രീയ കഥകൾ എഴുതപ്പെടും. അതൊക്കെയാണ് ചോദ്യത്തിൽ പറഞ്ഞിരിക്കുന്ന കഥകൾ. അതേസമയം, അത് ഒരിക്കലും പ്രചരണാത്മകമോ മുദ്രാവാക്യ സമാനമോ ആകാനും പാടില്ല. രാഷ്ട്രീയം ആവിഷ്കരിക്കുമ്പോഴും എഴുത്തുകാരന് ആത്യന്തികമായി തന്റെ കലയോട് തന്നെയായിരിക്കണം പ്രതിബദ്ധത. എങ്കിൽ മാത്രമേ അത് സത്യസന്ധമായ കലയാകൂ. അല്ലെങ്കിൽ ലേഖനങ്ങളോ ലഘുലേഖകളോ എഴുതിയാൽ മതി. ഈ ഒരു സത്യസന്ധത പുലർത്താൻ എഴുത്തുകാരെ സമൂഹം അനുവദിക്കണം. പുതിയ കാലത്ത്, ഏത് സാമൂഹ്യ രാഷ്ട്രീയ പ്രശ്നത്തോടും എഴുത്തുകാരൻ സോഷ്യൽ മീഡിയയിലൂടെ പ്രതികരിച്ചേ മതിയാകൂ. അല്ലെങ്കിൽ ആക്ടിവിസത്തിൽ പങ്കാളികളായിരിക്കണം എന്നൊക്കെ ശഠിക്കുന്നത് വളരെ അപക്വമായ നിലപാടുകളാണ്. അങ്ങനെയൊക്കെ എഴുത്തുകാരൻ ചെയ്യുന്നെങ്കിൽ, നല്ലത് തന്നെ. അതല്ല, അങ്ങനെ ചെയ്യാതെ തന്റെ എഴുത്തിലൂടെയാണ് അയാളുടെ എല്ലാ വിധ വിപ്ലവവുമെങ്കിൽ അതും സഹർഷം സ്വാഗതം ചെയ്യപ്പെടണം. അതേപോലെ, സാമൂഹ്യരാഷ്ട്രീയ കഥകളാണ് കൂടുതൽ വരേണ്യം, മികച്ചത് എന്നൊക്കെയുള്ള നിലപാടിനോടും എനിക്ക് തീരെ യോജിപ്പില്ല.

? താങ്കൾ ചലച്ചിത്രമേഖലയിലും പ്രവർത്തിക്കുന്നുണ്ടല്ലോ അവിടത്തെ അനുഭവങ്ങൾ.

ഇതേവരെ കഥയും തിരക്കഥയുമായി ഏഴ് സിനിമകൾ ചെയ്തു. *രതിനിർവ്വേദം* പുനരാവിഷ്കാരം മുതൽ *അനിയൻകുഞ്ഞും തന്നാലായത്* വരെ. തമ്പി ആന്റണി നിർമ്മിച്ച് ആർ ശരത് സംവിധാനം ചെയ്ത *പറുദീസ എനിക്ക് മെക്സിക്കോ* അന്താരാഷ്ട്ര ചലച്ചിത്ര മേളയിൽ മികച്ച തിരക്കഥയ്ക്കുള്ള പുരസ്കാരം നേടിത്തന്നു. *നഷ്ടനായിക* എന്ന നോവലിന്റെ തിരയാവിഷ്കാരമായ *സെല്ലുലോയ്ഡും* നല്ല അനുഭവമായി. പിന്നെ, എന്റെ ഭാര്യ സുജ സംവിധാനംചെയ്ത *ആൻ എൻകൗണ്ടർ വിത്ത് എ ലൈഫ് ലിവിങ്* എന്ന ഡോക്യുമെന്ററി സിനിമയുടെ നിർമ്മാതാവെന്ന നിലയിൽ മികച്ച പ്രഥമ സിനിമാ വിഭാഗത്തിൽ ദേശീയ ചലച്ചിത്ര പുരസ്കാരം അന്നത്തെ രാഷ്ട്രപതി ഡോ. എ പി ജെ അബ്ദുൾ കലാമിൽ നിന്ന് സ്വീകരിക്കാൻ കഴിഞ്ഞതും മധുരതരമായ ഒരോർമ്മയാണ്.

എന്നാൽ കലാപരമായും സാമ്പത്തികമായും വൻ ബ്രേക്കുകൾ ആകേണ്ടിയിരുന്ന ഒരു പിടി സ്വപ്നസിനിമകൾ കപ്പിനും ചുണ്ടിനുമിട

യിൽ എന്ന വിധം എനിക്ക് നഷ്ടമായിട്ടുണ്ട്. അതായത്, ഒരു തിരക്കഥാകൃത്തെന്ന നിലയിൽ മലയാള സിനിമയിൽ എന്റെ വ്യക്തിമുദ്ര പതിപ്പിക്കാൻ കഴിയുന്നതും സിനിമ എന്ന തൊഴിൽ മേഖലയുടെ വലിയ സാമ്പത്തികാനുഗ്രഹം ലഭിക്കുന്നതും ആയിരുന്ന പ്രോജക്ടുകൾ. കഴിവിനും അദ്ധ്വാനത്തിനുമപ്പുറം സിനിമാമേഖലയിലെ ഭാഗ്യരാശികൾ നിർണ്ണായകമാകുന്നത് ഇവിടെയാണ്. ഇതിനൊപ്പം, സിനിമയിൽ വിജയ സമവാക്യങ്ങൾ തീർക്കുന്ന ചില ക്യാമ്പുകളിൽ, സൗഹൃദങ്ങളിൽ എത്തിപ്പെടുക എന്നതും പ്രധാനമാണ്. എന്തായാലും പ്രതീക്ഷയോടെ, ഒരു പിടി കഥകളും തിരക്കഥകളുമായി ഞാൻ ആ സ്വപ്ന സിനിമകൾ സംഭവിക്കുന്നതിനായി കാത്തിരിക്കുന്നു. സിനിമയ്ക്ക് വേണ്ടിയുള്ള എഴുത്ത് കുട്ടിക്കാലം മുതലേക്കുള്ള ഒരഭിനിവേശത്തിന്റെ സാക്ഷാൽക്കാരമാണ്. അതേ സമയം, അത് എന്റെ ജീവിതോപായത്തിനുള്ള ഒരു മേഖലയുമാണ്.

? ഏറ്റവും പുതിയ സമാഹാരമായ കോടയെക്കുറിച്ച്..

ഈ ഓണക്കാലത്ത് വന്ന നാല് കഥകളൊഴികെയുള്ള പുതിയ 16 കഥകളാണ് *കോട*യിലുള്ളത്. ഞാൻ മുന്നേ പറഞ്ഞത് പോലെയുള്ള പ്രമേയങ്ങളുടെയും ആഖ്യാനത്തിന്റെ വൈവിദ്ധ്യം ഇതിലും കാണാം എന്ന് തന്നെ കരുതുന്നു. ആ രീതിയിലുള്ള സഹൃദയപ്രതികരണങ്ങളാണ് ലഭിക്കുന്നതും ഇതിനപ്പുറം, ഇനി വായനക്കാർ ആണ് പറയേണ്ടത്.

? കഥകൾക്കും നോവലുകൾക്കും ഒപ്പം ലേഖനങ്ങളും സജീവമായി എഴുതുന്നയാളാണ് താങ്കൾ. ഇതിനെക്കുറിച്ച് ഒന്ന് വിശദീകരിക്കാമോ.

സാഹിത്യ-അനുഭവ-ഓർമ്മ-സാമൂഹ്യ, രാഷ്ട്രീയനിരീക്ഷണവിഭാഗങ്ങളിലായി *എഴുത്ത്, വായന, ജീവിതം* എന്ന കൃതിയും *റൈറ്റർകുന്ന്* എന്ന കൃതിയും സിനിമാലേഖനങ്ങളുടെ സമാഹാരമായ *സിനിമാക്ഷരങ്ങൾ* എന്ന കൃതിയും പുറത്തിറങ്ങി. ഒപ്പം, ഏതാനും ജീവചരിത്രഗ്രന്ഥങ്ങളും. ഗദ്യമെഴുത്തിന്റെ ഈ മേഖലകളും ഞാൻ ആസ്വദിക്കുന്നുണ്ട്.

? മലയാളത്തിൽ ഇപ്പോൾ കുറേ എഴുത്തുകാർ, പ്രത്യേകിച്ച് പുതുതലമുറയിലെ കഥാകൃത്തുക്കൾ സവർണ്ണ ഫാസിസ്റ്റ് നിലപാടുകളുടെ പേരിൽ ഒരു പ്രമുഖ പ്രസിദ്ധീകരണത്തിൽ എഴുതില്ല എന്ന നിലപാടിലാണ്. ഇതിനെ എങ്ങനെ നോക്കിക്കാണുന്നു.

ആദ്യം തന്നെ, പ്രസ്തുത പ്രസിദ്ധീകരണം *മാതൃഭൂമി ആഴ്ചപ്പതിപ്പ്* ആണെന്ന് നമുക്ക് തുറന്ന് പറയാം. ഈ വിഷയത്തിന് ഏതാനും തലങ്ങളുണ്ട്. എസ് ഹരീഷിന്റെ *മീശ* നോവൽ വിവാദത്തെതുടർന്ന് നോവൽ നിർത്തിവച്ചതും തുടർന്ന് പത്രാധിപർ കമൽറാം സജീവ് തൽസ്ഥാനത്ത് നിന്ന് നീക്കം ചെയ്യപ്പെട്ടതും ആയ സംഭവവികാസങ്ങളോടെയാണല്ലോ കുറേപ്പേർ മാതൃഭൂമി വാരികയെ ഇങ്ങനെ സംഘടിച്ച്

ചാപ്പ കുത്തിയത്. തീർച്ചയായും *മീശ* നോവൽ നിർത്തിവച്ചത് വളരെ അപലപനീയമായ കാര്യം തന്നെയായിരുന്നു. പക്ഷേ, ഇവിടെ നമ്മൾ ഓർക്കേണ്ട കാര്യം എല്ലാ മുഖ്യധാരാ പ്രസിദ്ധീകരണങ്ങളുടെ പിന്നിലും പല തരത്തിൽ പ്രതിലോമകരമായ രാഷ്ട്രീയ വർഗ്ഗീയത-മതാത്മക, കോർപ്പറേറ്റ്വല്കൃത അജണ്ടകളും ചരടുകളും ഉണ്ട് എന്നതാണ്. അത്ര മാത്രം പൊളിറ്റിക്കലി കറക്ട് പ്രസിദ്ധീകരണങ്ങളിൽ മാത്രമേ എഴുതൂ എന്ന നിലപാടെടുത്താൽ ഇപ്പോൾ ഈ നിലപാട് എടുത്തിരിക്കുന്നവർക്ക് ഒരിടത്തും തന്നെ എഴുതാനാവില്ല. അപ്പോൾ പിന്നെ, ചെയ്യാൻ കഴിയുന്നത് ഈ മാധ്യമങ്ങളെ പരമാവധി ഉപയോഗിച്ച് നമ്മുടെ ആവിഷ്കാരം നടത്തുക എന്നതാണ്. ഒരു ജനാധിപത്യസംസ്കാരത്തിൽ, ഇങ്ങനെയുള്ള വിവിധ മാധ്യമങ്ങളിലൂടെ ഒരു ബാലൻസിങ് താനേ ഉണ്ടായി വരികയും എഴുത്തുകാർ അത് ഉപയോഗപ്പെടുത്തുകയും ചെയ്യുക എന്നതാണ് കൃത്യമായ വഴി. അതേസമയം എല്ലാവിധ മതവർഗ്ഗീയ ഫാസിസ ഔദ്യോഗിക ജിഹ്വകളെയും ഒഴിവാക്കുകയും വേണം.

ഇനി, *മാതൃഭൂമി ആഴ്ചപ്പതിപ്പ്* സംഘിയാണോ എന്ന കാര്യം, എന്റെ വീക്ഷണത്തിൽ, സജീവ് പോയി സുഭാഷ്ചന്ദ്രൻ പത്രാധിപരായി വന്ന ശേഷം അത് കൂടുതൽ സത്യസന്ധമായ രീതിയിൽ ഹൈന്ദവ സംഘപരിവാരവിരുദ്ധവും മതേതര ജനാധിപത്യ സംസ്കാരത്തിന്റെ സന്ദേശവാഹകവുമായി മാറിയിട്ടുണ്ട്. എന്റെ നിശിതമായ സംഘപരിവാര വിരുദ്ധതയ്ക്ക് അഹിതമായി ഒറ്റലക്കത്തിൽപ്പോലും ഞാൻ ഒന്നും കണ്ടിട്ടില്ല. *മാതൃഭൂമി* പത്രത്തിൽ മോഹൻ ഭാഗവതിന്റെ ഗാന്ധി ലേഖനം ഗാന്ധിജയന്തിയിൽ വന്നു എന്ന് പറയുമ്പോഴും അത് വാരികയുടെ തുറന്ന സംസ്കാരത്തെ റദ്ദ് ചെയ്യുന്നില്ല.

ഇനിയൊന്നുള്ളത് കമൽറാം സജീവിന്റെ കാലത്ത് ഉണ്ടായിരുന്നു എന്ന് പറയപ്പെടുന്ന ജനാധിപത്യവും പുരോഗമന സ്വഭാവവുമാണ്. ഞാനുൾപ്പെടെയുള്ള പല എഴുത്തുകാർക്കും ഇക്കാര്യത്തിൽ ഘടകവിരുദ്ധമായ അനുഭവമാണ് അക്കാലത്ത് ഉണ്ടായിട്ടുള്ളത്. പലപ്പോഴും ആ 'പുരോഗമന' പരിവേഷമൊക്കെ ഒരു പരിമിത വൃത്തത്തിലുള്ള എഴുത്തുകാർക്ക് മാത്രം ഗുണകരമായും അല്ലാത്തവർക്ക് വളരെ ഗർഹണീയമായതുമായിരുന്നു. മലയാൺമയുടെ ദളിത് സാംസ്കാരിക വ്യവഹാരത്തിലെ ഏറ്റവും സുപ്രധാന സ്ഥാനം വഹിക്കുന്നു എന്ന നിലയിലേക്ക് ഇപ്പോൾ ഉയർത്തപ്പെട്ടിരിക്കുന്ന പി കെ റോസി എന്ന മലയാളത്തിലെ ആദ്യ സിനിമാ നായികനടിയുടെ ചരിത്രം മുഖ്യധാരയിലേക്ക് ആദ്യമായി അവതരിപ്പിച്ച, അങ്ങനെ ആ ഉയർത്തപ്പെടലിന് നിദാനമായ, എന്റെ *നഷ്ട നായിക* നോവൽ ഒന്ന് ഓടിച്ച് വായിക്കാൻ പോലും മെനക്കെടാതെ, അത് എഴുതിയത് ഞാനാണെന്ന് കേട്ടമാത്രയിൽ അതിനെ വാരികയിൽ നിരാകരിച്ച 'പുരോഗമനാത്മകത'യായിരുന്നു അന്ന് അവിടെ ഉണ്ടായിരുന്നത്. പുരോഗമനത്തിന്റെയും സവർണ്ണഭാവുകത്വവിരുദ്ധതയുടെയും കേവലം 'പരിവേഷം' മാത്രമാണ് അവിടെ ഉണ്ടായിരുന്നത്.

മറ്റൊന്നുള്ളത് കമൽറാം സജീവിന്റെ കാലത്ത് ഒരിക്കലും മുന്നേ സംഭവിച്ചിട്ടില്ലാത്ത വിധം കഥകൾ വാരികയിൽ ആഘോഷിക്കപ്പെട്ട് തുടങ്ങി. കഥാകൃത്തിന്റെ മുഖം ഫുൾകവർ ആകുന്നതൊക്കെ നല്ലകാര്യം. എന്നാൽ ഇതും ഒരു പരിമിത വൃത്തത്തിന് മാത്രം എന്ന് മാത്രമല്ല, ഇങ്ങനെ കവർ ആകുന്നില്ല അല്ലെങ്കിൽ മാതൃഭൂമിയിൽ കഥ വരുന്നില്ല എങ്കിൽ നിങ്ങൾ മറ്റെവിടെ എഴുതിയിട്ടും കാര്യമില്ല എന്ന നിലയിൽ അക്കാലത്ത് മലയാള കഥയിൽ സൂപ്പർ മെഗാസ്റ്റാർ സംസ്കാരവും ഫാൻസ് അസോസിയേഷനുകളും അവിടെ വരാത്ത എഴുത്തുകാരുടെ സമ്പൂർണ്ണ തമസ്കരണവും സംഭവിച്ചു. ഏതാണ്ട് പതിനഞ്ച് വർഷം, ഞാനൊക്കെ ഈ അതിനീചമായ തമസ്കരണത്തിന് വിധേയമായി. അങ്ങനെ എന്നെപ്പോലെയുള്ളവർക്ക് സുഭാഷ്ചന്ദ്രൻ പത്രാധിപരായ *മാതൃഭൂമി* വാരിക ജനാധിപത്യത്തിന്റെയും മതേതരത്വത്തിന്റെയും യഥാർത്ഥ സവർണ്ണ ഫാസിസ്റ്റ് വിരുദ്ധതയുടെയും പുതിയ യുഗമാണ് തുറന്നിരിക്കുന്നത്.

ഒന്നു കൂടി, വളരെ ബൃഹത്തും കനമുള്ളതുമായ മതേതര ജനാധിപത്യ സംസ്കാരമുള്ള പലതിനെയും ചില സ്ഖലിതങ്ങളുടെ പേരിൽ മത, വർഗ്ഗീയ ഫാസിസത്തിന്റെ പന്തിയിൽകൊണ്ട് കെട്ടാൻ എളുപ്പമാണ്. പക്ഷേ, അത്തരം ചാപ്പകുത്തലുകൾ തന്നെയാണ് സംഘപരിവാര ശക്തികൾ ആഗ്രഹിക്കുന്നത്. ഒരു തരത്തിൽ, അവരുടെ റിക്രൂട്ട്മെന്റ് പണി എളുപ്പമാക്കുന്ന പ്രക്രിയ. *മാതൃഭൂമി* ആഴ്ചപ്പതിപ്പിനെ സംഘി ചാപ്പകുത്തുന്നവർ ഇക്കാര്യം ഓർക്കണമെന്ന ഒരഭ്യർത്ഥനയുണ്ട്. അതിനാൽ *മാതൃഭൂമി ആഴ്ചപ്പതിപ്പിനെ* ഇക്കാര്യം പറഞ്ഞ് ബഹിഷ്കരിക്കുന്ന സാഹിത്യരംഗത്തെ എന്റെ സഹപ്രവർത്തകരോട്, സംഘപരിവാരത്തിന് സഹായകമാകുന്ന ഈ കെണിയിൽ വീഴരുതെന്ന സ്നേഹപൂർവ്വമായ അഭ്യർത്ഥനയുണ്ട്.

(തോർച്ച, 2019 ഒക്ടോബർ - ഡിസംബർ)

www.ingramcontent.com/pod-product-compliance
Lightning Source LLC
LaVergne TN
LVHW100309051026
849517LV00006B/2232
* 9 7 8 9 3 9 0 3 0 1 4 5 4 *